പകുത്തറിവ്

novel
pakutharivu

•

k u menon

•

first edition
january 2017

•

published
chintha publishers, thiruvananthapuram

•

typesetting
star communications, thiruvananthapuram

•

•

cover
midas

•

വിതരണം

ദേശാഭിമാനി ബുക്ക് ഹൗസ്

H O തിരുവനന്തപുരം-695 035
phone: 0471-2303026, 6063026
www.chinthapublishers.com
chinthapublishers@gmail.com

ബ്രാഞ്ചുകൾ

ഹെഡ്ഡാഫീസ് ബ്രാഞ്ച് കുന്നുകുഴി • സ്റ്റാച്യു തിരുവനന്തപുരം • കെ എസ് ആർ ടി സി ബസ് സ്റ്റേഷൻ ആലപ്പുഴ • കെ എസ് ആർ ടി സി ബസ് സ്റ്റേഷൻ എറണാകുളം • മച്ചിങ്ങൽ ലെയ്ൻ തൃശൂർ • ഐ ജി റോഡ് കോഴിക്കോട് • മാവൂർ റോഡ് കോഴിക്കോട് • എൻ ജി ഒ യൂണിയൻ ബിൽഡിങ് കണ്ണൂർ • സെൻട്രൽ ബസ് ടെർമിനൽ കോംപ്ലക്സ് താവക്കര കണ്ണൂർ

CO - 2419 / 3969
ISBN - 978-93-86364-08-1

പകുത്തറിവ്
(നോവൽ)

കെ യു മേനോൻ

ചിന്ത പബ്ലിഷേഴ്സ്
തിരുവനന്തപുരം-695 035
വില : ₹ 120

കെ യു മേനോൻ

കൊടുങ്ങല്ലൂരിൽ തിരുവഞ്ചിക്കുളത്ത് ജനനം. ഉദ്യോഗ മണ്ഡൽ ഫാക്ട് ഹൈസ്കൂളിൽ അദ്ധ്യാപകനായിരുന്നു. *മാതൃഭൂമി, ദേശാഭിമാനി, കലാകൗമുദി, ജനയുഗം, അന്വേ ഷണം* ആദിയായ ആനുകാലിക പ്രസിദ്ധീകരണങ്ങളിൽ ധാരാളം കവിതകളും കഥകളും പ്രസിദ്ധീകരിച്ചിട്ടുണ്ട്. *മാതൃഭൂമിയുടെ വിദ്യാരംഗം, സക്സസ് ലൈൻ* എന്നീ വിദ്യാഭ്യാസ പ്രസിദ്ധീകരണങ്ങളുമായി ചേർന്നു പ്രവർത്തി ച്ചിരുന്നു. *ദേശാഭിമാനി* വാരികയിൽ *സ്വപ്നഭംഗം, അങ്കച്ചമയം, പകുത്തറിവ്* എന്നീ നോവലുകൾ പ്രസിദ്ധീകരിച്ചിട്ടുണ്ട്. *സ്വപ്നഭംഗവും അങ്കച്ചമയവും* പുസ്തക രൂപത്തിൽ വന്നു.

വിലാസം : ന. 3, കൈരളീനഗർ
              ചൂണ്ടി, ആലുവ 12
ഫോൺ   : 0484 2838758
              9847211997

പ്രസാധകക്കുറിപ്പ്

ഏലൂർ കേരളത്തിന്റെ വ്യവസായ ഭൂമികയാണ്. ആകാശ ത്തേക്കുയർന്ന പുകക്കുഴലുകളിലൂടെ പുറത്തുവരുന്നത് സാധാരണ മനുഷ്യരുടെ നിശ്വാസങ്ങൾ കൂടിയാണ്. വ്യവ സായ നഗരത്തിലേക്കും അവിടത്തെ മനുഷ്യരുടെ ജീവി തത്തിലേക്കും കടന്നുവരുന്ന ഭരതൻ എന്ന യുവാവ് എത്ര ത്തോളം യാഥാർത്ഥ്യമാണോ അത്രതന്നെ മിഥ്യയുമാണ്. സങ്കീർണ്ണമായ ജീവിതപരിസരങ്ങളുടെ തീക്ഷ്ണമായ ആവിഷ്കാരമാണ് ഈ കൃതി. ഏലൂരിന്റെ പശ്ചാത്തല ത്തിൽ ഊറ്റം കൊള്ളുന്ന പകുത്തറിവ് സവിശേഷമായ ജീവിതസാഹചര്യത്തിലേക്കാണ് പേജുകൾ മറിക്കുന്നത്. ഏലൂരിലെ വ്യവസായമേഖലയ്ക്കകത്തു ജീവിച്ച ശ്രീ. കെ യു മേനോന്റെ അനുഭവതീക്ഷ്ണത ഈ നോവലിൽ നമുക്ക് ദർശിക്കാം. മലയാള നോവൽസാഹിത്യത്തിന് ഈടുവ യ്പായി മാറാനുള്ള ഉൾക്കനം ഈ പുസ്തകത്തിനുണ്ട്.

ചിന്ത പബ്ലിഷേഴ്സ്

ഒന്ന്

ഭരതനു പാതിരാവായിട്ടും ഉറക്കം വന്നില്ല. ചാണകവും കരിയും ചേർത്തു മെഴുകിയ കുടിലിന്റെ തിണ്ണയിൽ വിരിച്ച പഴകിക്കീറിയ തഴപ്പായിൽ കിടന്ന് അവൻ ഒരിക്കലും നടക്കാത്ത കാര്യങ്ങളെക്കുറിച്ച് ആലോചിച്ചു. അകത്ത് അവന്റെ തള്ള കൂർക്കം വലിച്ചു.

അവനു മൂത്രമൊഴിക്കണമെന്നു തോന്നി. എഴുന്നേറ്റ് ഇത്തിരിയോളം പോന്ന മുറ്റം കടന്ന് പേരമരത്തിന്റെ ചുവട്ടിൽ ചെന്നുനിന്ന് അവൻ മൂത്ര മൊഴിക്കുമ്പോൾ "ഭരതാ" എന്ന് ആരോ വിളിച്ചു. തനിക്ക് വെറുതെ തോന്നിയതാകുമെന്ന് അവൻ കരുതി. വീണ്ടും വിളിയുണ്ടായി. തലയ്ക്കു മുകളിൽ നിന്നാണ് ശബ്ദം കേട്ടത്. തലയുയർത്തി നോക്കുമ്പോൾ മുക ളിൽ മരക്കൊമ്പത്ത് അവൻ അന്നോളം കണ്ടിട്ടില്ലാത്ത ഒരു പക്ഷി. പരു ന്തിനേക്കാൾ വലിയത്. പക്ഷി വീണ്ടും "ഭരതാ" എന്നു വിളിച്ചു. എന്തു വേണമെന്ന് അവൻ ചോദിച്ചപ്പോൾ താൻ സംസാരിക്കാൻ ആഗ്രഹിക്കു ന്നുവെന്ന് പക്ഷി പറഞ്ഞു. 'ഓഹോ.... അങ്ങനെയാവാം' എന്ന് അവൻ സമ്മതിച്ചു. അവൻ കോലായിൽ പായയിലും പക്ഷി അവനരികിലും ഇരുന്നു.

പക്ഷിക്ക് തന്റെ പാപവിമുക്തിധാരാമയി ഒരു ദൗത്യം നിർവ്വഹിക്കേ ണ്ടതുണ്ടായിരുന്നു. അതു ചെയ്യാതിരുന്നാൽ കോടാനുകോടിയുഗങ്ങൾ നരകാഗ്നിയിൽക്കിടന്നു പൊരിയേണ്ടിവരും. പക്ഷിയുടെ അന്വേഷണ ത്തിൽ തന്റെ പാപഭാരം ഇറക്കിവയ്ക്കാൻ പോന്ന അത്താണി ഭരധനാ ണെന്നു കണ്ട് അവനെ സമീപിച്ചു.

ഭരതൻ പറഞ്ഞു:

"നിന്റെ പാപങ്ങൾ ഏറ്റെടുത്ത് ഞാൻ നിന്നെ നരകാഗ്നിയിൽ നിന്നും മോചിപ്പിക്കാം. പക്ഷേ, അതുകൊണ്ട് എനിക്കെന്തു നേട്ടം."

പക്ഷി പറഞ്ഞു:

"അതാണല്ലോ ഞാൻ നിന്നെത്തന്നെ തേടിയെത്തിയത്. ആർത്ത ത്രാണനം മൂലമുണ്ടാകാവുന്ന സുരലോകങ്ങൾക്ക് നീ മാത്രമാണ് അവകാശി. ആ ലോകകവാടങ്ങൾ നിനക്കായി തുറന്നിരിക്കുന്നു."

ഭരതൻപറഞ്ഞു: "ആട്ടെ, നീ പാപം ചുമക്കാനിടയായ ചരിതം പറയൂ."

പക്ഷി തന്റെ പുരാവൃത്തം മൂന്നിലൊന്നാക്കി സംഗ്രഹിച്ചു പറഞ്ഞു.

വീടുകൾതോറും ചീട്ടിത്തുണികൾ വിറ്റുനടന്ന ഒരു പരദേശി ബ്രാഹ്മണൻ ഒരു പാതിരയ്ക്ക് ഭരതന്റെ ദേശത്ത് എത്തിച്ചേർന്നു. അയാൾ വിശന്നും വഴിനടന്നു ക്ഷീണിച്ചും വിവശനായിരുന്നു. ഒരല്പം ഭക്ഷണവും കേറിക്കിടക്കാനൊരിടവും അയാൾക്ക് ഉടനെ കിട്ടിയേ തീരൂ. അപരിചിത മായ ദേശത്ത്, പാതിരായ്ക്ക് എങ്ങോട്ടു പോകണമെന്നറിയാതെ അയാൾ അന്ധാളിച്ചു. ദേശത്ത് രാജവീഥിയുടെ ഇരുവശങ്ങളിലായി നൂറ്റിയെട്ട് ഇല്ല ങ്ങൾ ഉണ്ടായിരുന്നു. പരദേശി ഒന്നാമത്തെ ഇല്ലത്തിന്റെ പടിവാതില്ക്കൽ മുട്ടി വിളിച്ചു. ആരും വിളി കേട്ടില്ല. അയാൾ രണ്ടാമത്തെയും മൂന്നാമ ത്തെയും നാലാമത്തെയും പടിപ്പുര വാതിലുകളിൽ ഉറക്കെയുറക്കെ മുട്ടി അലറി വിളിച്ചു. ആരും വിളി കേട്ടില്ല. നൂറ്റിയേഴാമത്തെ ഇല്ലം വരെ അയാൾ ഉഴറിയോടി നടന്ന് പടിവാതിലുകളിൽ ആഞ്ഞടിച്ചുവിളിച്ചു. ആരെ ങ്കിലും വിളി കേൾക്കുകയോ പടിപ്പുര തുറക്കുകയോ ചെയ്തില്ല. നൂറ്റി യെട്ടാമത്തെ ഇല്ലത്തിന്റെ പടിവാതില്ക്കൽനിന്ന് കരഞ്ഞു വിളിച്ചു. വാതിൽ തുറന്ന് ഇല്ലത്തെ മൂസ്സ് പരദേശിക്ക് അകത്തു കടക്കാനാവാതെ വിലങ്ങി നിന്നു പറഞ്ഞു:

"ഇബ്ടെ അകായിലുള്ളോര് തീണ്ടാർന്നിരിക്ക്യാ. പ്പൊ, ഒന്നും തരാ വില്യ. നേരാണെങ്കി ശ്യാവോ ചെയ്തടക്കുണു. സംശയിക്കണ്ട; നേരെ തെക്കോട്ട് നടന്നോളാ. ശ്ശി ദൂരൊന്നും പോണ്ടാട്ടോ. നേരെങ്ങ് കാണാം വാര്യം. വാതില്ക്കല് ചെന്ന് മുട്ടി വിളി ക്യാ. കാളീന്നാ വാരസ്യാർടെ പേര്. നന്നെ കറുത്തിട്ടാണെങ്കിലും രസികത്യാന്നാ കേട്ട്ക്കണെ. ഒട്ടും മുഷ്ഷിയില്യ. ഹ.... ഹ.... ഹ...."

മൂസ്സ് പരദേശിയുടെ മുന്നിൽ വാതിലടച്ചു സാക്ഷയിട്ടു.

അയാൾ ചൂണ്ടിക്കാണിച്ച ഇരുളിന്റെ തുരങ്കത്തിലൂടെ പരദേശി നടന്നു. അങ്ങിങ്ങായി പടുതിരി കത്തിത്തുടങ്ങിയ കൽവിളക്കുകളുടെ ഇളം വെട്ടത്തിൽ അയാൾ വാരിയം കണ്ടെത്തുകയും വാതിലിൽ മുട്ടി കാളീ കാളീ എന്ന് ദീനമായ സ്വരത്തിൽ വിളിക്കുകയും ചെയ്തു.

മണികിലുക്കത്തോടെ വാതിൽ തുറന്നു. കൊളുത്തിപ്പിടിച്ച ചങ്ങല വട്ടയുടെ പ്രകാശത്തിൽ വലിയ കണ്ണുകളും മുട്ടോളമെത്തുന്ന ചുരുണ്ട മുടിയും വലിയ മുലകളും കറുത്ത നിറവുമുള്ള കാളിവാരസ്യാരെ അയാൾ കണ്ടു. കാല്ക്കൽ വീണു നമസ്കരിക്കാനാണു തോന്നിയത്.

കാളി അയാൾക്കു കുളിക്കാൻ ചങ്ങലവട്ടകൊണ്ടു കുളമുണ്ടാക്കി. തണ്ണീരാമൃതിന്റെ അപ്പവും കദളിപ്പഴവും തിടപ്പള്ളിക്കരുകിലെ കിണറ്റിൽ

നിന്നു കോരിയെടുത്ത തണുത്ത വെള്ളവും കൊണ്ട് വയറു നിറഞ്ഞപ്പോൾ ഉറക്കംവന്ന് അയാളുടെ കണ്ണുകൾ അടഞ്ഞുപോയി. കാളി അയാൾക്കുറങ്ങാൻ പട്ടുകൊണ്ടു വിതാനിച്ച ചപ്രമഞ്ചം ഒരുക്കിക്കൊടുത്തു.

പുലരുംമുൻപേ കാളിവാരസ്യാർ അയാളെ വിളിച്ചുണർത്തി പറഞ്ഞു:

"ഒറക്കം സുഖായില്ലേ? ഇനി പുറപ്പെടാം. എന്നാൽ, ബ്രാഫണൻ, ഒരു കാര്യംണ്ട്. ഇബ്ടെ വന്നതും ഭക്ഷണം കഴിച്ചതും ഒറങ്ങീതും ആരോടും പറയരുത്. പറഞ്ഞാലുള്ള പാപം സ്വയം അനുഭവിക്കേണ്ടി വരും."

ആരോ പരദേശിയെ ഊഴത്തുകടവിൽ കൊണ്ടു ചെന്നാക്കി.

ബ്രാഫണൻ പിന്നെയും ചീട്ടിത്തുണി വിറ്റു ജീവിച്ചു. വളരെ വർഷ ങ്ങൾക്കുശേഷം പ്രജാമണ്ഡലത്തിന്റെയും "പീ കോ" എന്ന ഓമനപ്പേ രിൽ അറിയപ്പെട്ടിരുന്ന പീപ്പിൾസ് കോൺഗ്രസ് എന്ന കക്ഷിയുടെയും സ്ഥാനാർത്ഥികൾ തെരഞ്ഞെടുപ്പിൽ തോറ്റുപോവുകയും കമ്യൂണിസ്റ്റു കാരൻ വിജയിക്കുകയും ചെയ്തപ്പോൾ പരദേശി ബ്രാഫണന് ഇനി ജീവി ച്ചിരിക്കുന്നതിൽ അർത്ഥമില്ലെന്നുതോന്നി. തന്റെ രഹസ്യം ആരോടെ ങ്കിലും പറഞ്ഞ് നരകത്തിലേക്കായാലും പോയാൽ മതിയെന്നു തോന്നി, കോട്ടപ്പുറം അങ്ങാടിയിൽ പലവ്യഞ്ജന വ്യാപാരം ചെയ്യുന്ന രംഗനാഥ പ്രഭുവിന്റെ പീടികയിൽച്ചെന്ന് അയാൾ പണ്ടുണ്ടായ കാര്യങ്ങൾ എല്ലാം വിസ്തരിച്ചു പറഞ്ഞു. എന്റെ തിരുമലദേവാ എന്ന് രംഗനാഥ പ്രഭു പറയും മുൻപേ ബ്രാഫണൻ പരുന്തിനേക്കാൾ വലുപ്പവും മഞ്ഞനിറവുമുള്ള ഒരു പക്ഷിയായി പറന്നുപോയി.

പക്ഷി, സെന്റ് തോമസിന്റെ പള്ളിക്കുമുകളിലൂടെ പറന്ന്, തൃക്കുല ശേഖരപുരം ചുറ്റി, കിഴക്കോട്ടുപോയി തിരുവഞ്ചിക്കുളം ക്ഷേത്രത്തിന്റെ പടിഞ്ഞാറെ നടയിലുള്ള അരയാലിന്റെ മുകളിൽച്ചെന്നിരുന്നു. ആൽത്ത റയിൽ ചീട്ടുകളിച്ചുകൊണ്ടിരുന്നവരിൽ ഒരുത്തന്റെ നിറുകയിൽ കാഷ്ഠി ച്ചപ്പോൾ അവൻ കല്ലെടുത്തെറിഞ്ഞു. പക്ഷി അവിടെ നിന്നു പറന്ന് താഴി കക്കൂടത്തിന്റെ മുകളിലിരുന്ന് വേദനകൊണ്ടു കരഞ്ഞു. അമ്പലത്തിലെ അതി വിപ്ലവകാരികളായ കഴകക്കാർ എറിഞ്ഞുകൊടുത്ത പടച്ചോറു തിന്നും പറളിയത്തി നാരായണി വാറ്റിയെടുത്ത കള്ളച്ചാരായം കുടിച്ചും പക്ഷി മറ്റു പറവകളിൽനിന്ന് ഒറ്റപ്പെട്ട് തന്റെ രക്ഷകനെ അന്വേഷിച്ച് ദേശം മുഴുവൻ പറന്നു നടന്നു.

ഒടുവിൽ പക്ഷി തന്റെ രക്ഷകനെ കണ്ടെത്തി.

ഭരതൻ ചോദിച്ചു:

"നീയെന്നെ എങ്ങനെ തിരിച്ചറിഞ്ഞു?"

പക്ഷി പറഞ്ഞു:

"നിന്റെ ഗന്ധം യുഗാന്ത്യങ്ങളിൽ മാത്രം അപൂർവ്വമായി വിരിയുന്ന അഗ്നിപുഷ്പശലഭിന്റെ ബീജഗന്ധം."

ഭരതൻ ചോദിച്ചു:

"നിനക്കുവേണ്ടി ഞാൻ എന്താണ് ചെയ്യേണ്ടത്?"

പക്ഷി പറഞ്ഞു:

"നിന്റെ കർമ്മഭൂമി ഇതല്ല; ഒരു വ്യവസായ നഗരമാണ്. അത് നിന്നെ കാത്തിരിക്കുന്നു. എന്റെ എല്ലാ ഗതകാലസിദ്ധികളോടും കൂടി ഞാൻ നിന്നിൽ സന്നിവേശിക്കാൻ പോകയാണ്. അതോടെ നീ കൂടുതൽ ബല വാനും തേജസ്വിയുമായിത്തീരും."

ഭരതൻ നോക്കിയിരിക്കെ പക്ഷി ഒരഗ്നിനാളമായി തന്നിൽ വന്നു നിറയുന്നതായി ഭരതനു അനുഭവപ്പെട്ടു. അവൻ വർദ്ധിച്ച വീര്യബല വേ ഗങ്ങളോടുകൂടിയവനായിത്തീർന്നു.

പുലരും മുൻപേ ഭരതൻ ഉണർന്നു. അവന്റെ അമ്മ അപ്പോഴും ഉറങ്ങുകയായിരുന്നു. ഭരതൻ ശബ്ദമുണ്ടാക്കാതെ അകത്തു കടന്ന് അമ്മ യുടെ പഴയ തകരപ്പെട്ടി തുറന്നു. അവന്റെ മൂലയിൽ ഒരു പഴയ നോട്ടു പുസ്തകത്തിന്റെ ഇടയിൽ അമ്മ സൂക്ഷിച്ചുവെച്ചിരുന്ന എഴുപത്തിയേഴു ഉറുപ്പികയുടെ കറൻസി നോട്ടുകൾ എടുത്ത് പെട്ടി അടച്ച് പുറത്തു കടന്ന് അവൻ നിരത്തിലൂടെ വേഗം നടന്നു.

പെരുവഴിയിലെത്തുമ്പോൾ അവൻ കിതച്ചു. പന്തയത്തിൽ ഓടിയെ ത്തിയ കുതിരയുടെ ഗന്ധമായിരുന്നു അവന്. ലാടം തറച്ച കുളമ്പടികൾ ടാറിട്ട നിരത്തിൽ ഉരസിയപ്പോൾ തീപ്പൊരി ചിതറി.

അകലെ നിന്നൊരാൾ നടന്നു വരുന്നുണ്ടായിരുന്നു. നടത്തത്തിന്റെ ക്രമീകരണത്തിൽ നിന്ന് ആഗതൻ സ്കൂളിൽ വളരെക്കാലം തന്നെ പഠിപ്പിച്ച വൃദ്ധനായ അദ്ധ്യാപകനാണെന്ന് അവൻ തിരിച്ചറിഞ്ഞു. ആ മനുഷ്യനെ നേരിടുമ്പോഴൊക്കെ അവനു വല്ലാത്ത ജാള്യതയുണ്ടാകാറുണ്ട്. അങ്ങനെയൊന്നില്ല എന്നു ഭാവിപ്പാനുള്ള അവന്റെ ശ്രമങ്ങൾ ദയനീയ മായി പരാജയപ്പെടുകയും കൂടുതൽ വികൃതമായ ഒരു ഭാവം കൈവരു ത്തുകയും ചെയ്തു. അവൻ പതറി നില്ക്കെ അദ്ധ്യാപകൻ അടു ത്തെത്തി. ഒളിക്കാനൊരിടം തേടി എവിടെയെങ്കിലും ഒരു പടുകുഴി കണ്ടെ ത്തുമെന്ന പ്രത്യാശയോടെ നിരപ്പായ നിരത്തിലവൻ നിറഞ്ഞു നിന്നു.

"അല്ലാ ഭരതനോ! എന്താ ഇവിടെ?"

"ഞാൻ വെറുതെ. മാഷ് എങ്ങട്ടാ?"

"മകളുടെ കുട്ടീടെ ചോറൂണാണിന്ന്. ഒന്നവിടം വരെ." മാഷ് പറഞ്ഞു.

"എന്നാ ശരി."

ഭരതൻ പോകാനുള്ള തിടുക്കത്തിലായിരുന്നു. മാഷ് അവനെ തടഞ്ഞു നിറുത്തി.

"നെനക്ക് വല്ല ജോലിയും ആയോ ഭരതാ?"

"ഒന്നുമായില്ല്യ."

"അന്വേഷിക്കിണില്ല്യേ?"

"അതിന് കൊറവൊന്നുല്ല്യ. ഒന്നും ശരിയാവ്ണില്ല്യാ മാഷേ."

"നീയ് നെന്റെ അച്ഛനെച്ചെന്നുകണ്ട് പറയ്. മൂപ്പരു വിചാരിച്ചാ ഇപ്പോ നെനക്കൊരു ജോലി തരാക്കിത്തരാൻ പറ്റും. ഞാൻ ഇന്നാള് ഒരുസം അയാളെ എർണാകുളത്ത് വെച്ച് കാണ്ണ്ടായി."

വല്ലപാടും അവിടെ നിന്നൊന്നു രക്ഷപ്പെട്ടാൽ മതിയെന്നായി ഭര തന്. മാഷ്ക്ക് ഉച്ചയുണിന് സമയമാകുമ്പോഴേക്കും മകളുടെ വീട്ടിൽ എത്തിച്ചേർന്നാൽ മതി. അതുവരെ നേരം കളയാനുള്ള ഇരയായി തന്നെ തെരഞ്ഞെടുക്കുകയാണെങ്കിൽ സ്വയം മരിക്കുകയോ, മാഷെ കൊല്ലേ ണ്ടിവരുകയോ ആവശ്യമായി വന്നേക്കുമെന്ന് അവൻ ഓർത്തു. ഒരി ക്കൽമാത്രമേ അവന് മാഷോട് കലശലായ ദേഷ്യം തോന്നിയിട്ടുള്ളൂ. അവസാന വർഷത്തിൽ സ്കൂൾ കൗൺസിൽ തെരഞ്ഞെടുപ്പിനോടനു ബന്ധിച്ചുണ്ടായ വിദ്യാർത്ഥി സമരത്തിന്റെ ഒരു ഘട്ടത്തിൽ വെച്ച് വിദ്യാർത്ഥി ഐക്യം എന്ന മുദ്രാവാക്യം അലറി വിളിച്ചുകൊണ്ട് രണ്ടു സംഘങ്ങൾ പരസ്പരം ഏറ്റുമുട്ടി. സൈക്കിൾ ചെയിനുകളും ബൽറ്റു കളും വേലിപ്പത്തലുകളും ധാരാളമായി ഉപയോഗിക്കപ്പെട്ടു. പൊതിരെ തല്ലുകിട്ടി തിരിഞ്ഞോടിയ സംഘത്തിന്റെ പിൻനിരയിലായിരുന്നു ഭരൻ. അവന് വായിൽ ചോര ചുവച്ചു. വയറ്റിന്നുള്ളിൽ എല്ലാംകൂടി കലങ്ങിമറിഞ്ഞു. എതിർകക്ഷിക്ക് ധാർമ്മികമായ പിന്തുണ നല്കിയവരുടെ കൂട്ടത്തിൽ മാഷും ഉണ്ടെന്നറിഞ്ഞപ്പോൾ ഭരതന് അയാളോട് പക തോന്നി. തന്റെ അറിവ് ശരിയാണോ എന്നും അവന് സംശയമുണ്ടായി. അവനെ കഴിഞ്ഞ കുറേക്കൊല്ലങ്ങളായി ഊർജ്ജതന്ത്രം പഠിപ്പിച്ചുപോന്ന മാഷാണ് അയാൾ. എട്ടിൽ മൂന്ന്, ഒൻപതിൽ മൂന്ന്, പത്തിൽ ഒന്ന് എന്നിങ്ങനെ ഏഴ് കൊല്ലം അവൻ ഹൈസ്കൂളിൽ പഠിച്ചു. അപ്പോഴേക്കും അവൻ ഒരു കൂറ്റനായി വളർന്നു കഴിഞ്ഞിരുന്നു. മുഖത്തും നെഞ്ചത്തും രോമം നിറയുകയും ശബ്ദം കനക്കുകയും ചെയ്തു. ഒരു കാളയുടെ കൊമ്പിന്റെ തുമ്പു തൊട്ട് വാലിന്റെ അറ്റം വരെ ഇരുന്ന ഇരുപ്പിൽ തിന്നു തീർത്തു. അവൻ ഒരേ ക്ലാസിൽ മൂന്നുകൊല്ലം വീതം പഠിച്ചത് ബുദ്ധി കുറവായ തുകൊണ്ടല്ല. അക്കാലത്തു ജീവിച്ചിരുന്ന ഏതു വിദ്യാർത്ഥിയെക്കാളും ഭരൻ ബുദ്ധിമാനായിരുന്നു. ക്ലാസിൽ അദ്ധ്യാപകർ പഠിപ്പിക്കുമ്പോൾ അവനു ശ്രദ്ധിക്കാൻ തോന്നിയില്ല. തുടരെ അബദ്ധങ്ങളും വിഡ്ഢിത്ത രങ്ങളുമാണ് അദ്ധ്യാപകർ പഠിപ്പിച്ചു പോന്നത്. അവന്റെ ധൈഷണിക മണ്ഡലത്തിൽ വിജ്ഞാനത്തിന്റെ ഒരു നേരിയ രജതരേഖപോലും ആര ചിക്കാൻ അവർക്കാനില്ല. അവൻ തന്റെ സ്വന്തമായ നിഗമനങ്ങളിലും കണ്ടെത്തലുകളിലും അന്വേഷണങ്ങളിലും നിമഗ്നനായിരുന്നു. പദാർത്ഥ ങ്ങളുടെ ഐസോടോപ്പുകളെക്കുറിച്ചുള്ള ടെക്സ്റ്റുബുക്ക് സിദ്ധാന്തം അവൻ പാടെ വർജ്ജിച്ചു. തന്മാത്രകളെക്കുറിച്ചുള്ള ലിഖിത പഠനങ്ങ ളുടെ അപര്യാപ്തതയിൽ അസന്തുഷ്ടനായി. പെന്റലസിദ്ധാന്തം അമ്പേ വിഡ്ഢിത്തമാണെന്നു വിശ്വസിച്ചു. ആപേക്ഷിക തത്ത്വത്തിന്റെ പൊള്ള ത്തരം അവനെ ശുണ്ഠി പിടിപ്പിച്ചു. സൾഫ്യൂറിക് ആസിഡും നൈട്രിക് ആസിഡും തുല്യമായ അനുപാതത്തിൽ ആയിരം ഡിഗ്രി സെന്റ്ഗ്രേ

ഡിൽ വെച്ചു സംയോജിപ്പിച്ചാൽ അത്ഭുതകരമായ ഒരു അല്ലം സൃഷ്ടി
ക്കാനാവുമെന്ന് അവൻ വിശ്വസിച്ചു. ലിറ്റ്മസ് പേപ്പറുകൾക്ക് നിറം മാറ്റ
മുണ്ടാകുന്നതിന്റെ കാരണം മറ്റൊന്നാണെന്നു സമർത്ഥിക്കാൻ കഴിയു
മെന്ന് അവന് ഉറപ്പുണ്ടായിരുന്നു. സൂര്യൻ പ്ലാസ്മയല്ലെന്നും ചന്ദ്രന് വൃദ്ധി
ക്ഷയങ്ങൾ ഉണ്ടാകുന്നത് ചംക്രമണം മൂലമല്ലെന്നും അവൻ കണ്ടു പിടിച്ചു.
മനുഷ്യന്റെ മസ്തിഷ്കത്തിലെ പതിനേഴു സൂക്ഷ്മനാഡികൾ മുറിച്ചെ
ടുത്ത് ഒരു നായയുടെ തലച്ചോറിൽ സംയോജിപ്പിച്ചാൽ നായ മനുഷ്യ
നെപ്പോലെ ചിന്തിക്കാനും വികാരം കൊള്ളാനും തുടങ്ങുമെന്നു വിശ്വ
സിച്ചു. തവളയുടെ നെയ്യും തെള്ളിയും സമം ചേർത്തരച്ച് ശരീരത്തിൽ
പൂശിയാൽ അപ്രത്യക്ഷനാകാൻ കഴിയുമെന്ന് അവന് തോന്നി. മെർക്കുറി
ഒരു ഖരപദാർത്ഥമാക്കി ഒരു കഷണം വായിൽ ഇട്ടിരുന്നാൽ ശരീരത്തിന്റെ
ഭാരം ഇല്ലാതാകുമെന്നും അപ്പൂപ്പൻ താടിപോലെ ആകാശത്തിലെങ്ങും
ഒഴുകി നടക്കാമെന്നും അവനറിഞ്ഞു. അപൂർവ്വമായ ഒരു പച്ചമരുന്നിന്റെ
വേര് ചതച്ചിട്ടു വെള്ളം കുടിക്കുന്ന പശുക്കളുടെ പാല് കറന്നെടുത്ത്
മൂന്നു മിനിട്ടിനകം പിരിഞ്ഞു പോകുമെന്നറിയാമായിരുന്നതുകൊണ്ട്
അത്തരം വേരു തേടി അവൻ കുറേക്കാലം അലഞ്ഞുനടന്നു. ചരിത്ര
ക്ലാസുകളിൽ പഠിപ്പിച്ചു പോന്നതെല്ലാം പമ്പര വിഡ്ഢിത്തമായിരുന്നു.
സുന്ദരിയായ അദ്ധ്യാപികയെ കണ്ണിമയ്ക്കാതെ അവൻ നോക്കി ഇരുന്നു.
തന്റെ ക്ലാസുകളിൽ നിശ്ശബ്ദനായി ശ്രദ്ധാപൂർവം ഇരിക്കുന്ന ഭരതനെ
ടീച്ചർ ഇഷ്ടപ്പെട്ടു. അവന്റെ ശാരീരിക പൗഷ്കല്യത്തിൽ അസഹിഷ്ണു
വായ അവൾ തുടരെ ലജ്ജിതയായി നഖം കടിച്ചു തിന്നു. പരീക്ഷയ്ക്ക്
ഉത്തരക്കടലാസുകളിൽ അവൻ തോന്നിയതെല്ലാം എഴുതിയും വരച്ചും
ചേർത്തു. അവന്റെ കടലാസുകൾ പരിശോധിക്കുന്നവർക്ക് വായിച്ചു
നോക്കാതെ തന്നെ ചുവന്ന പെൻസിൽകൊണ്ട് വിലങ്ങനെ വരച്ചുവെ
ക്കാമെന്ന സൗകര്യമുണ്ടായി. അവനിലെ ജീനിയസ്സിനെ കണ്ടെത്താൻ
വിദ്യാലയത്തിലെ ആർക്കുമായില്ല. ഒടുവിൽ എസ് എസ് എൽ സി പരീ
ക്ഷയിൽ ഒന്നാം ക്ലാസോടെ അവൻ വിജയിച്ചുവെന്നറിഞ്ഞപ്പോൾ
അവർക്ക് അടക്കാനാവാത്ത അത്ഭുതമുണ്ടായി. ഒരു അവധൂതനെപ്പോലെ
നിസ്സംഗനായി അവൻ നിന്നു. അവന്റെ ചുണ്ടുകളുടെ കോണിൽ അവ
രോടുള്ള സഹതാപത്തിന്റെ നേരിയ പത പതഞ്ഞുവറ്റി.

പരീക്ഷാഫലം പുറത്തുവന്നപ്പോൾ അമ്മ അവനെ എഞ്ചിനീയറോ
ഡോക്ടറോ ആക്കണമെന്ന് ആശിച്ചു.

"എനിക്കൊരു ഒലക്കാപ്പിണ്ണാക്കും ആകണ്ട. തള്ള തള്ളേടെ പണി
നോക്ക്."

അമ്മയുടെ വ്യർത്ഥമായ വ്യഗ്രകളിൽ കുറേക്കൂടി ആഴങ്ങൾ സൃഷ്ടി
ച്ചുകൊണ്ട് അവൻ കടന്നുപോയി. അമ്മ അവനെക്കുറിച്ചുള്ള എല്ലാ
വ്യാമോഹങ്ങളും പതുക്കെ കൈയൊഴിച്ചു.

മാഷ് പറഞ്ഞു:

"ഭരതാ, നെന്റെ അമ്മാമൻ ഇന്നലെ എന്തോ അപകടത്തിൽ മരി

ച്ചൂന്ന് കേട്ടല്ലോ. നീയങ്ങോട്ടു പോണില്യേ?"

അപ്പോഴാണ് ഭരതന് പോകാനൊരിടമുണ്ടെന്ന് പെട്ടെന്ന് ഓർമ്മവന്നത്.

അവൻ വൈകാതെ ഏലൂർക്കു പുറപ്പെട്ടു.

രണ്ട്

ഏലൂരിൽ ഭരതന്റെ അകന്ന ബന്ധത്തിൽപ്പെട്ട ഒരു അമ്മായിയുടെ ഭർത്താവ് തലേന്ന് മരിച്ചു. അയാൾക്ക് ഫാക്ടറിയിലായിരുന്നു പണി. നൈറ്റ് ഷിഫ്റ്റിൽ വെച്ച് ഒരു പൊട്ടിത്തെറിയിൽ അയാൾ പൊള്ളലേറ്റു മരിച്ചു. പ്ലാന്റിൽ വെച്ചു തന്നെ സ്ഫോടനംമൂലം മിക്കവാറും അയാളുടെ ജഡം സംസ്കരിച്ചു കഴിഞ്ഞിരുന്നു. അവശേഷിച്ചത് ഔപചാരികമായി ഇന്നു സംസ്കരിക്കും. അതിൽ പങ്കുകൊള്ളാനാണ് അവൻ എത്തി ചേർന്നത്.

പ്ലാന്റുകൾ സാധാരണപോലെ ഇരമ്പി. അമോണിയയുടെയും സൾഫർഡൈ ഓക്സൈഡിന്റെയും ക്ലോറിന്റെയും മറ്റനേകം വിഷവാത കങ്ങളുടെയും സമ്മിശ്ര ഗന്ധം പുഴന്നു നിന്ന വായു ശ്വസിച്ചപ്പോൾ ഭര തന് ഏലൂർ മണത്തു. അവനേറെ പരിചിതമായ, അവന്റെ വർത്തമാന കാലത്തിന്റെ സവിശേഷ ഗന്ധമാണല്ലോ എന്നോർത്തപ്പോൾ ആഹ്ലാദ മായി. ഇനിയും ജീവിച്ചിരിക്കുന്ന തന്നെക്കുറിച്ചു സന്തോഷിക്കാവുന്ന അപൂർവ്വ സന്ദർഭങ്ങളിൽ ഒന്നായിരുന്നു അത്.

കമ്പനിപ്പടിക്കൽ ബസ്സിറങ്ങുമ്പോൾ വലിയൊരാരവം തെഴുത്തുവ രുകയായിരുന്നു. യന്ത്രങ്ങളുടെ ഭയാനകമായ ശബ്ദങ്ങൾക്കു മീതെ മനുഷ്യ ശബ്ദം തിറമ്പിനിന്നു. തൊഴിലാളികളുടെ രണ്ടു സംഘടനകൾ തമ്മിൽ വാക്കേറ്റം നടക്കുകയാണെന്നു കേട്ടറിഞ്ഞപ്പോൾ സമാധാന മായി. പരസ്പരം പറയുന്നതൊന്നും തിരിച്ചറിയാതെ ആളുകൾ തമ്മിൽ കൂട്ടിക്കുഴഞ്ഞ് നിയതമായ ഒരു രൂപമോ സ്വരമോ ഇല്ലാത്ത മനുഷ്യക്കു ട്ടത്തിന്റെ മുന്നിൽ കാണികൾ തമാശ കാണുന്ന മട്ടിൽ ചിരിച്ചു നിന്നു. അന്യോന്യം കലഹിക്കുന്ന അവരെല്ലാം ഒരുപോലിരുന്നു. ആരാര് ഏതേതു സംഘടനയിലാണെന്നു കണ്ടാൽ തിരിച്ചറിയാൻ പാകത്തിൽ എന്തെങ്കിലും ഒരടയാളമോ കുപ്പായമോ തൊപ്പിയോ അവർക്കു നല്കേ ണ്ടതായിരുന്നു. വരുന്ന ദീർഘകാല കരാർ ചർച്ച ചെയ്യുമ്പോൾ ഇത്തരം ഒരാവശ്യം ഉന്നയിക്കാൻ ഉതകുംവിധം തൊഴിലാളിവർഗ്ഗ വളർച്ച നേടുമെന്നു പ്രത്യാശയോടെ അവൻ അദ്ധ്യാധി ഗ്രാമസിക്കുന്ന ഫാർട്ടേ ഴ്സിലേക്കു പോയി.

മുറ്റത്തും മുറികളിലുമായി ഒരുപാട് ആളുകൾ കൂട്ടംകൂടി നിന്നു സംസാരിച്ചു. ശവം പോസ്റ്റ്മോർട്ടത്തിനുകൊണ്ടു പോയിരിക്കുകയാണ്. ഉടനെ എത്തിച്ചേരും; കമ്പനിവക ശവപ്പറമ്പിൽത്തന്നെയാണ് ശവസംസ്കാരം നടത്തുക തുടങ്ങിയ അനാവശ്യമായ അറിവുകൾ ആളു

കളുടെ സംസാരത്തിന്റെ തുമ്പുകളിൽ നിന്നു അവനു വീണുകിട്ടി. അവ
യൊന്നും അവന് അശേഷം താല്പര്യമുണ്ടായിരുന്നില്ല. അവന്, താൻ
വന്നിട്ടുണ്ടെന്ന് അമ്മായിയെ അറിയിക്കയാണാവശ്യം. പക്ഷേ, അവളെ
വിടെ? താൻ വന്നിട്ടുണ്ടെന്ന് അവളെ അറിയിക്കാനുള്ള ഒരു വഴി കണ്ടു
പിടിക്കാൻ ഭരതൻ ഒരു ശ്രമം നടത്തി. അവിടെ കൂടിയിരുന്നവരിൽ ആരും
തന്നെ ശ്രദ്ധിക്കുന്നില്ലെന്ന് അവനുടനെ മനസ്സിലായി. ജന്മസിദ്ധമായ
ലജ്ജയും സഭാകമ്പവും അവനെ പരവശനാക്കി. അവനു വിശന്നു തുട
ങ്ങിയിരുന്നു. ഇടയ്ക്കിടെ ഭരതൻ ടൗൺഷിപ്പിൽ വന്നു താമസിക്കാറുണ്ട്.
അമ്മായി ഒരുപാട് തീറ്റിപ്പണ്ടങ്ങൾ ഉണ്ടാക്കി വിളമ്പിയിരുന്നു. അവനെ
തീറ്റുകയായിരുന്നില്ല അവളുടെ ഉദ്ദേശ്യം. അവളുടെ ഒരു രീതിയതായി
രുന്നു. അവൾ ആവശ്യത്തിലധികം ഭക്ഷണസാധനങ്ങൾ ഉണ്ടാക്കി. മരി
ച്ചുപോയ ഭർത്താവ് വലിയ ഭക്ഷണപ്രിയനായിരുന്നു. അളവില്ലാതെ മദ്യ
പിക്കുകയും അതിലധികം തിന്നു തീർക്കുകയും ചെയ്തു. ഇറച്ചിയു
ടെയും മീനിന്റെയും മുട്ടയുടെയും ഉള്ളിയുടെയും മസാലകളുടെയും ഗന്ധ
മായിരുന്നു ആ വീടിന്. മരിച്ചുപോയ അമ്മാവന് ജീവിച്ചിരുന്ന കാലത്ത്
ഭരതനെ ഇഷ്ടമായിരുന്നില്ല. അയാൾ അവനെ തന്റെ എതിരാളിയെന്ന
നിലയിലാണു കണ്ടത്. അയാൾ ഒരിക്കലും അധികം സംസാരിച്ചില്ല. വായ
തിന്നാനുള്ള അവയവമാണെന്നും നാക്കിന്റെ ഉപയോഗം രുചിയറിയുക
മാത്രമാണെന്നും അയാൾ ദൃഢമായി വിശ്വസിച്ചു. അതിനാൽ ഭരതനോട്
അപ്രിയം പറയാൻ അയാൾക്കാകാതായി. അയാളുടെ ഭാര്യ ഭരതനെ
ഇഷ്ടപ്പെട്ടിരുന്നു. ഭാര്യയോട് കണക്കറ്റ് വിധേയത്വമുള്ള അയാൾ അവന്റെ
ആഗമനങ്ങളെയും ഭക്ഷണമേശയിലെ ആക്രമണങ്ങളെയും മനസ്സിലൂ
റുന്ന കണ്ണീരോടെ സഹിച്ചു.

വീട്ടിലെ ഒരംഗം വന്നാലെന്നപോലെ അമ്മായി ഭരതനെ സ്വീകരിച്ചു
പോന്നു.

"നീയെപ്പോപ്പോന്നു?"

"കുളിക്കണെങ്കി കുളിക്ക്!"

"അവിടെ അമ്മയ്ക്ക് വിശേഷൊന്നുല്യല്ലോ?"

"ഞാൻ അടുക്കളേലേക്കു ചെല്ലട്ടെ."

ഭരതന് അറിയാമെങ്കിലും വെറുതെ ചോദിക്കുന്നു

"കുട്ട്യോളെവിടെ?"

"സ്കൂളി പോയിരിക്കല്ലേ. ഇപ്പോ വരും ഉണ്ണാൻ."

ഭരതൻ കുട്ടികളെത്തേടി. താൻ വന്നിട്ടുണ്ടെന്ന് അവരെയെങ്കിലും
ഒന്നറിയിക്കാൻ അവനു തിടുക്കമായി. കുട്ടികളെ അവിടെയെങ്ങും കണ്ടില്ല.
അവൻ അകത്തുകടന്നു. മുറികൾ നിറയെ പെണ്ണുങ്ങൾ. ശബ്ദം താഴ്ത്തി
സംസാരിച്ചുകൊണ്ടു നില്ക്കുന്നു. കട്ടിലിൽ ചുമരിലേക്കു തിരിഞ്ഞു കിട
ക്കുന്നത് അമ്മായി ആയിരിക്കാം. ഇപ്പോൾ വിളിക്കുന്നത് ശരിയ
ല്ലെന്നുതോന്നി. അവൻ പുറത്തേക്കു പോന്നു.

കമ്പനിപ്പടിക്കലെ ഒരു ഹോട്ടലിൽ നിന്നു പൊറോട്ടയും കാളയിറ

ച്ചിയും തിന്ന് ഭരതൻ തിരിച്ചെത്തിയപ്പോഴേക്കും ശവം കൊണ്ടുവന്നിരുന്നു.

അമ്മാവനെ തിരിച്ചറിയില്ല. തുണിയിൽ പൊതിഞ്ഞ എന്തോ സാധനം. അതിനിടയിൽ മനുഷ്യന്റെതെന്നു തോന്നിക്കുന്ന ഒരു മുഖത്തിന്റെ അല്പംഭാഗം. ഭരതനു തത്ത്വശാസ്ത്രം തികട്ടി വന്നു. അതു മുഴുവൻ ഉടനെ ഛർദ്ദിക്കുമോ എന്നവൻ ഭയപ്പെട്ടു.

ആരോ ചുമലിൽ തട്ടി. തിരിഞ്ഞു നോക്കിയപ്പോൾ ചെല്ലപ്പൻ.

ഏലൂരിൽ ഭരതനു പരിചയമുള്ള അപൂർവ്വം പേരിൽ ഒരാളാണു ചെല്ലപ്പൻ. അവരൊരുമിച്ച് ഇടയ്ക്കു ചാരായം കുടിക്കാറുണ്ട്.

"നീയെപ്പൊവന്നു?"

ഭരതൻ ചോദിച്ചു

"കൊറെ നേരായി."

"എന്തെങ്കിലും കഴിച്ചോ?"

"ഇല്ല. പൊറോട്ടയും ഇറച്ചിയും തിന്നു."

"എന്നാ വാ."

"എന്റെ കൈയിൽ കാശില്ല്യ."

"അതൊക്കെ ശരിയാക്കാം."

"എന്നാലും."

"ഓ! നിനക്കു ദുഃഖമാണോ! ദുഃഖം മറക്കാനെങ്കിലും "

ഭരതൻ ആ സമയം വരെ ഓർമ്മിക്കാതിരുന്നതാണത്. അവൻ ദുഃഖം നടിച്ച് ചെല്ലപ്പനോടൊപ്പം നടന്നു.

അവൻ പതിവായി പോകാറുള്ള ചാരായക്കടയിൽ കയറി മിതമായി മദ്യപിച്ചു. ചെല്ലപ്പന്റെ തല്ക്കാല ധനസ്ഥിതി മോശമായിരുന്നതിനാലാണ് മിതമായ മദ്യപാനം കൊണ്ടു തൃപ്തിപ്പെടേണ്ടി വന്നത്.

ഇരുന്നൂറു മില്ലിക്കു മീതെ ഒരു താറാവു മുട്ട വിഴുങ്ങി. അശ്ലീലമായി ചവച്ചുകൊണ്ട് ചെല്ലപ്പൻ ഒച്ചതാഴ്ത്തിപ്പറഞ്ഞു:

"എടോ, നിനക്കറിയാമോ? നിന്റമ്മാവൻ ചത്തതല്ല; കൊന്നതാണ്."

ഭരതന്റെ വായിൽ പുഴുങ്ങിയ മുട്ടയായിരുന്നു. ഉദ്വേഗം അവന്റെ ഞരമ്പുകളിൽ കത്തിപ്പടർന്നു. അടിവയറ്റിൽ ഇടിവെട്ടി. വായ സ്വതന്ത്രമായപ്പോൾ ചോദിച്ചു:

"കൊന്നതോ! ആര്? എന്തിന്?"

ചെല്ലപ്പൻ ഒന്നും മിണ്ടിയില്ല. മുകളിലേക്കു നോക്കിയിരുന്നു. പിന്നെ എന്തോ കണക്കു കൂട്ടി. പോക്കറ്റിൽ നിന്ന് നോട്ടും ചില്ലറയും വാരിയെടുത്ത് എണ്ണി. പെറ്റിയുണർന്നാലെന്നപോലെ ഇടിവെട്ടുന്ന ഒച്ചയിൽ ചെല്ലപ്പൻ വിളിച്ചു പറഞ്ഞു:

"ഓരോ നൂറു കൂടി."

ഓരോ നൂറുകൂടി വന്നപ്പോൾ ഭരതൻ ചോദ്യം ആവർത്തിച്ചു.

"നീയതു വലി ഭരതാ."

അവർ ഗ്ലാസുകൾ കാലിയാക്കി. അച്ചാറുതൊട്ടുനക്കി,

"നീയിനി പോണ്ടാ ഭരതാ. ഇവിടെ കുടിക്കോ. നിനക്ക് എന്തെങ്കിലും

പണി ശരിയാക്കിത്തരാം. പണിയെടുക്കാതെ നക്കിത്തിന്നാമെന്നു വിചാ
രിച്ചാ നടപ്പില്ല."

ചെല്ലപ്പൻ പറയുന്നതു കേട്ടപ്പോൾ ഭരതനു ദേഷ്യവും നാണക്കേടും
തോന്നി. അവന്റെ കാശു മുടക്കിയാണല്ലോ മദ്യപിച്ചത്. അച്ചാറു നക്കു
മ്പോഴാണ് നക്കിത്തിന്നുക എന്നവാക്ക് ഉപയോഗിച്ചത്. അത് തന്നെ അപ
മാനിക്കാനാണെന്നു കരുതി ഭരതൻ ഉത്തേജിതനായെങ്കിലും സ്വയം
തണുക്കാൻ വേണ്ടി കാത്തിരുന്നു.

"എന്തു പണി കിട്ടാനാ!"

ഭരതൻ ജാള്യം മറയ്ക്കാൻ വെറുതെ പറഞ്ഞു.

"കോൺട്രാക്റ്റ് പണി കിട്ടും. നീ, തടിമിടുക്കുണ്ടല്ലോ. യൂണിയനിൽ
ചേര്. പണി ഞാൻ ശരിയാക്കിത്തരാം."

യൂണിയനുകളെക്കുറിച്ച് ഭരതനു പുച്ഛമായിരുന്നു. അവ മനുഷ്യന്റെ
വ്യക്തിത്വത്തെയും സ്വാതന്ത്ര്യത്തെയും നശിപ്പിക്കുന്ന കള്ള നാണയ
ങ്ങളാണെന്ന് അവൻ ദൃഢമായി വിശ്വസിച്ചിരുന്നു. വിഭിന്ന ഗുണനിലവാ
രവും വ്യത്യസ്തമേയങ്ങളുമുള്ള മനുഷ്യാദ്ധ്വാനത്തെ സമീകരിച്ചുകൊ
ണ്ടുള്ള ഏർപ്പാടുകൾക്ക് എതിരായിരുന്നു അവൻ. അദ്ധ്വാനത്തെ അളന്ന്
സമയം കൊണ്ടു പെരുക്കി മറ്റേതോ സമവാക്യം കൊണ്ട് ഹരിച്ചുകിട്ടുന്ന
സംഖ്യയുടെ അടിസ്ഥാനത്തിൽ കൂലി നിശ്ചയിക്കാനുള്ള ഒരു മാനദണ്ഡം
കണ്ടുപിടിക്കണമെന്ന് ഒരിക്കൽ അവൻ ആലോചിക്കുകയുണ്ടായി.
മുന്നൂറു മില്ലി ലിറ്റർ ചാരായത്തിന്റെ അടിയിൽ തന്റെ ഗണിതങ്ങൾ ദ്രവിച്ചു
പോകുന്നത് അവൻ ദുഃഖത്തോടെ അന്ന് നോക്കിനിന്നു.

ചെല്ലപ്പൻ പറഞ്ഞത് ഭരതൻ വിശ്വസിച്ചില്ല. അവൻ വിചാരിച്ചാൽ
ഒരു ജോലി കിട്ടുക എളുപ്പമല്ലെന്നും കിട്ടിയാൽത്തന്നെ അതു തുടർന്നു
കൊണ്ടുപോകാൻ തനിക്കാവില്ലെന്നും ഭരതൻ ഓർത്തു.

"പണി കിട്ടും മുൻപേ യൂണിയനിൽ ചേരുന്നതെങ്ങനെയാണു
ചെല്ലപ്പാ?"

"അതൊന്നും നീ അന്വേഷിക്കേണ്ട. അല്ലെങ്കിൽ അതൊന്നും
പറഞ്ഞാൻ നിനക്കു മനസ്സിലാവില്ല."

ചെല്ലപ്പൻ സ്വയം മിടുക്കനാണെന്നു ഭാവിക്കുകയാണെന്നു ഭരതനു
തോന്നി. പണി വാങ്ങിച്ചുതരാമെന്നു വീമ്പിളക്കുന്നവനു തന്നെ പണി
യില്ല. അത്രയ്ക്കു കഴിവുള്ളവനാണെങ്കിൽ സ്ഥിരമായി ഒരു തൊഴിൽ
കണ്ടെത്താൻ അവൻ ശ്രമിക്കാത്തതെന്ത്? കള്ളക്കടത്തുകാരുടെ
ചെറുകിട വില്പനക്കാരൻ എന്ന ജാട കാട്ടിയാണ് ചെല്ലപ്പൻ കുറേക്കാ
ലമായി ജീവിച്ചു പോരുന്നത്. വൻകിട കള്ളക്കടത്തുകാർ തന്റെ ഉറ്റചങ്ങാ
തിമാരാണെന്ന് അവൻ ഊറ്റം കൊണ്ടു. ബോംബെയിലും ലുധിയാന
യിലും കുന്നംകുളത്തും നിർമ്മിക്കുന്ന തുണിത്തരങ്ങളും സൗന്ദര്യവർദ്ധ
കപദാർത്ഥങ്ങളും ഇലക്ട്രിക് ഉപകരണങ്ങളും വിദേശ ചരക്കുകളാ
ണെന്നു പറഞ്ഞ് ഫലിപ്പിച്ച് അവൻ വിറ്റു. ടൗൺഷിപ്പിലെ മിക്ക പെണ്ണു
ങ്ങളും ചെല്ലപ്പന്റെ ജാടയിൽ കുടുങ്ങി. അവൻ രഹസ്യമായി കൊണ്ടു

വന്നുകൊടുക്കുന്ന താണതരം പോളിസ്റ്റർ സാരികളും പാവാടകളും പൗഡറുകളും ക്രീമുകളും റേസറുകളും ബ്ലേഡുകളും ബലൂണുകളും കുപ്പിവളകളും ചാന്തുകളും കൺമഷിയും അവർ വാങ്ങിക്കൂട്ടി. തവണ കളായി പണം കൊടുത്താൽ മതിയല്ലോ എന്നുകരുതി, ഇതൊരു ലാഭ ക്കച്ചവടമാണല്ലോ എന്നു പെണ്ണുങ്ങൾ എണ്ണി. നാല്-പന്ത്രണ്ട് ഷിഫ്റ്റു കഴിഞ്ഞ് വിയർത്തു കുളിച്ച് തളർന്നെത്തുന്ന ഭർത്താക്കന്മാരുടെ മുന്നിൽ പാതിരായ്ക്കു പെണ്ണുങ്ങൾ കാഴ്ചപ്പണ്ടങ്ങൾ നിരത്തിവെച്ച് തങ്ങൾ നട ത്തിയ കച്ചവടത്തിന്റെ നേട്ടം വിവരിച്ചു. അപ്പോൾ അവയെല്ലാം മൂന്നും നാലും ഇരട്ടി ലാഭത്തിനു വിറ്റ ചെല്ലപ്പൻ ചാരായം കുടിച്ച് വെളിവുകെട്ട് ചിരിക്കുകയായിരുന്നു.

ചാരായക്കടയിൽ നിന്നു പുറത്തിറങ്ങുമ്പോൾ സമയം എത്രയായി എന്നറിയാൻ കഴിഞ്ഞില്ല. ഭരതൻ സൂര്യനെ നോക്കി, നിഴലിന്റെ നീളമളന്ന് സമയം കൃത്യമായി മനസ്സിലാക്കിയിരുന്നു. അതുകൊണ്ട് അവന് വാച്ചിന്റെ ആവശ്യമുണ്ടായിരുന്നില്ല. എന്നാലിപ്പോൾ സൂര്യനോ നിഴലോ ഇല്ലായിരുന്നു. അവൻ നോക്കിയിട്ട് എങ്ങും സൂര്യനെ കണ്ടില്ല. പകൽ നേരത്ത് സൂര്യൻ എവിടെപ്പോയെന്നറിയാതെ അവൻ അത്ഭുത പ്പെട്ടു. ചെല്ലപ്പനോടു സമയം എത്രയായെന്നു ചോദിക്കുന്നത് നാണക്കേ ടാണെന്നു കരുതി. ഭരതന് ചെല്ലപ്പനോട് വെറുപ്പുതോന്നി. കുറേക്കാല മായി അവർ പരിചിതരാണ്. എത്രയോ പ്രാവശ്യം ഒരുമിച്ചിരുന്നു മദ്യ പിച്ചിട്ടുണ്ട്. എന്നാലിപ്പോൾ ആദ്യമായി ഭരതൻ ചെല്ലപ്പനെ ശ്രദ്ധിച്ചു. ചെല്ലപ്പന്റെ ഒരു കാലിന് അല്പം മുടന്തുണ്ടെന്ന് കണ്ട് ഭരതൻ അതിശ യിച്ചു. ഒരു കാല് അല്പം ചെറുതാണ്. അല്ലെങ്കിൽ മറ്റേക്കാല് അല്പം വലുതാണ്. ഇതിലേത് ശരിയായാലും തെറ്റായാലും ചെല്ലപ്പൻ നടക്കു മ്പോൾ മുടന്തി. തനിക്കു വെറുതെ തോന്നുന്നതാണോ എന്നും ഭരതനു സംശയമായി. നടത്തത്തിന്റെ പ്രത്യേകത കൊണ്ടാവാം. അല്ല, എന്തോ പോലെ. ഒരു ചെരിയൽ അല്ലെങ്കിൽ ഒരേന്തൽ. ഇടത്തെകാലോ വല ത്തെകാലോ? ഭരതന് ഇടതും വലതും തമ്മിൽ തിരിച്ചറിയാതായി. ശ്രമകരമായ ഏറെ കണക്കുകൂട്ടലുകൾക്കു ശേഷം ഭരതൻ സ്വന്തം ഇടത്തെകാലും വലത്തെകാലും ഏതേതെന്നു തീരുമാനത്തിലെത്തി ചേർന്നു. പക്ഷേ, ചെല്ലപ്പന്റെ കാര്യത്തിലാവുമ്പോൾ പിന്നെയും കുഴ ഞ്ഞുമറിയുന്നു. ഒടുവിൽ കണ്ടെത്താനാവാത്ത ഒട്ടേറെ പ്രപഞ്ചരഹസ്യ ങ്ങളുടെ കൂട്ടത്തിൽ ഇടത്തുവലത് എന്ന സങ്കല്പത്തെയും അവൻ പരി ത്യജിച്ചു.

"ചെല്ലപ്പാ ഒരു ധാര്യം ചോദിച്ചാൽ നീ നന്മ്യം പറയുമോ?"

അപ്പോഴാണ് ചെല്ലപ്പന്റെ ഒരു കണ്ണ് അല്പം ചെറുതാണെന്ന് ഭര തൻ കണ്ടെത്തിയത്. മാത്രമല്ല, അവന്റെ ചുണ്ടുകൾക്ക് ഒരല്പം കോട്ട മുണ്ട്. ആകെ വൈകൃതവും വികലവുമായ അവനെ നോക്കുന്തോറും ഭരതൻ അറച്ചു. ഭരതൻ ഷർട്ടിന്റെ കൈമടക്കുകൾ തടവിനോക്കി, നോട്ടുകൾ അവിടെ ഭദ്രമാണെന്നു ഉറപ്പുവരുത്തി.

ചെല്ലപ്പൻ പറഞ്ഞു:

"നമുക്കിന്ന് ഒരു സിനിമയ്ക്കു പോകാം."

"എവിടെ?"

"ചെട്ടി ഭാഗത്തോ കളമശ്ശേരിയോ."

"ഞാനില്ല്യ."

"എന്താ നീയില്ലാത്തെ?"

"എനിക്ക് അമ്മായ്യേ."

പൂർത്തിയാക്കും മുൻപേ ഭരതനു തൊണ്ടയിടറി.

"കരയല്ലേ, കരയല്ലേ" എന്നാവർത്തിച്ച് ചെല്ലപ്പൻ അവനെ കെട്ടി പ്പിടിച്ചു തേങ്ങി.

ഭരതന് ചെല്ലപ്പന്റെ സങ്കടം കണ്ട് സഹിക്കാനായില്ല. അവൻ ആശ്വ സിപ്പിക്കാൻ ശ്രമിച്ചപ്പോൾ ചെല്ലപ്പൻ വിതുമ്പി.

"നിനക്കറിയോ ഭരതാ. എന്റെ അച്ഛൻ മരിച്ചിട്ടും ഞാൻ സഹിച്ചില്ലേ? എന്റച്ഛൻ തൂങ്ങിമരിച്ചു." ഒരസഭ്യ വാക്കുപയോഗിച്ച് ചെല്ലൻ തൊഴിലാ ളികളെ പ്രാകി.

"ആ നായിന്റെ മക്കളുകാരണമാണ് എന്റച്ഛൻ തൂങ്ങിമരിച്ചത്. നാണ ക്കേടുകൊണ്ട്."

ചെല്ലപ്പന്റെ അച്ഛൻ തൂങ്ങിമരിച്ചുവെന്ന കഥ ഭരതൻ കേട്ടിരുന്നില്ല. അവനൊരു അച്ഛനുണ്ടായിരുന്നുവോ എന്നുപോലും ഭരതന് അറിയില്ലാ യിരുന്നു. ചെല്ലപ്പൻ പറഞ്ഞതുപോലെ നാണക്കേടു മൂലമാണ് അവന്റെ അച്ഛൻ മരിച്ചതെന്നത് തെറ്റിദ്ധാരണയായിരുന്നു. അതാണു കാരണ മെങ്കിൽ അയാളത് കുറേക്കൂടി നേരത്തെ ചെയ്യേണ്ടതായിരുന്നു.

കമ്പനി സ്വകാര്യ ഉടമയിലായിരുന്ന കാലത്ത് തൊഴിലുടമകളും തൊഴിലാളികളും തമ്മിലുള്ള വർഗ വൈരുദ്ധ്യം മൂർച്ഛിച്ച് കഠിനമായ തൊഴിൽ കുഴപ്പങ്ങളിൽ ചെന്നെത്തി. സാമ്പത്തിക സമരാഭാസങ്ങൾക്ക് കുപ്രസിദ്ധി നേടിയ ഒരുപറ്റം തൊഴിലാളികൾക്കു മേല്ക്കൈയുണ്ടായി രുന്ന അക്കാലത്ത് പെട്ടെന്ന് അനുയായികളെ ഇളക്കിവിടാൻ കഴിയുമായി രുന്നു. അശാസ്ത്രീയമായ സമീപനങ്ങളും മുരടൻ സാമ്പത്തിക സിദ്ധാ ന്തങ്ങളും മുഴുത്ത ലാഭക്കൊതിയും സർക്കാരിന്റെ പിൻബലമുണ്ടെന്ന ഊറ്റവും കൊണ്ട് അറുവഷളായ മാനേജ്മെന്റ്, തോക്കിൻ കുഴലിലൂടെ മൂലധനം വർദ്ധിപ്പിച്ചു. കൂടുതൽ ആനുകൂല്യങ്ങൾക്കുവേണ്ടി തൊഴിലാ ളികൾ സമർപ്പിച്ച മെമ്മോറാണ്ടം കമ്പനി അധികാരികളുടെ മേശയ്ക്കു ള്ളിൽ മരവിച്ചു കിടന്നു. നീട്ടിക്കൊണ്ടു പോയി, തൊഴിലാളികളുടെ മനോ വീര്യം തകർക്കുക എന്ന പഴയ അടവിന്റെ ഒരു ഭാഗമായിരുന്നു അത്. മെമ്മോറാണ്ടം ചർച്ചയ്ക്ക് എടുക്കണമെന്നും ചർച്ച ചെയ്ത് ആനുകൂ ല്യങ്ങൾ അനുവദിക്കണമെന്നുമുള്ള നിവേദനങ്ങളും ഓർമ്മപ്പെടുത്തലു കളും അവഗണിക്കപ്പെടുമ്പോൾ മറ്റൊന്നും ചെയ്യാനറിയാത്ത യൂണിയ നുകൾ പണിമുടക്ക് ഉൾപ്പെടെയുള്ള സമര മാർഗ്ഗങ്ങൾ സ്വീകരിക്കാൻ നിർബ്ബന്ധിതരായിത്തീരുമെന്ന് കാണിച്ച് നോട്ടീസ് നല്കി. സമരത്തിന്റെ

ഗതി തിരിച്ചുവിടുന്നതിന് മാനേജ്മെന്റ് അച്ചടക്കലംഘനം ആരോപിച്ച് മൂന്നു തൊഴിലാളികളെ വിചാരണയ്ക്കു വിധേയമായി സസ്പെന്റ് ചെയ്തതോടെ യൂണിയനുകൾ പണിമുടക്കിലേക്കു കുതിച്ചു ചാടി. നോട്ടീ സിന്റെ കാലാവധി തീരും മുൻപ് പണിമുടക്കിയത് നിയമവിരുദ്ധമാണെന്ന വാദത്തിൽ മാനേജ്മെന്റ് ഉറച്ചുനിന്നു. സസ്പെൻഷൻ പിൻവലിക്കുക എന്ന മുദ്രാവാക്യത്തിൽ തൊഴിലാളികളെ തളച്ചു നിർത്താൻ കഴിഞ്ഞ മാനേജ്മെന്റ് പണിമുടക്ക്, പിൻവലിക്കുക, ഗൺ പോയിന്റിൽ വെച്ചു ചർച്ചയില്ല എന്നു പതിവു വല്ലവി പാടി. പ്രസംഗങ്ങളിലും പ്രസ്താവന കളിലും മന്ത്രിമാരും നാടുഭരിക്കുന്ന രാഷ്ട്രീയ കക്ഷിയുടെ നേതാക്കളും തൊഴിലാളി വർഗ്ഗത്തിന്റെ കൂടെ ഉറച്ചുനിന്ന് ഭരണാധികാരത്തിന്റെ എല്ലാ ആനുകൂല്യങ്ങളും മാനേജ്മെന്റിന് അനുവദിച്ചു കൊടുത്തുകൊണ്ടുള്ള രസകരമായ കളി കളിച്ചു.

കമ്പനിപ്പടിക്കൽ പന്തൽ കെട്ടി, ചുവന്ന കടലാസു തോരണങ്ങൾ തൂക്കി, പുലരുമ്പോൾ മുതൽ അന്തിയാവോളം മൈക്കിലൂടെ തൊഴിലാ ളികൾ മാനേജ്മെന്റിനെ പുലഭ്യം പറഞ്ഞു; മുദ്രാവാക്യം വിളിച്ചു. അഭി വാദ്യങ്ങൾ അർപ്പിക്കാനെത്തിയ മന്ത്രിമാരെയും ഭരണകക്ഷി നേതാക്ക ളെയും അവർ കമ്പനിയുടെ അതിഥിമന്ദിരത്തിൽ നിന്നാണ് വരുന്നതെ ന്നറിഞ്ഞിട്ടും ചുവന്ന മാലകളണിയിച്ച് മുദ്രാവാക്യം വിളികളോടെ സ്വീക രിച്ചു.

കമ്പനിക്ക് അകത്തും പുറത്തുമായി പോലീസും അർദ്ധസൈനി കരും ആയുധങ്ങളേന്തി ഇരുപത്തിനാലു മണിക്കൂരും പാറാവുനിന്നു. ലാത്തിചാർജ്ജോ വെടിവെപ്പോ ഉണ്ടാക്കി തൊഴിലാളികളിൽ പരിഭ്രാ ന്തിയും ആശയക്കുഴപ്പവും നൈരാശ്യവും സൃഷ്ടിക്കാനുള്ള പഴുതുകൾ അന്വേഷിക്കുകയായിരുന്നു മാനേജ്മെന്റ്. അവർ മൂന്നു തൊഴിലാളികളെ വിലയ്ക്കുവാങ്ങി താല്ക്കാലിക ചാരന്മാരായി നിയോഗിച്ചു. സമരപ്പന്ത ലിലും യൂണിയൻ ഓഫീസുകളിലും ആക്ഷൻ കൗൺസിൽ യോഗങ്ങ ളിലും നുഴഞ്ഞുകയറി വിവരങ്ങൾ ചോർത്തിയെടുക്കുകയായിരുന്നു, മൂന്നുപേരെയും ഏല്പിച്ച പണി. അവരിൽ ഒരുവനായിരുന്നു ചെല്ലപ്പന്റെ അച്ഛൻ. അവർ തങ്ങളെ ഏല്പിച്ച പണിയിൽ വിദഗ്ദ്ധരല്ലാതിരുന്നതി നാൽ ഏറെ വൈകാതെ തൊഴിലാളികൾ അവരെ തിരിച്ചറിഞ്ഞു. സമരം അന്തമില്ലാതെ നീണ്ടുപോകുന്നതും ഓരോ ദിവസവും ഓരോ പുതിയ കുഴഞ്ഞ പ്രശ്നങ്ങൾ കൂടുതൽ കൂടുതൽ ഉപദ്രവകരമായിത്തീരു ന്നതും കണ്ടുമടുത്ത് നൈരാശ്യം പൂണ്ട തൊഴിലാളികൾ അരിശം മുഴു വൻ തീർത്തത് ഈ മൂന്നു ചാരന്മാരിലാണ്. അവർ കുരിങ്കാലികളെ ഓടി ച്ചിട്ടു പിടിച്ചു. പൊതിരെ തല്ലി. കമ്പനിപ്പടിക്കൽ കൊണ്ടുവന്ന് തല മൊട്ടയടിച്ച് എരുമച്ചാണകം തേച്ച് ജയാരവത്തോടെ ടൗൺഷിപ്പിലെ വഴി കളായ വഴികളിലൂടെയൊക്കെ കൊണ്ടുനടന്നു.

അന്നു രാത്രി ചെല്ലപ്പന്റെ അച്ഛൻ തൂങ്ങിമരിച്ചു.

മൂന്ന്

ഭരതൻ ഒരാളെ അച്ഛനെന്നു തെറ്റിദ്ധരിച്ചിരുന്നു.

അയാൾ കമ്പനിയിലെ ഒരു ഇടത്തരം ഉദ്യോഗസ്ഥനായിരുന്നു. ഭര തൻ അയാളെ കണ്ടിട്ടില്ല; കേട്ടിട്ടേയുള്ളൂ. അയാളുടെ പേരും ഉദ്യോഗ ത്തിന്റെ പദവിയും അവനറിയാം. ഏലൂരിൽ എത്തുമ്പോഴൊക്കെ അച്ഛനെ ചെന്ന് കാണണമെന്ന് അവൻ വിചാരിക്കാറുണ്ട്. എന്തെങ്കിലും ആവശ്യ പ്പെടാനല്ല; വെറുതെ അച്ഛനാണല്ലോ. തന്നെ തനിക്കൊന്നു കാണിച്ചു കൊടുക്കാനുള്ള കൊതി. അയാളോട് അവനു സ്നേഹമോ വിദ്വേഷമോ ഇല്ല. അവന്റെ ജനനത്തിൽ അയാൾ പങ്കാളിയായിട്ടുണ്ടെങ്കിൽ അത് അയാളുടെ കുറ്റമല്ല. മനുഷ്യർ ഇണചേരുന്നത് കുഞ്ഞുങ്ങൾ പിറക്കാ നല്ല. ഒരു മനുഷ്യശിശു ജനിക്കുന്നത് കുറ്റമല്ല. സൃഷ്ടി കുറ്റമാണെന്ന് ഒരുകാലത്തും ഒരു സമൂഹവും വിധിച്ചിട്ടില്ല. പക്ഷേ, അച്ഛനെ ചെന്നു കാണണമെന്നുള്ള തന്റെ ചേതോവികാരത്തിന്റെ അടിസ്ഥാനമെന്തെന്ന് എത്ര ആലോചിച്ചിട്ടും അവനു പിടികിട്ടിയില്ല.

ഏലൂരിൽ പോയി തിരിച്ചെത്തുമ്പോൾ നാട്ടിലുള്ള അവന്റെ പരിച യക്കാർ ചോദിക്കാറുണ്ട്:

"നീ അയാളെ കണ്ടോ?"

അയാൾ എന്ന സർവ്വനാമപദം കൊണ്ടുദ്ദേശിക്കുന്നത് അച്ഛൻ എന്നാ ണെന്ന് അവനറിയാം. അച്ഛന്റെ പേര് അവരാരും പറയാറില്ല. ഏതോ ഒരു കടുത്ത അശ്ലീലപദം പോലെ അത് മനസ്സുകളിൽ ഗോപ്യമാക്കി വെച്ചു.

അവൻ മറുപടിയൊന്നും പറയാതിരിക്കെ ചിലപ്പോൾ ആരെങ്കിലും ആത്മഗതം ചെയ്യുന്നതുപോലെ പറയുന്നതുകേൾക്കാം:

"ഒന്നുപോയി കണ്ടാലെന്താ? സ്വന്തം തന്തയല്ലേ?"

അയാളെ ചെന്നുകണ്ടതു കൊണ്ട് എന്താണു വിശേഷിച്ചുണ്ടാവു കയെന്നത് അവനറിയില്ല. സ്നേഹമാണോ വെറുപ്പാണോ അയാൾ പ്രകടി പ്പിക്കുക? തന്നെ അയാൾ തിരിച്ചറിയുമോ? അങ്ങനെ വന്നാൽ ഞാൻ നിങ്ങളുടെ മകനാണ് എന്നു സ്വയം പരിചയപ്പെടുത്തേണ്ടി വരുന്ന അവസ്ഥാവിശേഷം തികച്ചും അരോചകമായിരിക്കും. "ആട്ടെ, ഇപ്പോൾ എന്തിനു വന്നു?" എന്ന് അയാൾ ചോദിച്ചാൽ അവൻ എന്താണ് ഉത്തരം നല്കുക!

പൊടുന്നനെ, ആകാശത്തു നിന്നു പൊട്ടിവീണാലെന്നപോലെ അയാളുടെ മുൻപിൽ പ്രത്യക്ഷപ്പെട്ട് ഞാൻ നിങ്ങളുടെ മകനാണ് എന്നു പറയുമ്പോൾ അയാൾക്കുണ്ടാവുന്ന നടുക്കം കാണുക രസകരമായിരി ക്കും. അയാൾ പൊട്ടിത്തെറിച്ച് "കടന്നുവോ" എന്ന് അലറുന്നതോ "എന്റെ മോനേ" എന്നു തേങ്ങിക്കെട്ടിപ്പിടിച്ചു കരയുന്നതോ ഏതായാലും കാണേണ്ട കാഴ്ച തന്നെയാവും. ഒരു അപസർപ്പകഥയിലെ അവസാന അദ്ധ്യായത്തിലെന്നപോലെ തന്റെ ജനനത്തിന്റെ മഹാരഹസ്യത്തിന്റെ

ചുരുൾ വിടർത്തുന്ന നാണംകെട്ട പണിയിൽ ഏർപ്പെടാൻ അവൻ തയ്യാ റല്ല. അങ്ങനെ ചെയ്താൽത്തന്നെ ആർക്കുണ്ടതിൽ നേട്ടം? ഒരുപക്ഷേ, അയാളെ സ്വൈരം കെടുത്താനും കുടുംബസൗഖ്യത്തെ തകർക്കാനും കഴിഞ്ഞെന്നുവരും. അങ്ങനെ, തന്നെ സൃഷ്ടിച്ചതിനുള്ള ശിക്ഷയായി അയാളോട് പകരം വീട്ടുകയാണോ വേണ്ടത്! അവൻ വിചാരിച്ചു: ഞാൻ ഞാനായിരിക്കാൻ ഇടയാക്കിയ ആ മനുഷ്യനോട് ആ നിലയിൽ എനിക്കൊരു കടപ്പാടില്ലേ? അയാളെ സഹായിച്ചില്ലെങ്കിലും ഞാനെന്തിനു ദ്രോഹിക്കണം?

ചെല്ലപ്പന്റെ അച്ഛൻ തൂങ്ങിമരിച്ചുവെന്നു കേട്ടപ്പോൾ ഭരതന് അച്ഛനെ കാണണമെന്നു തോന്നി. ചാരായത്തിന്റെ ലഹരിമൂലം അവന്റെ മനസ്സ് വികാരപരവശമായതുകൊണ്ടല്ല. തന്റെ വേരുകൾ കണ്ടെത്താനുള്ള മനുഷ്യസഹജമായ ജിജ്ഞാസയാണവനെ ഭരിച്ചത്. അവൻ വിചാരിച്ചു: ഉവ്വ്. ഞാനയാളെ ചെന്നുകണ്ട് ആ കാലിൽ കെട്ടിപ്പിടിച്ചുകരയും. "അച്ഛാ എനിക്കു മാപ്പുതരൂ. ഞാൻ മദ്യപിച്ചിട്ടുണ്ട്. ക്ഷമിക്കൂ, അച്ഛാ, ഇതുവരെ ഞാൻ അച്ഛനെ വന്നു കാണാഞ്ഞതിൽ എന്നോടു പൊറുക്കൂ. ഞാനിനി ഒരിക്കലും അച്ഛനെ വിട്ടുപോകില്ല. എനിക്കാരുമില്ല അച്ഛാ."

അച്ഛന്റെ കണ്ണിൽ കണ്ണുനീർ നിറയുന്നു. "മോനേ, എന്റെ മോനേ," അച്ഛൻ തേങ്ങുന്നു, ഇടറുന്നു. "ഈയച്ഛനു മാപ്പുതരൂ മോനേ, പാപിയാ ണെടാ ഞാൻ. നീയിനി എങ്ങും പോണ്ട. നിനക്കു ഞാനുണ്ട്. കരയല്ലേ മോനേ. എന്നാലും ഈ അച്ഛനെ നീ ഇത്രയും കാലം" പിന്നെയും അച്ഛൻ കരയുന്നു. "അച്ഛൻ കരയല്ലേ. കരയല്ലേ അച്ഛാ. എനിക്കതു കാണാൻ കരുത്തില്ല."

താൻ പണ്ടെന്നോ കണ്ട ഒരു താണതരം സിനിമയിലെ ഭാവസാന്ദ്ര മല്ലാത്ത രംഗത്തിന്റെ ആവർത്തനം സ്വജീവിതത്തിൽ വിചാരങ്ങളിൽ പ്പോലും എത്തിനോക്കാൻ ഭരതൻ അനുവദിച്ചില്ല.

ചെല്ലപ്പനെ പറഞ്ഞയച്ച് അവൻ നടന്നു. ടൗൺഷിപ്പിലെ എല്ലാ വഴി കളും ഒരുപോലെയായിരുന്നു. എല്ലാ മനുഷ്യരും എല്ലാ വീടുകളും തിരി ച്ചറിയാനാകാത്ത വിധം ഒരേമട്ടിലായിരുന്നു. ആളുകൾ സ്വന്തം ക്വാർട്ടേഴ്സ് എന്നു കരുതി മറ്റു വീടുകളിൽ കയറിച്ചെല്ലുക സാധാരണ മായിരുന്നു. ഭാര്യമാരെയും കുട്ടികളെയും തിരിച്ചറിയാൻ ചിലപ്രത്യേക അടയാളങ്ങൾ കണ്ടെത്തി. തങ്ങളുടെ പുരുഷന്മാരെ പെണ്ണുങ്ങൾ ചുരു കൊണ്ടാണ് തിരിച്ചറിഞ്ഞിരുന്നത്. താല്ക്കാലികമായി ഘ്രാണശക്തി നഷ്ട പ്പെട്ട ഒരു സ്ത്രീക്ക് വളരെക്കാലത്തിനുശേഷമാണ് തന്നോടൊപ്പം ഉറ ങ്ങാറുള്ള പുരുഷൻ ഭർധാവല്ലെന്നും തന്റെ ഭർത്താവ് വിദേശത്തുപോയി തിരിച്ചെത്തിയിട്ടില്ലെന്നും മനസ്സിലായത്. അയാൾ തിരിച്ചെത്തിയ രാത്രി മുഴുവൻ വിദേശ നിർമ്മിതങ്ങളായ നൂറായിരം സാധനങ്ങൾ കുത്തിനി റച്ച പെട്ടികളും സഞ്ചികളും തൂക്കിപ്പിടിച്ച് തന്റെ ക്വാർട്ടേഴ്സ് തേടി ടൗൺഷിപ്പിലെ വഴിയായ വഴിയൊക്കെ അലഞ്ഞുനടന്നു.

ഭരതന് പക്ഷിനിൽനിന്നു ലഭിച്ച സിദ്ധിയുള്ളതുകൊണ്ട് അച്ഛന്റെ

ക്വാർട്ടേഴ്സ് കണ്ടെത്താൻ പ്രയാസമുണ്ടായില്ല.

ചെന്നുകയറിയപ്പോൾ ഉമ്മറത്ത് ആരെയും കണ്ടില്ല. കോളിംഗ് ബെല്ലിൽ വിരൽ അമർത്തി കാത്തുനിന്നു. ഏതാനും നിമിഷങ്ങൾക്കു ശേഷം വാതിൽ തുറന്ന് ഒരു സ്ത്രീ പ്രത്യക്ഷപ്പെട്ടു. സാമാന്യം സൗന്ദ ര്യമുള്ള മദ്ധ്യവയസ്ക. വൃത്തിയായി വസ്ത്രധാരണം ചെയ്ത് എവി ടെയോ പോകാൻ തയ്യാറായ മട്ടിലായിരുന്നു. അപരിചിതനായ ഭരതനെക്കണ്ട് ആ സ്ത്രീക്ക് പ്രത്യേകിച്ചൊന്നും തോന്നിയില്ല. എന്തു വേണമെന്ന അർത്ഥത്തിൽ അവൾ അവനെ നോക്കി. അവനപ്പോൾ വാക്കുകൾ തപ്പുകയായിരുന്നു. ഒടുവിൽ അത് അവനു കിട്ടി.

"ഇത് മാധവൻനായരുടെ വീടല്ലേ?"

"അതെ."

"എനിക്കു ഒന്നു കാണണം."

"കമ്പനിയിൽ പോയിരിക്കയാണ്."

"എപ്പഴാ വര്ാ?"

"എട്ട്-നാല് ആണ്. വരാറായി."

അവൾ അകത്തു കടന്ന് വാതിലടച്ചു. എന്തു ചെയ്യണമെന്നറിയാതെ ഭരതൻ ഇറയത്തുനിന്നു. തിരിച്ചുപോയാലോ എന്ന് വിചാരിച്ചു. പിന്നീ ടൊരിക്കൽ വരാം. വേണ്ട. അതുണ്ടാവില്ല. ഏതായാലും ഇവിടെ വരെ വന്നതല്ലേ? അല്പനേരം കാത്തിരിക്കാം.

അവൻ ഇറയത്തുണ്ടായിരുന്നു ചൂരൽ കസേരകളിൽ ഒന്നിലിരുന്നു.

മാധവൻനായരെന്നു പേരുള്ള അച്ഛൻ എങ്ങനെയുള്ള ആളായിരി ക്കുമെന്നു ഭരതന് അറിഞ്ഞുകൂടാ. കറുത്തിട്ടോ? വെളുത്തിട്ടോ? ചടച്ചിട്ടോ? തടിച്ചിട്ടോ? ഉയരം കൂടിയവനോ? കുറഞ്ഞവനോ. ശാന്തനോ മുൻകോ പക്കാരനോ? അവൻ സ്വയം സമാധാനിച്ചു. എങ്ങനെയായാലെന്താ! എന്റെ അച്ഛനല്ലേ. അച്ഛനമ്മമാരെ സ്നേഹിക്കുന്നത് അവരുടെ ശാരീരിക യോഗ്യതകളുടെ അടിസ്ഥാനത്തിലല്ലല്ലോ.

അച്ഛൻ വരുന്നതു കാത്ത് ഭരതൻ ഗേറ്റിലേക്കു തന്നെ നോക്കിയി രുന്നു.

ഉറക്കെ സംസാരിച്ചുകൊണ്ട്, അതിനെക്കാൾ ഉച്ചത്തിൽ ചിരി ച്ചാർത്തുകൊണ്ട് രണ്ടു മുതിർന്ന കുട്ടികൾ തിടുക്കപ്പെട്ട് ഗേറ്റ് തള്ളിത്തു റന്നു കടന്നുവന്നു. ഒരാൺകുട്ടിയും പെൺകുട്ടിയും. ആർക്കാണവരിൽ പ്രായക്കൂടുതലെന്നു മനസ്സിലാവില്ല. നീലയും വെള്ളയുമായ സ്കൂൾ യൂണിഫോം. വിലകൂടിയ പുസ്തകസഞ്ചി പുറത്തു തൂങ്ങുന്നു.

ഈ കുട്ടികൾ എന്റെ അച്ഛന്റെ മക്കളാണ്. ഭരതൻ കൗതുകത്തോടെ ഓർത്തു.

ഇറയത്തിരിക്കുന്ന ഭരതനെ കണ്ടപ്പോൾ കുട്ടികൾ പെട്ടെന്നു നിശ്ശ ബ്ദരായി. ഒന്നറച്ച്, പതുക്കെനടന്ന് അവർ അകത്തേക്കുപോയി. അകത്തു നിന്ന് ഒച്ചതാഴ്ത്തിയുള്ള സംസാരം കേട്ടു: "അതാരാ?"

"അച്ഛനെകാണാൻ വന്നതാ."

പിന്നെ നിശ്ശബ്ദത. പാത്രങ്ങൾ കൂട്ടിമുട്ടുന്നതിന്റെയും മറ്റും സ്വരം. അവൾ മക്കൾക്കു ചായയും പലഹാരവും വിളമ്പുകയായിരിക്കുമെന്നു ഭരതൻ ഓർത്തു. മാധവൻനായരുടെ മക്കൾക്ക്. ഇവിടെ, ഇതാ ഈ ഇറ യത്ത് മാധവൻ നായരുടെ മകൻ അന്യനെപ്പോലെ കാത്തിരിക്കുന്നു.

പാന്റ്സും ബ്ലാക്കും ധരിച്ച ഒരാൾ പടികടന്നുവന്നു. ഭരതൻ ഉത്തേ ജിതനായി: ഇതാ എന്റെ അച്ഛൻ. അവന്റെ ഉള്ളുകിടുങ്ങി. ആ കാല്ക്കൽ ചെന്ന് വീണാലോ. അവനാകെ പതറി. ഇരിക്കുകയോ നില്ക്കുകയോ വേണ്ടതെന്നറിയാതെ കുഴങ്ങി.

ആഗതൻ തിടുക്കത്തിലായിരുന്നു. അയാളുടെ ഓരോ ചലനത്തിലു മുണ്ടായിരുന്നു വെപ്രാളം. പെടുന്നനെ അയാൾ അവനോടു ചോദിച്ചു:

"മാധവൻനായര് വന്നില്ലേ?"

ഭരതന്റെ കണക്കു കൂടുതൽ പിഴച്ചു: അപ്പോൾ ഇയാളല്ല എന്റെ അച്ഛൻ. ഏതോ ഒരുത്തൻ. ഉടനെ അവനു തോന്നി, ഏതോ ഒരുത്തനാ ണല്ലോ തന്റെ അച്ഛൻ.

"ഇല്ല." അവൻ മറുപടി പറഞ്ഞു.

"വന്നാ ഞാൻ വന്നിരുന്നുന്ന് പറയണം. അഞ്ചരയ്ക്ക് മീറ്റിങ് ഉണ്ടെന്ന്. ഒന്ന് ഓർമ്മിപ്പിക്കാനാണ് ഞാൻ വന്നത്. അല്ലാ, മാധവൻ നാ യർക്ക് ഓർമ്മയുണ്ടാവും. എന്നാലും ഒന്നു പറയണം, മറക്കരുത്, ഞാൻ പോട്ടെ.

"ആരു വന്നൂന്നാ പറേണ്ടെ?"

"ഹ ഹ ഹ" അയാൾ പൊട്ടിച്ചിരിച്ചു. ചിരിയുടെ തുമ്പിൽ അയാൾ ചീറി.

"മൂസാക്കുട്ടി. ആര്! മൂസാക്കുട്ടി."

ഒരു വിഡ്ഢിച്ചിരികൊണ്ട് ഭരതൻ അയാളെ യാത്രയാക്കി. പുരയ്ക്കു തീപിടിച്ചതു കെടുത്താനെന്നപോലെ അയാൾ ഉഴറിപാഞ്ഞു.

അല്പനേരം കഴിഞ്ഞപ്പോൾ കടും നീല പാന്റ്സും ഇളം നീല ഷർട്ടും ധരിച്ച ഒരാൾ വളരെ സാവധാനത്തിൽ പടികടന്നു വന്നു. ഒരു നിവൃത്തിയുമില്ലാഞ്ഞിട്ടാണ് ഞാൻ വരുന്നത് എന്ന വ്യാകുല ഭാവമായി രുന്നു അയാൾക്ക്. ഗേറ്റിൽ നിന്നു ഏതാനും മീറ്റർ മാത്രം അകലമുള്ള ഇറയത്ത് എത്തിച്ചേരാൻ അയാൾ ഒരുപാടു സമയമെടുത്തു. ഓരോ ചുവടും വളരെസൂക്ഷിച്ച്, കൃത്യമായി കണക്കു കൂട്ടി അകലം നോക്കി കൊണ്ട് അയാൾ വന്നുകൊണ്ടേയിരുന്നു.

മറ്റൊരു മൂസാക്കുട്ടിയാണോ, അച്ഛനോ, എന്നു ഭരതനുസംശയമായി. അച്ഛനാധിക്കാം. തിടുക്കമില്ല, വെപ്രാളമില്ല. വന്ന മനുഷ്യന് ഇനി പോകാ നിടമില്ല. അയാളുടെ എല്ലാ ജീവചൈതന്യവും ചോർന്നുപോയതുപോലെ തോന്നി. ഭരതൻ കസേരയിൽനിന്ന് എഴുന്നേറ്റു നിന്നു. അവനെ പാടെ അവഗണിച്ചുകൊണ്ട്, അങ്ങനെയൊരാൾ അവിടെ ഇരിപ്പുണ്ടെന്ന ഭാവം പോലുമില്ലാതെ അയാൾ വാതിൽ കടന്ന് അകത്തേക്കു പോന്നി.

ഭരതൻ പ്രതീക്ഷയോടെ കാത്തിരുന്നു. ഇപ്പോൾ താൻ കാത്തിരി

ക്കുന്ന വിവരം അയാളോട് ഭാര്യ പറയുകയായിരിക്കും. അവന്റെ മനസ്സ് വ്യഗ്രമായി. ഇതാ, ആ സമയം സമാഗതമാവുകയാണ്. ഒരുപക്ഷേ, അസാ ധാരണമായ ഒരു സംഗമം. അവനെ അവഗണിച്ചുകൊണ്ട് കടന്നുപോയ ആ മനുഷ്യൻ ഏതാനും നിമിഷങ്ങൾ കഴിഞ്ഞാൽ കീഴ്മേൽ മറിക്ക പ്പെടാൻ പോവുകയാണ്. ശാന്തമായ ആ കുടുംബാന്തരീക്ഷം കലങ്ങി മറിയും. ഒറ്റനോട്ടത്തിൽ വ്യഥിതനും ശാന്തനുമായ ആ മനുഷ്യൻ ഈ നിമിഷത്തിലറിയുന്നില്ല. അയാളുടെ എല്ലാ സ്വച്ഛതയുടെയും മാന്യതയു ടെയും അടിവേരറുക്കാനുള്ള മഴു സ്വയം വായ്ത്തല മൂർച്ച വരുത്തി കാത്തിരിക്കുകയാണെന്ന്.

ഭരതന്റെ കാത്തിരിപ്പിന്റെ ദൈർഘ്യം ഏറിയേറി വന്നു; അതോടെ അവനിൽ അകാരണമായ ഒരസ്വാസ്ഥ്യത്തിന്റെ പിരിമുറുക്കം ശക്തമാവു കയും ചെയ്തു.

ഒടുവിൽ അയാൾ ഇറയത്തുവന്നു.

അലസമായ അന്വേഷണത്തിന്റെ തണുത്തു മരവിച്ച ശബ്ദം അവൻ അയാളുടെ കണ്ണുകളിൽ വായിച്ചു.

അവൻ പതറി, വയറ്റിൽ എന്തോ തെള്ളിയൊഴുകി.

പൊടുന്നനെ, കാണാതെ പഠിച്ചുവെച്ചതെന്നപോലെ അവൻ ആവ ശ്യത്തിലേറെ കനം കൊടുത്തു പറഞ്ഞു:

"ഞാൻ ഭരതൻ. അച്ഛന്റെ മകൻ."

വെമ്പലോ അമ്പരപ്പോ അയാളിൽ കണ്ടില്ല. വ്യഥയോടെ അവനെ അയാൾ നോക്കിനിന്നു.

കുറേക്കഴിഞ്ഞ് അനുകമ്പയുടെ നനവാർന്ന സ്വരത്തിൽ അയാൾ ചോദിച്ചു:

"എന്റെ മകനോ?"

"അതെ. ഞാൻ അച്ഛന്റെ മകനാണ്."

വ്യഗ്രത ഒതുക്കി നിർത്താനാവാത്തവിധം അവന്റെ ശബ്ദം ഇടറു കയും വികാരപരമാവുകയും ചെയ്തു.

അയാൾ കാരിരുമ്പിന്റെ തണുവാർന്ന ശാന്തതയോടെ പറഞ്ഞു:

"നോക്കൂ. ഇതൊക്കെ സാധാരണമാണ്. സാരമില്ല."

ഭരതന് ഒരുപിടിയും കിട്ടിയില്ല.

"എന്താണ് അച്ഛൻ പറയുന്നത്?"

അയാളുടെ ശബ്ദം ദൃഢമായി.

"ഞാൻ പറയുന്നത്, അതെ; ഇതിനു മുൻപും ചില ചെറുപ്പക്കാർ ഞാൻ അവരുടെ അച്ഛനാണെന്നു അവകാശപ്പെട്ടുകൊണ്ട് ഇവിടെ വന്നി ട്ടുണ്ട്. പക്ഷേ, ഒരിക്കലും... ഒരിക്കൽപ്പോലും - ഏതെങ്കിലുമൊരു മനു ഷ്യൻ നീയെന്റെ മകനാണെന്നു പറഞ്ഞ് എന്നെ സമീപിച്ചിട്ടില്ല. അതൊക്കെ ഞാനെന്തിനു നിങ്ങളെപ്പറഞ്ഞു കേൾപ്പിക്കണം! എന്റെ വിഷ മങ്ങൾ."

അയാളുടെ തൊണ്ടയിടറി.

ഭരതൻ തനിക്ക് ആളുമാറിപ്പോയോ എന്നു സംശയിച്ചു. നാട്ടിൽ സാധാരണമായി പറയാറുള്ള അയാൾ, ഇയാൾ അല്ലെന്നു വരുമോ! സംശയം തീർക്കാനായി അവൻ ചോദിച്ചു.

"താന്നിയിൽ ഗോപാലൻ നായർ എന്നൊരാളെ കുറിച്ചു കേട്ടിട്ടുണ്ടോ?"

"കേട്ടിട്ടുണ്ടോ? എന്നല്ല; എന്റെ അച്ഛനാണത്."

"ഗോപാലൻ നായരുടെ മകൻ മാധവൻ നായരെ അറിയോ?"

"വ്യക്തമായി ഇല്ല; പക്ഷേ, അത് ഞാനാണ്."

അയാളുടെ സ്വരത്തിൽ ദുഃഖം തുളുമ്പി.

ഭരതൻ പറഞ്ഞു:

"എങ്കിൽ നിങ്ങളെന്റെ അച്ഛനാണ്."

"മിസ്റ്റർ, നിങ്ങൾക്ക് വേറെ ഒരച്ഛനില്ലെങ്കിൽ, ഒരാശ്വാസത്തിനായി എന്നെ അങ്ങനെ കരുതിക്കോളൂ. പക്ഷേ, യഥാർത്ഥത്തിൽ ആ മഹനീയ പദവിക്ക് ഞാൻ അർഹനല്ല."

തന്റെ അമ്മയുമായി ബന്ധമുണ്ടായിരുന്നുവോ എന്നു ചോദിക്കാൻ ഭരതൻ അറച്ചു. എങ്കിലും അവൻ അമ്മയുടെ പേരും നാടും പറഞ്ഞു. അയാളിൽ ഒരു വികാരവും ഉണ്ടായില്ല. ഭരതനു നിരാശയും സങ്കടവും വന്നു.

"നോക്കൂ. പണ്ട് നിങ്ങളെ സ്നേഹിക്കുകയും വിശ്വസിക്കുകയും ചെയ്ത ആ പാവപ്പെട്ട പെണ്ണിന് നിങ്ങൾ കൊടുത്ത ശിക്ഷയാണു ഞാൻ. ഞാനെന്തെങ്കിലും നിങ്ങളിൽ നിന്നു നേടാനല്ല വന്നത്. എനിക്കൊന്നും വേണ്ട. ഞാനൊന്നും ആവശ്യപ്പെടുകയില്ല. നിങ്ങളുടെ കുടുംബം കല ക്കാൻ കയറിവന്നവനല്ല ഞാൻ. ഒരംഗീകാരത്തിനായി മാത്രം. ആരോടും വിളിച്ചു കൂവാനല്ല; സ്വയം സമാധാനിക്കാൻ. സ്വന്തം വേരു തേടിയിറ ങ്ങിയതാണു ഞാൻ. പക്ഷേ, എന്റെ മുന്നിൽ നാടകം കളിക്കരുത്."

"ഓ, മിസ്റ്റർ, എന്താ നിങ്ങളുടെ പേര്? ഞാനതു മറന്നുപോയല്ലോ."

"ഭരതൻ."

"അതെ, മിസ്റ്റർ ഭരതൻ, നാടകത്തിന്റെ കാര്യം പറഞ്ഞപ്പോഴാണ്, നിങ്ങൾക്കൊരു നടനാവാൻ കൊള്ളാവുന്ന ശരീരവും സ്വരവുമുണ്ട്. ഇവിടെ, ഞങ്ങൾക്കൊരു നാടകസമിതിയുണ്ട്. നിങ്ങൾക്കു വേണമെങ്കിൽ ഞാനതിന്റെ ഭാരവാഹികളെ പരിചയപ്പെടുത്തിത്തരാം. അവർ നിങ്ങളുടെ ഈ സിദ്ധികളെ പ്രയോജനപ്പെടുത്തിയേക്കും."

ഭരതനു കലി കനറുകയായിരുന്നു. തന്നെ വിഡ്ഢിയാക്കാനുള്ള ശ്രമമായി തോന്നി ക്കൊണ്ട് അവൻ പറഞ്ഞു

"അച്ഛൻ ജാടകൾ മതിയാക്കൂ. എനിക്കാരെയും പരിചയപ്പെടണ മെന്നില്ല. ഞാൻ അച്ഛന്റെ മകനാണ്. അത് അച്ഛനറിയാം. അത് സമ്മതി ച്ചാൽ അച്ഛന്റെ മാന്യത തകരും."

മാധവൻ നായർ ചിരിച്ചു.

"കേട്ടോ മിസ്റ്റർ, അകത്ത് ഭാര്യയും കുട്ടികളുമുണ്ട്. അവർ കേട്ടാൽ

കുഴപ്പമുണ്ടാകുമെന്നൊന്നും എനിക്കു ഭയമില്ല. എന്തെന്നാൽ അവർ ക്കെന്നെ അറിയാം. ഈ ടൗൺഷിപ്പിൽ മുഴുവൻ നിങ്ങൾ ചെണ്ടകൊട്ടി യറിയിച്ചാലും എനിക്കൊന്നുമില്ല. ഒരു കാര്യം നിങ്ങൾ അറിഞ്ഞിരിക്കണം. ഇവിടെ നിങ്ങൾ കണ്ട ആ രണ്ടു കുട്ടികളുണ്ടല്ലോ അവരെന്നെ അച്ഛൻ എന്നാണു വിളിക്കുന്നത്. സത്യത്തിൽ അവരെന്റെ മക്കളല്ല. ഒരു കാലത്തും എനിക്കു മക്കൾ പിറന്നിട്ടില്ല.”

“പിന്നെ അവർ ആരുടെ മക്കളാണ്.”

“ഹരിയുടെ. ഞാനിതെല്ലാം പറയുന്നത് നിങ്ങളോടിപ്പോൾ അകാര ണമായി തോന്നുന്ന അനുകമ്പകൊണ്ടാണ്.”

“അന്യന്റെ മക്കളെ വീട്ടിൽ താമസിപ്പിച്ചു വളർത്താമെങ്കിൽ സ്വന്തം മകനായ എന്നെ കൈയൊഴിയുന്നതെന്തിനാണ്?”

“പിന്നെയും നിങ്ങൾ അനാവശ്യമായ കാര്യങ്ങൾ പറഞ്ഞു സമയം കളയുകയാണ്. കേട്ടോ സ്നേഹിതാ, എനിക്ക് ഒരു കമ്മിറ്റി മീറ്റിങ് ഉണ്ട്. ദീർഘമായ കരാർ ചർച്ചയ്ക്ക് എടുക്കാൻ സമയമായി വരികയാണ്. നിങ്ങൾക്കറിയാമല്ലോ യൂണിയൻ പ്രവർത്തനം, അതും ഓഫീസർ മാരുടെയാവുമ്പോൾ എന്തുമാത്രം ശ്രമകരമായ പണിയാണെന്ന്. ആകെ സ്വൈര്യക്കേടാണ്. പോകൂ. നമുക്കു പിന്നെകാണാം.”

മാധവൻ നായർ അകത്തു കടന്നു വാതിലടച്ചു.

നാല്

ഏലൂരിലെത്തുമ്പോൾ പെരിയാർ മരിക്കുന്നു. പുഴയുടെ ജഡം വിഷവാതകങ്ങൾ നിറഞ്ഞ കാറ്റിൽ പതുക്കെ ഇളകിയാടി. വരാപ്പുഴ കായലിൽ ചെന്നടിയുന്നു. പുഴയിൽ വെള്ളമില്ലായിരുന്നു. കറുത്തു നീലിച്ച ഒരു ദ്രാവകം. കമ്പനികളിലെ നൂറായിരം കുഴലുകളിലൂടെ കുത്തിയൊ ഴുകിയ പതയുന്ന ആസിഡുകളും ആൽക്കലികളും മറ്റനേകം മാരക വസ്തുക്കളും ചേർന്ന് പുഴയെ ബോധം കെടുത്തി കൊന്നുകളഞ്ഞു. വഴി തെറ്റി വന്ന മത്സ്യങ്ങൾ ദ്രാവകത്തിൽ ചത്തുമലച്ചു. അതിജീവി ക്കാൻ കഴിഞ്ഞവയിൽ റേഡിയേഷന്റെ തോത് ഏറിയിരുന്നു.

പക്ഷേ, ആളുകൾ അതിനെ ഒരാചാരമെന്ന നിലയിൽ പുഴയെന്നു വിളിച്ചു. വള്ളങ്ങളിൽ പണ്ട് കൃഷിചെയ്തിരുന്ന ശവപ്പറമ്പുകൾ വരണ്ടു കിടന്നു. വേനൽക്കാലത്ത് കുട്ടികൾ അവിടെ ക്രിക്കറ്റ് കളിച്ചു.

പുഴയിൽ കുളിക്കുകയെന്ന ദുരാഗ്രഹത്തിനു വിധേയരായവരെ അകാലവാർദ്ധക്യം ആക്രമിച്ചു കീഴടക്കി. അവരുടെ മുടിനാരുകൾ നരച്ചു വെളുക്കുകയോ കൊഴിഞ്ഞുപോവുകയോ ചെയ്തു. ശരീരം ചുക്കിച്ചുളിഞ്ഞു, പല്ലു കൊഴിഞ്ഞു.

സൾഫർഡയോക്സൈഡും ക്ലോറിനും അമോണിയയും കാർബൺ ഡൈ ഓക്സൈഡും ശ്വസിക്കാൻ വിധിക്കപ്പെട്ട മനുഷ്യരുടെ ശ്വാസ കോശങ്ങൾ ദ്രവിച്ചു.

കാസരോഗികളുടെ ദ്വീപായിരുന്നു ഏലൂർ.

തുറന്ന സ്ഥലത്ത് ചായം തേയ്ക്കാതെ വെച്ച ഇരുമ്പുസാധനങ്ങൾ ഇരുപത്തിനാലു മണിക്കൂറിനകം തുരുമ്പിച്ചു. തുരുമ്പുപിടിച്ച, ഉപയോ ഗശൂന്യമായ ഇരുമ്പുകഷണങ്ങൾ പെറുക്കി വിറ്റു ജീവിച്ച നൂറ്റിയെഴു പതു തമിഴത്തികൾ പുലരുമ്പോൾ മുതൽ അന്തിയാവോളം പഴയ ചാക്കുകളുമായി ടൗൺഷിപ്പിൽ ഓടിനടന്നു.

തുരുമ്പിച്ച കമ്പനിപ്പണിക്കാർ കിട്ടുന്നതു മുഴുവൻ ചെലവഴിച്ചു. തിക യാതെ വന്നപ്പോൾ കിട്ടാവുന്നിടത്തു നിന്നെല്ലാം കടംവാങ്ങി. ജീവന ക്കാരെ ഉദ്യോഗത്തിന്റെ കാലാവധി തീരും വരെ കടക്കാരാക്കിത്തീർക്കാൻ പാകത്തിൽ കമ്പനികൾ തുടരെത്തുടരെ പലവിധ ലോണുകൾ അനുവദിച്ചു. അലവൻസുകളെക്കുറിച്ചും ബത്തകളെക്കുറിച്ചും പലതരം ബോണസു കളെക്കുറിച്ചും പ്രമോഷനുകളെക്കുറിച്ചും ചിന്തിച്ചുചിന്തിച്ച് അവർക്ക് ജീവിക്കാനാകാതായി. അറുപതിൽ തൊണ്ണൂറിന്റെ ബലഹീനതയോടെ പുറത്തേക്കു ചവച്ചു തുപ്പിയ മനുഷ്യക്കോലങ്ങൾ കാസരോഗം കൊണ്ടു ചുമച്ച്, എന്തുചെയ്യണമെന്നറിയാതെ പകച്ചു. മക്കളെ കമ്പനിപ്പണിയിൽ കയറ്റി ജീവിതസാഫല്യമടയുക എന്ന പകർച്ചവ്യാധിക്ക് ജീവനക്കാർ അടിമകളായിരുന്നു. ഹെൽപ്പറുടെ മകൻ ഹെൽപ്പറും ഓപ്പറേറ്ററുടെ മകൻ ഓപ്പറേറ്ററും ആകുന്നതു കണ്ട് തന്തമാർ കൃതാർത്ഥരായി. ജോലിയിലി രിക്കെ മരിച്ചു പോയവരുടെ ആശ്രിതർക്കു തൊഴിൽ നല്കുക എന്നത് കമ്പനികളുടെ ഒരാചാരമായിരുന്നു. പക്ഷേ, ഭരതന്റെ അമ്മാവന്റെ മക്കൾ തീരെ ചെറിയ സ്കൂൾ കുട്ടികളായിരുന്നു. അമ്മായിക്കു നല്കാവുന്ന ഒരു ജോലിയും കമ്പനിയിൽ കണ്ടെത്താൻ കഴിഞ്ഞില്ല.

ഭരതനോട് അവൾ പറഞ്ഞു:

"നിനക്കറിയാമോ ഭരതാ. എനിക്ക് കമ്പനീപ്പോയി പണിയെടുക്കു ന്നത് ഇഷ്ടമല്ല. വേണമെങ്കിൽ അവർ എനിക്ക് ഏത് ഉദ്യോഗവും തരും. അത് കാര്യം വേറെ. ആ രഹസ്യം ഞാൻ പിന്നെപ്പറയാം. എന്റെ കുടുംബ ത്തിലെ ഒരു പെണ്ണും കമ്പനിപ്പണിക്കു പോയിട്ടില്ല. ഞാനായിട്ട് എന്തിനു തറവാട്ടിനു മാനക്കേടു വരുത്തണം? ദേ, അങ്ങേരു പോയി. കൂടെ എനിക്കും കുട്ട്യോൾക്കും മരിക്കാൻ കഴിയോ? പോയവർ പോയി. ഞങ്ങൾക്കു കഴിഞ്ഞു കൂടണ്ടെ? കമ്പനിയിൽ നിന്നും ഫാമിലി പെൻഷൻ കിട്ടും. അതുമതി ഞങ്ങൾക്കു കഴിഞ്ഞുകൂടാൻ. പിന്നെ പി എഫും ഗ്രാറ്റ്വിറ്റിയും ഡെത്ത് റിലീഫ് ഫണ്ടും വെൽഫെയർ ആനുകൂല്യവും ഗ്രൂപ്പ് ഇൻഷുറൻസ് തുകയും ചേർന്നാൽ ഒരു നല്ല സംഖ്യയുണ്ടാകും. വടക്കും ഭാഗത്തോ മണ്ണുത്തിലോ ഒരു ചെറിയ പറമ്പും വീടും വാങ്ങണം. അതിനതു മതി. മാർച്ചു മാസം കഴിയും വരെ ഈ ക്വാർട്ടേഴ്സിൽ താമ സിക്കാം. കുട്ടികളുടെ കൊല്ലാവസാനപരീക്ഷ കഴിയുംവരെ. പിന്നെയും വേണമെങ്കിൽ മൂന്നുമാസം കൂടി നീട്ടിക്കിട്ടും. അതൊന്നും വേണ്ട. കഴി യുന്നതും വേഗം ഇവിടെ നിന്നു മാറുന്നതാണ് നല്ലത്. അല്ലേ?"

ഭരതൻ സമ്മതിച്ചു.

"നീയൊരു കാര്യം ചെയ്യ്. വെറുതെ ഇരിക്കയല്ലേ. മഞ്ഞുമ്മൽ എങ്ങാനും ഒരു ചെറിയ വീട് കിട്ടുമോ എന്ന് അന്വേഷിക്ക്."

ഭരതൻ പറഞ്ഞു.

"ഞാൻ വീട്ടിലേക്കു പോയാലോ എന്നാലോചിക്ക്യാണ്."

"നീയിപ്പോ പോണ്ട. അവിടെചെന്നിട്ട് എന്തു മലമറിക്കാനാണ്! കുറച്ചു ദിവസം കൂടി ഇവിടെ നില്ക്ക്. അപ്പോഴേക്കും നീ എഴുതി വരുന്ന കഥ പൂർത്തിയാവുകയും ചെയ്യും."

ഭരതൻ അമ്പരന്നു. അവൻ ഒരു കഥയും എഴുതുന്നുണ്ടായിരുന്നില്ല. പക്ഷേ, അവന്റെ മനസിൽ ഏലൂരിലെ ചില അനുഭവങ്ങൾ രൂപപ്പെട്ടു വരികയായിരുന്നു. അവയെല്ലാം അറിയാവുന്ന എല്ലാ അക്ഷരങ്ങളും ഉപ യോഗിച്ച് കടലാസിലേക്കു പകർത്തണമെന്ന് അവൻ തീരുമാനിച്ചിരുന്നു. വിദ്യാർത്ഥിയായിരിക്കെത്തന്നെ താനൊരു മികച്ച സാഹിത്യകാരനാകു മെന്ന് അവൻ മനസ്സിലാക്കി വെച്ചിരുന്നു. കുറച്ചുനാൾ മുൻപ് തലമുടി വെട്ടിക്കാൻ ഒരു ക്ഷൗരക്കടയിൽ കാത്തിരുന്നപ്പോൾ കോട്ടയത്തുനിന്നു പ്രസിദ്ധപ്പെടുത്തുന്ന ഒരു വാരികയിലെ കഥയിലെ ഒരു കഷണം അവൻ വായിച്ചുതീർത്തു. അത് അവനിൽ ഉറങ്ങിക്കിടന്ന സാഹിത്യകാരനെ വിളി ച്ചുണർത്തി. ഇനി എനിക്ക് എഴുതാതിരിക്കവയ്യ. അസഹ്യമായ സാഹിത്യ വേദനകൊണ്ട് അവൻ പുളഞ്ഞു. അങ്ങനെയാണവൻ ഏലൂരിനെക്കുറി ച്ചുള്ള കുറിപ്പുകൾ തയ്യാറാക്കണമെന്ന തീരുമാനത്തിലെത്തിച്ചേർന്നത്. പക്ഷേ, അവൻ അതിനെക്കുറിച്ച് ആരോടും പറഞ്ഞില്ല.

അവന്റെ അസ്വസ്ഥത കണ്ട് അവൾ പറഞ്ഞു:

"നീ പരുങ്ങുകയും മറ്റും വേണ്ട. നിന്റെ ഉള്ള് എനിക്ക് കാണാം. ഒരു വെള്ളക്കടലാസിലെ വലിയ കറുത്ത അക്ഷരങ്ങളെയെന്നപോലെ എനിക്കു നിന്നെ വായിക്കാൻ കഴിയും."

ഭരതൻ നഗ്നനായാലെന്ന പോലെ ചൂളി.

അവളുടെ കണ്ണുകളിൽ ജ്വലിച്ചു നിന്ന ജ്വാല ആദ്യം അവന്റെ വസ്ത്രങ്ങളെയും പിന്നെ ശരീരത്തെയും ദഹിപ്പിച്ചു. നഗ്നമായ മനസ്സിന്റെ വികൃതരൂപം പല്ലിളിച്ചുകാട്ടി.

"എനിക്കിതു വിശ്വസിക്കാനാവുന്നില്ല."

ഭരതൻ അത്ഭുതത്തോടെ പറഞ്ഞു:

അവൾ ചിരിച്ചു.

"എനിക്കറിയാമത്. ആരും ആദ്യമൊന്നും വിശ്വസിച്ചിരുന്നില്ല. എന്റെ ത്രികാലജ്ഞാനത്തിന്റെയും മനോദർശനകൗശലത്തിന്റെയും സീമകളെ ക്കുറിച്ച് ഞാൻ തന്നെ അത്ഭുതത്തോടെ അവിശ്വസിക്കാൻ ശ്രമിച്ചിട്ടുണ്ട്. പിന്നെപ്പിന്നെ എനിക്കതു ബോധ്യമായി. നിനക്കു വിശ്വസിക്കാൻ ഞാനൊരു അടയാളം തരാം. നീയിപ്പോൾ ഇവിടെ നിന്നുപോയി ഫുഡ്ബോൾ ഗ്രൗണ്ടിൽ ചെല്ല്. നിന്റെ അച്ഛനെന്നു നീ പറയാറുള്ള മനുഷ്യൻ അതായത് അസിസ്റ്റന്റ് ഫോർമാൻ മാധവൻ നായർ കാർ ഡ്രൈവിങ് പഠിക്കുന്നതു നിനക്കു കാണാം."

അതുപറയുമ്പോൾ അവളുടെ മുഖഭാവം പാടേ മാറിയിരുന്നു. ഭരതന് അവൾ തീരെ അപരിചിതയായ ഒരു സ്ത്രീയാണെന്നു തോന്നി. അവൻ പറഞ്ഞു:

"അത് അമ്മായിയുടെ ജാടയല്ലേ? അയാൾ ഈയിടെ ഒരു കാറ് വാങ്ങിയിട്ടുണ്ടാകാം. അക്കാര്യം അമ്മായിക്ക് അറിയാമായിരിക്കും. പിന്നെ ഇന്നൊരു ഒഴിവുദിവസമായതുകൊണ്ട് ഡ്രൈവിങ് പഠിച്ചെന്നു വരാം. ഞാനിവിടെ നിന്നു പുറപ്പെട്ട് ഗ്രൗണ്ടിൽച്ചെന്നു നോക്കുമ്പോൾ ഒന്നും കണ്ടില്ലെങ്കിലും അമ്മായിക്കു പറയാം. നീ ചെല്ലുന്നതിനു അല്പം മുമ്പ് മാധവൻ നായർ അവിടെ നിന്നുപോയി എന്നും മറ്റും."

"കഷ്ടം! നിന്നെ വിശ്വസിപ്പിക്കാൻ ഞാൻ മറ്റൊന്നു പറയാം. ഒരല്പ്പ നേരം കഴിയുമ്പോൾ, നീ നോക്കിക്കോ, ഒരു പെൺകുട്ടി ഇവിടെ വരും. പത്തുപതിനെട്ടു വയസുള്ള ഒരു സുന്ദരിപ്പെണ്ണ്. അവളുടെ കൈയിൽ ഒരു പാത്രമുണ്ട് അതിൽ എന്താണെന്ന് എനിക്ക് കാണാം."

അവൾ ഒരു നിമിഷം കണ്ണടച്ചിരുന്നു.

ഭരതൻ അവളെ ഒരു ജാലവിദ്യക്കാരിയെയെന്നപോലെ നോക്കിയിരുന്നു.

പെട്ടെന്ന് അവൾ പറഞ്ഞു.

"അതെ ഞാൻ കാണുന്നു. പായസം. പാൽപ്പായസം."

ഭരതൻ പൊട്ടിച്ചിരിച്ചുകൊണ്ടു പറഞ്ഞു:

"ഇതൊക്കെ ആർക്കും പറയാൻ കഴിയും. അടുത്തുള്ള ഏതെങ്കിലും വീട്ടിൽ പിറന്നാളോ മറ്റേതെങ്കിലും അടിയന്തരമോ ഉള്ളതായി അമ്മായി ക്കറിയാം. ക്ഷണിച്ചാലും പോകാനാവാത്ത വിധമാണ് അമ്മായിയുടെ ഇപ്പോഴത്തെ അവസ്ഥ. അതുകൊണ്ട്, അവർ ഒരു പാത്രം പായസം കൊടുത്തയക്കുന്നു. ആ വീട്ടിൽ ഇന്ന് ഇപ്പോൾ ഇവിടെ വരാൻ പാക ത്തിൽ ആ പെൺകുട്ടി മാത്രമേയുള്ളൂ. അവളിവിടെ ഇടയ്ക്കിടെ വരുക പതിവായിരിക്കാം."

അവൾ ചിരിച്ചുകൊണ്ടു പറഞ്ഞു:

"നിന്റെ വ്യാഖ്യാനം കൊള്ളാം. ഒരുപക്ഷേ, അതായിരിക്കാം ശരി. എന്നാലൊന്നു കേട്ടോ. ഇവിടെ വെച്ച് ആ പെൺകുട്ടിയുടെ ഇടതുകൈ യിലെ ചൂണ്ടുവിരൽ മുറിഞ്ഞുചോര വരും. അതിനെക്കുറിച്ചു നിന ക്കെന്തുണ്ടു പറയാൻ?"

"അത് കാണാൻ പോണ പൂരോല്ലേ."

"പൂരം നീ കണ്ടോ. അതിനപ്പുറം അവളെക്കുറിച്ച് വേവലാതിപ്പെടു കയൊന്നും വേണ്ട. അവരവള അവളുടെ പാട്ടിനു വിടുകയാണു നിനക്കു നല്ലത്."

അവൾ പറഞ്ഞു തീരും മുൻപേ കോളിങ് ബെൽ ശബ്ദിച്ചു.

"ദാ, വന്നു കഴിഞ്ഞു" എന്നു പറഞ്ഞ് അവൾ വാതിൽ തുറന്നു. വെളുത്ത് സുന്ദരിയായ ഒരു പെൺകുട്ടിയുണ്ട് നില്ക്കുന്നു. കറുത്തിരുണ്ട ധൂമപടലത്തിന്നിടയിൽ ഒരു തീനാളം പോലെ അവൾ ജ്വലിച്ചു നിന്നു.

അവളുടെ അഴകാർന്ന കൈയിൽ എളുതെളെ മിനുങ്ങുന്ന ഒരു തൂക്കു പാത്രം.

"ചേച്ചി, ദേ ഇത്തിരി പായസം."

അവളുടെ ശബ്ദത്തിന് അഗ്നിയുടെ വിശുദ്ധിയുണ്ടായിരുന്നു. ചിരിച്ചുകൊണ്ട് നില്ക്കുന്ന ആ പെൺകുട്ടിയുടെ തരളയൗവനത്തിന്റെ ലാസ്യ ഭംഗിയിൽ ഭരതൻ മയങ്ങി. ഒരുപക്ഷേ, അവനപ്പോൾ കാണിച്ച ഏതെങ്കിലും അരോചകമായ ചേഷ്ടയിൽ നിന്നവനെ നിവർത്തിപ്പിക്കാനാവാം അമ്മായി പറഞ്ഞു:

"ഭരതാ ഇത് ഉമ. ഇവിടെ അടുത്തുതന്നെ താമസം. ബി എ യ്ക്കു പഠിക്കുന്നു."

അമ്മായി ഉമയുടെ കൈയിൽ നിന്നു പാത്രം വാങ്ങി അടുക്കളയിലേക്കു പോയി. ഉമയും ഭരതനും മാത്രമായപ്പോൾ ഉമ അവനെ ഒരു നിമിഷം ഉറ്റുനോക്കി. തന്റെ കരുത്തു മുഴുവൻ ചോർന്നു പോകുന്നതു പോലെ തോന്നി ഭരതന്. ഏതെങ്കിലും ഒരു പെൺകുട്ടി തന്നെ അങ്ങനെ ഒരിക്കലും നോക്കിയിട്ടുള്ളതായി ഭരതന് ഓർമ്മയില്ല. അപരിചിതനായ ഒരു ചെറുപ്പക്കാരനെ ഒരു പെൺകുട്ടിയും അങ്ങനെ നോക്കിനിന്നിട്ടുണ്ടാവില്ല. അത്രയ്ക്കു തീക്ഷ്ണവും അതേസമയം തരളവുമായിരുന്നു ആ വീക്ഷണം. അതിൽ നിലീനമായിരുന്ന വികാരം എന്താണെന്ന് അവൾക്കു പോലും അറിയില്ലായിരുന്നു.

ഉമ മേശപ്പുറത്തുണ്ടായിരുന്ന പലതരം സാധനങ്ങൾ അങ്ങോട്ടു മിങ്ങോട്ടും മാറ്റിവെച്ചുകൊണ്ട് ഭരതനെ ശ്രദ്ധിക്കാത്ത ഭാവത്തിൽ നില്ക്കുകയായിരുന്നു. അവനാകട്ടെ എന്തു ചെയ്യണമെന്നറിയാതെ അമ്പരന്നിരുന്നു.

പെട്ടെന്നവൾ ഹൗ എന്നൊരു ശബ്ദം പുറപ്പെടുവിക്കുകയും ഇടതുകൈ കുടയുകയും ചെയ്തു. ചൂണ്ടുവിരലിന്റെ തുമ്പത്ത് ചോര കിനിയുന്നത് അവിശ്വസനീയമായി ഭരതൻ നോക്കി നിന്നു.

"അമ്മായീ, അമ്മായീ" ഭരതൻ ഏതാണ്ട് അലറുകയായിരുന്നു. എന്തുപറ്റിയെന്നു ചോദിച്ചുകൊണ്ട് അമ്മായി വന്നു.

"ഒന്നൂല്യ വെരല് ഇത്തിരിമുറിഞ്ഞു. സാരല്യ."

ഒരല്പം പരിഭ്രമത്തോടും ലജ്ജയോടും കൂടിയാണ് ഉമ പറഞ്ഞത്. ഭരതന്റെ ആക്രന്ദനം കുറച്ചൊന്നുമല്ല അവളിൽ അസ്വാസ്ഥ്യവും വെറുപ്പും ഉളവാക്കിയത്.

"എന്തെങ്കിലും മരുന്നില്ല്യേ ഇവിടെ? പുരട്ടാൻ?"

ഭരതൻ തിടുക്കം കൊണ്ടു.

ഉമയ്ക്കു സങ്കടം വന്നു.

"ഓ മരുന്നൊന്നും വേണ്ട. അത്രയ്ക്കൊന്നും മുറിഞ്ഞിട്ടില്ല."

"മുറിവിങ്ങനെ തൊറന്നിടരുത്. എന്തു കൊണ്ടിട്ടാണാവോ മുറിഞ്ഞത്. വല്ല ഇരുമ്പും."

"നീയൊന്ന് പിടയ്ക്കാതിരിക്ക് ഭരതാ. അത്രയ്ക്കൊന്നും മുറിഞ്ഞി

ട്ടില്യ. ഇങ്ങട് കൊണ്ടരൂ കുട്ടീ. നോക്കട്ടെ."

അമ്മായി ശാസിക്കുന്ന സ്വരത്തിൽ പറഞ്ഞപ്പോൾ തന്റെ അനാവ
ശ്യമായ ഉദ്വേഗത്തിൽ ഭരതനു നാണമായി.

"പാത്രം ഞാൻ പിന്നെ വന്നു വാങ്ങിക്കോളാം."

എങ്ങനെയെങ്കിലും അവിടെ നിന്നൊന്നു പോയാൽ മതിയെന്നായി
ഉമയ്ക്ക്. അവളെ അവിടെ നിറുത്താതിരിക്കാത്തവിധം നാണം കെട്ട
കോലാഹലമാണല്ലോ ഭരതൻ ഉണ്ടാക്കിയത്. പതിവുപോലെ വൈകി
വന്ന വിവേകത്തെക്കുറിച്ചോർത്ത് അവൻ വ്യസനിച്ചു.

പോകാനൊരുമ്പെടുമ്പോൾ ഉമ ഭരതനെ ഒരിക്കൽക്കൂടി നോക്കി.
ആ നോട്ടത്തിന്റെ അർത്ഥം അവനു വ്യാഖ്യാനിക്കാനായില്ല. പില്ക്കാ
ലത്ത് ഭരതൻ അന്നത്തെ ആ നിമിഷത്തിന്റെ പൊരുളറിഞ്ഞ് ധന്യനാവു
കയുണ്ടായി. എന്നാലത് അവന്റെ ജീവിതത്തെ മറ്റൊരു വിധത്തിലാക്കി
ത്തീർത്ത ശാപമായിരുന്നു. ആ ശാപത്തിന്റെ നിർദയവും ക്രൂരവുമായ
വജ്രനഖരങ്ങളുടെ നിശിതാഗ്രങ്ങളിൽനിന്ന് അവന് മോചനം ലഭിച്ചില്ല.

ഉമ പോയിക്കഴിഞ്ഞപ്പോൾ ഭരതൻ സമനില വീണ്ടെടുത്തു.
അമ്മായിയുടെ സഹതാപപൂർണ്ണമായ നോട്ടം അവന് അസഹ്യമായി.
ഒരു വിജിഗീഷുവിന്റെ ഭാവത്തിലിരുന്ന അവൾ ദുരൂഹമായ ഒരു കടംക
ഥയായി. ഭരതന് ഒരളവോളം അവളെ ഭയമായി. അതുവരെ തനിക്കറി
യാമായിരുന്ന അമ്മായിയല്ല അപ്പോൾ അവന്റെ മുന്നിലിരുന്നത്. അസാ
ധാരണവും അത്ഭുതകരവുമായ സിദ്ധികളുള്ള ഒരു അപരിചിത സ്ത്രീ.
അവൻ വിചാരിച്ചു - അപ്പോൾ അങ്ങനെയെങ്കിൽ അമ്മാവന്റെ മരണം
ഈ സ്ത്രീ മുൻകൂട്ടി കണ്ടിട്ടുണ്ടാവണമല്ലോ. എന്തുകൊണ്ട് അവളതു
തടഞ്ഞില്ല? സ്വന്തം ഭർത്താവിനെ അറിഞ്ഞുകൊണ്ടു തന്നെ മരണത്തി
ലേക്ക്—

അമ്മായി പറഞ്ഞു:

"നീയിപ്പോൾ ചിന്തിക്കുന്നത് എന്റെ ഭർത്താവിന്റെ മരണം ഞാൻ
മുൻകൂട്ടി അറിഞ്ഞിരുന്നുവോ? അറിഞ്ഞിരുന്നുവെങ്കിൽ എന്തുകൊണ്ട്
അന്ന് കമ്പനിയിൽപോകാൻ അനുവദിച്ചു എന്നല്ലേ?"

തന്റെ മനസ്സ് സുതാര്യമായ ഒരു കണ്ണാടിപ്പാത്രംപോലെ അവൾക്കു
കാണാൻ കഴിയുന്നുവെന്നറിഞ്ഞപ്പോൾ ഭരതൻ ഒരിക്കൽക്കൂടി ഭയപ്പെട്ടു.
മനുഷ്യന്റെ ഏറ്റവും സമർത്ഥമായ രക്ഷാകവചമാണ് ഇവിടെ പൊഴി
ഞ്ഞുവീഴുന്നത്. നഗ്നമായ മനസ്സുപോലെ വിലക്ഷണമായ മറ്റൊന്നും
തന്നെയില്ല. ഭരതൻ വേഗം സമ്മതിച്ചു. അതല്ലാതെ അവനു ഗതിയില്ല.

"അതെ. അതാണു ഞാൻ ആലോചിച്ചത്. അമ്മായിക്ക് അത് തട
യാമായിരുന്നില്ലേ?"

"കേട്ടോ ഭരതാ, അത് വിധിയാണ്. അതിനെ കവച്ചുകടക്കാനാവില്ല.
എല്ലാ സിദ്ധികളുടെയും അനുഗ്രഹങ്ങളുടെയും മീതെ അപ്രതിരോധ്യ
മായി വിധി വിലസുന്നു."

അവളുടെ വാക്കുകൾ സ്വാഭാവികതയിൽ നിന്ന് അകലുകയും

അവയ്ക്ക് ഒരു ഐന്ദ്രജാലിക ഭാവം കൈവരുകയും ചെയ്തു.

"എന്റെ ഭർത്താവ് ഒരിക്കലും ഞാൻ പറയുന്നൊന്നും വിശ്വസി ച്ചിരുന്നില്ല. എന്റെ പ്രവചനങ്ങൾ ശുദ്ധ ഭ്രാന്തുപറച്ചിലുകളായിട്ടേ ആ മനുഷ്യൻ കരുതിയിരുന്നുള്ളൂ. എന്തെങ്കിലും ദൈവജ്ഞ നിയോഗങ്ങൾ ഞാൻ പറയാൻ തുടങ്ങിയാൽ എനിക്കു വട്ടാണെന്നു പറഞ്ഞ് ചിരിച്ചു തള്ളിക്കളയുകയാണു പതിവ്. പിന്നെപ്പിന്നെ ഞാനെന്റെ ഭർത്താവിന് അത്തരം സൂചനകൾ നല്കാതായി. എങ്കിലും എന്നും നിമിത്ത ങ്ങൾക്കായി ഞാൻ കാത്തിരുന്നു."

അലൗകികമായ ഒരു പരിവേഷം അവളെ ചുഴന്നു നിന്നു. അവളുടെ കണ്ണുകൾ ജ്വലിക്കുകയയും ശബ്ദം സംഗീതസാന്ദ്രമാവുകയും ചെയ്തു. അവൾ ആരോടെന്നില്ലാതെ തുടർന്നു.

"അന്ന് എനിക്കു സൂചന ലഭിച്ചു. അത്താഴത്തിനു മീൻ പൊരിക്കു മ്പോൾ വറവുചട്ടിയിൽ തിളയ്ക്കുന്ന എണ്ണയിൽ എന്റെ ഭർത്താവിന്റെ ശരീരം കണ്ട് ഞാൻ വിറച്ചു. എന്റെ കണ്ണുകളിൽ വെട്ടം കെട്ടു. ആസ്ഡ്യ ത്തിന്റെ അഗാധതലങ്ങളിലൂടെ ഒരു നിമിഷം ഞാൻ ഒലിച്ചുപോയി. ചുണ്ടുകൾ കടിച്ചുപിടിച്ച് വേദന കടിച്ചമർത്തി ഞാൻ ചട്ടുകം കൊണ്ട് ആ ശരീരം കോരിയെടുക്കാൻ തുടങ്ങി. അത് വീണ്ടും വീണ്ടും വഴുതി, ചട്ടിയിൽത്തന്നെ വീണു പൊരിഞ്ഞു. എനിക്കൊന്നും ചെയ്യാനായില്ല. എന്നിട്ടും ഞാനാ മനുഷ്യനെ തടയാനുള്ള എല്ലാ ശ്രമങ്ങളും ചെയ്തു. പന്ത്രണ്ട്-എട്ടിന്റെ ഷിഫ്റ്റിനു പോകാൻ പാകത്തിന് ക്രമീകരിച്ചുവെച്ചി രുന്ന ടൈംപീസിന്റെ അലാറത്തിന്റെ സമയം ഞാൻ ഭർത്താവറിയാതെ മാറ്റി. പക്ഷേ, പതിനൊന്നരയായപ്പോൾ അങ്ങേർ ഞെട്ടിയുണർന്നു. ഞാൻ ഉറങ്ങിയിട്ടുണ്ടായിരുന്നില്ല. എനിക്ക് ഉറങ്ങാനാവില്ലല്ലോ. വിധിയും ഞാനും തമ്മിൽ ഏറ്റുമുട്ടുകയായിരുന്നു. എനിക്കിന്നു വിധിയെ തോല്പിച്ചേ മതിയാവൂ. ഞാനെന്റെ ഭർത്താവിനെ കെട്ടിപ്പിടിച്ചു. ഇന്ന് പോകരുത്. ദയവു ചെയ്തു പോകരുത് – ഞാൻ കെഞ്ചി. ഞാൻ കരഞ്ഞു. പക്ഷേ, ആ മനുഷ്യൻ യൂണിഫോം തേടുകയായിരുന്നു. ഞാൻ ശക്തി സംഭരിച്ചു. സ്ത്രീത്വത്തിന്റെ ശക്തി. ഞാനയാളെ കട്ടിലിലേക്കു മറിച്ചി ട്ടു. അയാളുടെ മീതെ എന്റെ സ്ത്രീത്വത്തിന്റെ എല്ലാ അശ്വങ്ങളെയും ഞാൻ കടിഞ്ഞാണയച്ചു വിട്ടു. കുതികൊള്ളുന്ന എന്റെ വികാരാവേശ ങ്ങളെ അവഗണിച്ച്, അവയെ തൊഴിച്ചകറ്റി, അയാൾ പോയി. ആ മനു ഷ്യൻ പോയതല്ല, വിധി എന്നിൽ നിന്നു വലിച്ചിഴച്ചു കൊണ്ടുപോകുക യാണുണ്ടായത്. നിസ്സഹായയും നിരാലംബയുമായി ഞാൻ നോക്കിനി ന്നു. എന്റെ ഭർത്താവ് ജീവനോടെ പോകുന്നത് ഞാൻ അവസാനമായി കാണുകയായിരുന്നു. കുട്ടികൾ ഉറങ്ങുകയായിരുന്നു. ഞാൻ ഈ കസേ രയിൽ വന്നിരുന്നു. ഞാൻ കാതോർത്തിരുന്നു. ഞാൻ കരയുകയായിരു ന്നു. ഞാൻ, ഞാൻ മാത്രമാണ് ഈ ലോകത്തുള്ളതെന്ന് എനിക്കപ്പോൾ തോന്നി. കമ്പനിയിൽ നിന്നു കേൾക്കാൻ പോകുന്ന പൊട്ടിത്തെറിയുടെ നടുക്കം ഏറ്റുവാങ്ങാൻ എന്റെ സിരാതന്തുക്കൾ വിജ്യംഭിച്ചു നിന്നു.

നീയൊന്ന് ആലോചിച്ചുനോക്ക്, ഞാനനുഭവിച്ച നരകയാതന. ലോകത്ത് ഒരു സ്ത്രീക്കും ഇത്തരത്തിലൊരു ഭീകരാനുഭവം ഉണ്ടാവാനിടയില്ല. ശപിക്കപ്പെട്ട എന്റെ സിദ്ധിയുടെ ബലിമൃഗം ഞാൻ തന്നെയായിത്തീരുകയാണ്. എന്റെ അവസാന ശ്വാസം വരെ ഈ ശാപത്തിന്റെ ദുർഭരഭാരം ഞാൻ തന്നെ ചുമന്നേ പറ്റൂ."

അവൾ പറഞ്ഞു നിർത്തിയപ്പോൾ പെട്ടെന്നു നിശ്ശബ്ദമായ ഒരു ശവപ്പറമ്പുപോലെയായി മുറിയ്ക്കകം.

സൾഫർഡയോക്സൈഡിന്റെ ഗന്ധമുള്ള കാറ്റുവീശി. ഭരതനു ഏലൂരു മണക്കുമ്പോൾ കമ്പനിയിൽ നിന്നു സൈറൺ മുഴങ്ങി.

ഒരു ഷിഫ്റ്റ് കഴിയുന്നു; ഒരു ഷിഫ്റ്റ് തുടങ്ങുന്നു.

അഞ്ച്

പില്ക്കാലത്ത് നിദ്രാലസ്യം ബാധിച്ച മിഴികളോടെ രാത്രിയുടെ മൂന്നാം യാമത്തിലെ ഇരുളിൽ യക്ഷികളെയും പ്രേതങ്ങളെയും കാത്ത് ഭരതൻ ഒളിച്ചിരുന്ന കുറ്റിക്കാടുകൾക്കപ്പുറത്ത് കമ്പനിയുടെ ജനറൽ മാനേജർ ജി ആർ സി പിള്ളയുടെ ക്വാർട്ടേഴ്സിൽ ദൈവപൂജ നടന്നു. വൈകുന്നേരം ആറുമണി മുതൽ ഒൻപതുമണി വരെയാണ് പൂജാകാലം. മുഖ്യമാന്ത്രികൻ ഉമയുടെ അച്ഛൻ ശിവാനന്ദനായിരുന്നു. അയാൾ ടൗൺഷിപ്പിലെ ഏറ്റവും വിശുദ്ധനായ ഭക്തനും കരുത്തനായ മാന്ത്രിക നുമായിരുന്നു. കമ്പനി പുതിയ സ്ഥലം വിലയ്ക്കെടുത്തപ്പോൾ പ്രശ്ന വശാൽ നാഗകോപമുണ്ടാകുമെന്നു കണ്ട് അവയെയെല്ലാം ആവാഹി ച്ചൊഴിക്കാൻ ലോകത്തിന്റെ പലഭാഗത്തുനിന്നും വിദഗ്ദ്ധരായ മാന്ത്രി കരെ ക്ഷണിച്ചുവരുത്തിയ കൂട്ടത്തിൽ ശിവാനന്ദനുമുണ്ടായിരുന്നു. അവ രെല്ലാം തങ്ങളുടെ പ്രത്യേകതരത്തിലുള്ള മാന്ത്രികവിദ്യകളും സ്വയം കണ്ടുപിടിച്ചതും ഈ ആവശ്യത്തിനു മാത്രം ഉപയോഗിക്കാൻ ഉതകു ന്നതുമായ കമ്പ്യൂട്ടറുകളും കൊണ്ട് നാല്പത്തിയൊന്നു ദിവസം നീണ്ടു നിന്ന ഉദയാസ്തമയ പൂജകൾക്കും ഹോമങ്ങൾക്കും ശേഷം ഭൂമിയെ നാഗങ്ങളിൽ നിന്നു പൂർണ്ണമായും വീണ്ടെടുത്ത് കമ്പനിക്കു നല്കി. ഒരു ദക്ഷിണയെന്ന നിലയിൽ ശിവാനന്ദനും ഒരു ജോലി നല്കി. കമ്പനി അയാളോടുള്ള ആദരവും കടപ്പാടും പ്രകടിപ്പിച്ചു. കമ്പനി ജനറൽ മാനേ ജരുടെ വീട്ടിൽ ഒരു പൂജ ചെയ്യേണ്ടിവന്നാൽ അതിന്റെ ഉത്തരവാദിത്വം ഏറ്റെടുക്കുക ശിവാനന്ദന്റെ കടമയായി. അയാൾക്ക് സ്പെഷ്യൽ ഡ്യൂട്ടി അനുവദിച്ചുകൊണ്ട് ജി എം കടലാസുകൾ നേരത്തേ ശരിപ്പെടുത്തി.

ജനറൽ മാനേജർ ജി ആർ സി പിള്ളയുടെ വീട്ടിൽ ഏതോ പ്രേതം കൂടെക്കൂടെ വരുകയും പോകുകയും ചെയ്തു. അനുവാദമില്ലാതെ അനാവശ്യമായി കടന്നുവരുന്നു എന്നതിനു പുറമെ വീട്ടിൽ ഒട്ടേറെ കുഴപ്പ ങ്ങൾ വരുത്തിവെയ്ക്കുകയും കുടുംബാംഗങ്ങളിൽ അസ്വാസ്ഥ്യവും ഭീതിയും സൃഷ്ടിക്കുന്ന പ്രേതത്തോടു പൊരുത്തപ്പെട്ടു പോകാൻ

പിള്ളയ്ക്കും ഭാര്യയ്ക്കും മക്കൾക്കും സാദ്ധ്യമായില്ല. വീട്ടുവേലക്കാർ പ്രേതബാധിത ഗൃഹത്തിൽ കഴിഞ്ഞുകൂടാൻ ആവില്ലെന്നു പറഞ്ഞ് ഒഴിഞ്ഞുപോയി. അവർ ജി എമ്മിന്റെ വീട്ടിലെ പ്രേതത്തെക്കുറിച്ച് ഒട്ടേറെ കഥകൾ ടൗൺഷിപ്പിൽ പറഞ്ഞു പരത്തി. കഥകൾ അധികവും കടുത്ത ചായങ്ങൾ കൊണ്ടു വരച്ചവയാണെങ്കിലും അവയ്ക്ക് സത്യത്തിന്റെ അസ്ഥിബലം ഉണ്ടായിരുന്നു.

ജി ആർ സി പിള്ളയുടെ ഇളയമകൻ ബുദ്ധിക്കു പ്രായത്തിനൊത്ത വളർച്ചയില്ലാത്ത യുവാവായിരുന്നു. അവന്റെ രണ്ടു ചേച്ചിമാർക്കും ആവ ശ്യത്തിലധികം ബുദ്ധിയുണ്ടായിരുന്നു. അവർ കോളേജിൽ പഠിച്ച് ഒട്ടേറെ ബിരുദങ്ങൾ നേടുകയും ടൗൺഷിപ്പിലെ പെൺകുട്ടികൾ ചെയ്യാറുള്ള തുപോലെ ഷട്ടിൽ ബാഡ്മിന്റൺ കളിയിൽ ദേശീയ ചാമ്പ്യന്മാർ ആകു കയും ചെയ്തു.

പ്രേതത്തിന്റെ ആദ്യത്തെ ആക്രമണമുണ്ടായത് പിള്ളയുടെ ഭാര്യ യുടെ മൂന്നൂറു സാരികളും ഇരുന്നൂറ്റിപ്പത്തു ബ്ലൗസുകളും മറ്റനേകം അടി വസ്ത്രങ്ങളും വളരെക്കുറച്ച് ആഭരണങ്ങളും വെച്ചിരുന്ന ഗോദ്റെജ് സ്റ്റീൽ അലമാരയിലാണ്. പൂട്ടിവെച്ചിരുന്ന അലമാരയുടെ താക്കോൽ ഇരുപത്തി നാലു മണിക്കൂറും ഭാര്യയുടെ എളിയിലായിരുന്നു. എന്നിട്ടും ഒരു ദിവസം ലേഡീസ് ക്ലബിൽ പോകാൻ വസ്ത്രങ്ങൾ തെരഞ്ഞെടുക്കാനായി ലോക്കർ തുറന്നപ്പോൾ കണ്ട കാഴ്ച ആ സ്ത്രീയെ ഞെട്ടിപ്പിച്ചു. അടുക്കി വെച്ചിരുന്ന വസ്ത്രങ്ങളെല്ലാം വലിച്ചുവാരി കുഴച്ചുമറിച്ച് ഇട്ടിരുന്നു. ഭർത്താവ് ഓരോ പ്രാവശ്യവും വിദേശത്തുപോയി വരുമ്പോൾ കൊണ്ടു വന്ന വിലയേറിയ സാരികൾ കത്രികയോ ബ്ലേഡോ ഉപയോഗിച്ച് തലങ്ങും വിലങ്ങും കീറി കഷണങ്ങളാക്കിയിരുന്നു. ആ സ്ത്രീ പൊട്ടി ക്കരഞ്ഞുകൊണ്ട് വീട്ടിൽ ഭൂകമ്പം സൃഷ്ടിച്ചു. വേലക്കാരും മക്കളും പിള്ള പോലും പ്രത്യേകം പ്രത്യേകം ചോദ്യം ചെയ്യപ്പെട്ടു. അവരെല്ലാം മനു ഷ്യൻ ചെയ്യാനിടയില്ലാത്ത ആ പ്രവൃത്തികണ്ട് അന്തംവിട്ടുനിന്നു. ഒടു വിൽ ഭൂകമ്പം താനേ അടങ്ങി.

പ്രേതത്തിന്റെ അടുത്ത ആക്രമണം പിള്ളയുടെ ഔദ്യോഗിക ഫയ ലുകളും മറ്റനേകം രേഖകളും വെച്ചിരുന്ന മേശപ്പുറത്തായിരുന്നു. ഒരു കിലോഗ്രാം മുളകു പൊടിയും രണ്ടു കുപ്പി ചെൽപാക്കുമഷിയും മേശ പുറത്താകെ വാരിവിതറുകയും കോരി ഒഴിക്കുകയും ചെയ്തുകൊണ്ട് പ്രേതം ഹോളി ആഘോഷിക്കുകയായിരുന്നു.

ടൂത്ത് പേസ്റ്റിന്റെ ട്യൂബുകൾ ഞെക്കി പേസ്റ്റ് ഒരു വെളുത്ത വടി പോലെ പ്രദർശിപ്പിക്കുക, ടോയ്‌ലറ്റുസോപ്പുകൾ കത്തി കൊണ്ട് അരിഞ്ഞു കൂട്ടുക, പെൺകിടാങ്ങളുടെ ബ്രേസിയേഴ്സുകളുടെ കപ്പുക ളിൽ ദ്ധാരമുണ്ടാക്കുക, അവരുടെ ഷാമ്പു ഒഴിച്ചുകളഞ്ഞ് പകരം മൂത്രം നിറച്ചുവെക്കുക തുടങ്ങി അത്ഭുതങ്ങളുടെ ഒരു പരമ്പര ആരചിച്ചേലകൊണ്ട് പ്രേതം വീട്ടിലെമ്പാടും തന്റെ അനിഷേധ്യമായ സാന്നിദ്ധ്യം അവിസ്മ രണീയമാക്കി.

ആദ്യമാദ്യം ഒരു കുടുംബ രഹസ്യമെന്ന നിലയിൽ ജി ആർ സി പിള്ള ക്ഷമിക്കുകയും പൊറുക്കുകയും ചെയ്തു. ഈവക കാര്യങ്ങൾ അന്യരോടു പറയുന്നതുതന്നെ തന്റെ നിലയ്ക്കു യോജിക്കാത്ത താണെന്ന് അയാൾ കരുതി. ഒടുവിൽ ഒഴിഞ്ഞുപോയ വീട്ടുവേലക്കാരിയി ലൂടെ കഥകൾ പുറത്തേക്ക് ഒഴുകാൻ തുടങ്ങിയപ്പോൾ അയാൾ ശിവാ നന്ദനെ സമീപിച്ചു. അങ്ങനെയാണ് ഭദ്രകാളീപൂജയിൽ കാര്യങ്ങൾ ചെന്നെത്തിയത്.

പക്ഷേ, ജി എമ്മിന് വീട്ടുകാര്യങ്ങളിലോ പൂജയിലോ പൂജ ഒരു നിർബ്ബന്ധമാക്കിത്തീർത്ത പ്രേതത്തിലോ ശ്രദ്ധിക്കാൻ സമയമുണ്ടായി രുന്നില്ല. പിറ്റേന്നു നടക്കാനിരിക്കുന്ന കോൺഫറൻസ് ആയിരുന്നു അയാളുടെ തലയ്ക്കകത്ത്. അയാളുടെ വീട്ടിലെ ഓഫീസുമുറി ഫയലു കളും മറ്റനേകം കടലാസുകളും കൊണ്ടു നിറഞ്ഞു. ദില്ലിയിൽ നിന്നു പി ബി യുടെ നിർദ്ദേശങ്ങളും കുറിമാനങ്ങളും ആജ്ഞകളും ഗൈഡ് ലൈനുകളും അടങ്ങുന്ന ഫയലുകൾ തന്നെയുണ്ട് അറുപതിലധികം. കഴിഞ്ഞ പതിമ്മൂന്നു ദീർഘകാല കരാറുകളുടെ കോപ്പികൾ, കമ്പനി യിലെ ആറായിരത്തി അഞ്ഞൂറ്റിയെഴുപതു ജീവനക്കാരെ പ്രതിനിധീക രിക്കുന്ന ഇരുപത്തിയൊൻപതു അംഗീകൃത യൂണിയനുകളുടെയും അംഗീകാരം ഇനിയും ലഭിച്ചിട്ടില്ലാത്ത പതിനൊന്നു യൂണിയനുകളുടെയും വ്യത്യസ്ത സ്വഭാവമുള്ള മെമ്മോറാണ്ടങ്ങൾ തൊഴിലാളി യൂണിയനുകൾ പലപ്പോഴായി നല്കിയിട്ടുള്ള അപേക്ഷകളും ഭീഷണിക്കത്തുകളും ശുപാർശകളും വേറെവേറെ തിരിച്ച് അക്ഷരങ്ങൾകൊണ്ട് തിരിച്ചറിയാ വുന്ന ഫയലുകൾ. മാനേജ്മെന്റ് ഓരോ സന്ദർഭത്തിൽ പുറപ്പെടുവിച്ചി ട്ടുള്ള ബുള്ളറ്റിനുകളും വിജ്ഞാപനങ്ങളും അതതിന്റെ സ്വഭാവമനുസ രിച്ച് തിരിച്ചടയാളപ്പെടുത്തിയ ഫയലുകൾ. അവയ്ക്കിടയിൽ ഇരുന്ന് അയാൾ നിശ്ശബ്ദമായി കരഞ്ഞു. പിറ്റേന്ന് ചെയർമാന്റെ മഹനീയ സാന്നി ദ്ധ്യത്തിൽ നടക്കാൻ പോകുന്ന കോൺഫറൻസിൽ ദീർഘകാല കരാ റിന്റെ ഒരു രൂപരേഖ സമർപ്പിക്കേണ്ട ഉത്തരവാദിത്വം അയാൾക്കുണ്ടാ യിരുന്നു. കഴിഞ്ഞ കുറേനാളായി അയാളുടെ പി എയും സ്റ്റെനോഗ്രാ ഫറും ഓഫീസിലെ മറ്റനേകം ജോലിക്കാരും കൂടി എഴുതുകയും തിരു ത്തുകയും വെട്ടുകയും കൂട്ടുകയും കുറയ്ക്കുകയും പെരുക്കുകയും ഹരി ക്കുകയും ചെയ്ത ഒരു കെട്ടു കടലാസുകൾ മുൻപിൽവെച്ച് അയാൾ അന്ധാളിച്ചിരുന്നു. ഫിറ്റ്മെന്റ് ബനിഫിറ്റ് ധൃടങ്ങി ട്രാവലിങ് സബ്സിഡിവി വടക്ഷയുള്ള അൻപത്തിയാറ് ആനുകൂല്യങ്ങൾ പത്തരശതമാനത്തിൽ ഒരു ക്കിനിർത്തി വീരിക്കപ്പെടുത്തുള്ള ഭഗീരഥ പ്രയത്നമാണ്, അയാളുടെ തൂക്കം രണ്ടു കിലോഗ്രാം കുറച്ചത്. ഇനിയും വ്യക്തമായൊരു ചിത്രം തെളിഞ്ഞു വന്നിട്ടില്ല. പിറ്റേന്ന് ചർച്ചയ്ക്കെത്തുന്ന ഇരുപത്തിയൊൻപത് അംഗീകൃത യൂണിയനുകളുടെ നൂറ്റിപ്പതിനാറു പ്രതിനിധികളെ എങ്ങനെ നേരിടണ മെന്നതിനെക്കുറിച്ച് വ്യക്തമായൊരു ധാരണ ഇനിന്നും ചുരുത്തിരിഞ്ഞു വന്നിട്ടില്ല. രണ്ടോ മൂന്നാ പ്രഗത്ഭമതികളും പരിചയ സമ്പന്നരുമായ

നേതാക്കളൊഴികെ മറ്റുള്ള പ്രതിനിധികൾ സ്ഥാനത്തും അസ്ഥാനത്തും ഉന്നയിക്കാനിടയുള്ള വിഡ്ഢിത്തങ്ങൾക്കും താൻ മറുപടി പറയേണ്ടി വരുമല്ലോ എന്നോർത്ത് അയാൾ നടുങ്ങി.

കോൺഫറൻസിനു മുൻപുതന്നെ ചെയർമാനെ അയാളുടെ ചേംബറിൽച്ചെന്നു കാണുന്ന കാര്യമോർത്തപ്പോൾത്തന്നെ ജി എമ്മിനു വീട്ടിലെ പ്രേതബാധ എത്രയോ നിസ്സാരമാണെന്നു തോന്നി. കാര്യങ്ങൾ ചെയർമാനെ പറഞ്ഞുബോദ്ധ്യപ്പെടുത്തുക എന്ന ദുഷ്കരമായ കൃത്യ ത്തിലേർപ്പെടുമ്പോൾ അയാൾ ഉന്നയിക്കാനിടയുള്ള സംശയങ്ങളും അവയ്ക്കു നല്കേണ്ട വിശദീകരണങ്ങളും അയാൾ കടലാസ്സിൽ കുറി ച്ചുവെച്ചു. സർവ്വജ്ഞനെന്നു ഭാവിച്ചു കൊണ്ടുള്ള ചെയർമാന്റെ നിർദ്ദേ ശങ്ങൾ ക്ഷമാപൂർവ്വം കേൾക്കാനും അവയെല്ലാം അനർത്ഥങ്ങൾ വരു ത്തിവയ്ക്കാവുന്ന നൂലാമാലകളാണെന്നറിഞ്ഞിട്ടും മഹത്വചനങ്ങളാ ണെന്നു ഭാവിക്കാനും മിതവും വിനയപൂർണ്ണവുമായ വാക്കുകളിലൂടെ ചെയർമാനെ തിരുത്താനും വേണ്ടിവരുന്ന സമയവും ഊർജ്ജവും ജി എമ്മിനു ഒഴിവാക്കാനാവാത്ത വ്യഥകളായി.

പതിനെട്ടു ശതമാനം വർദ്ധനവാണ് തൊഴിലാളികൾ ആവശ്യപ്പെ ടുന്നത്. പരമാവധി പത്തരയേ കൊടുക്കാവൂ എന്ന് പി ബി ഇ. പത്തിൽ ഒതുക്കി നിർത്താനാവുമോ എന്നാണ് ജി എം ചിന്തിച്ചത്. അരശതമാനം ലാഭിക്കാൻ കഴിഞ്ഞാൽ ആ നേട്ടം അയാളുടെ മാത്രമായിരിക്കും. പക്ഷേ, കാര്യങ്ങൾ എവിടെച്ചെന്നെത്തുമെന്ന് ഇപ്പോൾ പറയാൻ വയ്യ. പത്തരശ തമാനമാണെന്നു മനസ്സിലാക്കാൻ കഴിയുന്ന യൂണിയൻ നേതാക്കളുമു ണ്ടെങ്കിലും അവരത് രഹസ്യമാക്കി വെയ്ക്കുമെന്ന കാര്യത്തിൽ ജി എമ്മിന് ഉറപ്പുണ്ട്. ചർച്ചകൾ പരമാവധി നീട്ടിക്കൊണ്ടുപോകുന്ന കാര്യ ത്തിൽ മാനേജ്മെന്റ് ഏറെക്കുറെ വിജയിച്ചിട്ടുണ്ട്.

കോൺഫിഡൻഷ്യൽ എന്ന് ചുവന്ന മഷിയിൽ രേഖപ്പെടുത്തിയ ഫയൽ അയാൾ തുറന്നു. അത് നിറയെ വിജിലൻസ് റിപ്പോർട്ടുകളാണ്. ഓരോ യൂണിയന്റെയും ജനറൽ ബോഡികമ്മിറ്റി മീറ്റിങ്ങുകളുടെ മിനി റ്റ്സ്, ചർച്ചയിൽ ആരെല്ലാം പങ്കെടുത്തു, ആരെന്തു പറഞ്ഞു, ഒടുവിൽ എന്തു തീരുമാനമെടുത്തു എന്നിവ വിശദമായി പ്രതിപാദിക്കുന്ന കടലാ സ്സുകളിൽ അയാൾ സ്വയം നഷ്ടപ്പെട്ടു. റിപ്പോർട്ടിൽ, തൊഴിലാളികളുടെ മനോവീര്യം തകർന്നുകഴിഞ്ഞതായി പറയുന്നുണ്ട്. എന്തെങ്കിലും കിട്ടി യാൽ മതി എന്ന നിലയിലേക്ക് അവരെ എത്തിക്കാൻ കഴിഞ്ഞിട്ടുണ്ട്. യൂണിയൻ ഭാരവാഹികൾ തുടരെത്തുടരെ പരസ്പരവിരുദ്ധമായി പറ യുന്ന കാര്യങ്ങൾ കേട്ടുകേട്ട് മനംകെട്ടതൊഴിലാളികൾ അവരെ വിശ്വസി ക്കാതായിത്തുടങ്ങി. ഈ നിഗമനങ്ങൾ എത്രത്തോളം ശരിയാണെന്നു കണ്ടുതന്നെ അറിയണം. വിജിലൻസ് റിപ്പോർട്ടുകളെ നൂറുശതമാനവും വിശ്വസിക്കവയ്യ. അവരെ പൂർണ്ണമായി വിശ്വസിച്ച് അബദ്ധം പറ്റിയ അവസരങ്ങൾ ഒന്നിലധികമാണെന്ന് ജി എം ഓർത്തു. മാത്രമല്ല, യൂണി യൻ നേതാവായ സേവ്യർ എല്ലാ കണക്കുകൂട്ടലുകളെയും തെറ്റിക്കാനാ

വുന്ന കരുത്തനാണെന്നും അയാൾ ഓർത്തു. സേവ്യർ ശ്രദ്ധേയനായി രുന്നു. അയാൾ ഒരു വ്യക്തി എന്നതിനെക്കാൾ ഏലൂരിലെ തൊഴിലാളി പ്രസ്ഥാനമായിരുന്നു. തൊഴിലാളികൾ സംഘം ചേരുന്നതും വിലപേശു ന്നതും കുറ്റകരമായി കണക്കാക്കിയിരുന്ന കാലത്തുതന്നെ അയാൾ സമ രത്തിന്റെ തീച്ചൂളയിലേക്കു കുതിച്ചു ചാടി. ധീരവും ശക്തവുമായ മനസ്സും എന്തിന്റെ മുൻപിലും പതറാത്ത ആർജ്ജവവും അയാളെ ഒറ്റയാനാക്കി. അയാളെ സ്വാധീനിക്കാവുന്ന എല്ലാ അടവുകളും മാനേജ്മെന്റ് പലപ്പോ ഴായി പ്രയോഗിച്ച് പരാജയപ്പെട്ടു. നിമിഷനേരം കൊണ്ട് അയാൾ തൊഴി ലാളികളെ ഇളക്കിമറിച്ചു. അയാളുടെ സ്വരം ക്രൂരവും ഹൃദയം മൃദുല വുമായിരുന്നു.

ഇരുപത്തിയൊൻപതു യൂണിയനുകൾ തമ്മിൽ നിതാന്ത ശത്രുത വെച്ചു പുലർത്തുകയും തരം കിട്ടിയാൽ മാനേജ്മെന്റിന്റെ രഹസ്യമായ സഹായത്തോടെ ഇതര യൂണിയനുകൾക്കു വേലവെയ്ക്കുകയും ചെയ്യുന്ന ഒരുതരം സമരതന്ത്രം യൂണിയനുകളുടെ പ്രവർത്തന രീതി യായിരുന്നു. ഈ അവസരങ്ങൾ സമർത്ഥമായി മുതലെടുക്കാൻ മാനേ ജ്മെന്റ് എല്ലാ കരുക്കളും നീക്കിയിരുന്നു. അപ്പോഴും എല്ലാവരുടെയും മീതെ ദുഷ്പ്രപാരണങ്ങളുടെ പുകയേല്ക്കാതെ ജ്വലിച്ചു നിന്ന നേതാ വായിരുന്നു സേവ്യർ.

കോൺഫറൻസിൽ സേവ്യറെ പ്രത്യേകം കണക്കിലെടുക്കണം: ജി എം ചിന്തിച്ചു. പതിനഞ്ചുശതമാനമെന്ന് സേവ്യർ ഒരിക്കൽ പറഞ്ഞ തിന്റെ പൊരുളെന്ത്? അയാൾ തെറ്റായി പറഞ്ഞതായിരിക്കുമോ? ആവില്ല. സേവ്യർ ആയതുകൊണ്ട് അങ്ങനെ വരാൻ വഴിയില്ല. പതിനഞ്ച് ജി എമ്മിന്റെ ചിത്രത്തിലെങ്ങുമില്ല. ഭരണകക്ഷിയിൽപ്പെട്ട ആളല്ല. സേവ്യർ. അപ്പോൾ ആ വഴിക്കു കിട്ടിയതല്ല പതിനഞ്ച്. പിന്നെ എവിടെ നിന്ന് ഈ പതിനഞ്ചുവരുന്നു? ജനറൽ മാനേജർ ദീർഘമായി ചിന്തിച്ചു. വിജിലൻസ് റിപ്പോർട്ടുകളും പി ബി ഇയുടെ എല്ലാ ഫയലുകളും തിരഞ്ഞു. ഒരിടത്തുമില്ല പതിനഞ്ച്.

ഒടുവിൽ പിള്ളയ്ക്ക് ഒരു തുള്ളി വെളിച്ചം കിട്ടി. അയാൾക്ക് അവ്യക്തമായി എന്തോ കാണാമെന്നായി. അപ്പോൾ അതാണ്. അതാണു കാര്യം. ഒരു തുറുപ്പു ചീട്ടെന്നമട്ടിൽ ചെയർമാൻ അത് കൈയിൽത്തന്നെ വെച്ചിരിക്കുകയാണ്. താൻ പരാജയപ്പെടുന്നിടത്ത് അയാൾക്കു കടത്തി വെട്ടാനാണ്. ഇത് നീചമായ കളിയാണ്. ഒരേ ടീമിൽത്തന്നെന്നുള്ളവർ പരസ്പരം അവിശ്വസിക്കുകയും പ്ലോട്ട് ചെയ്യുകയും ചെയ്യുക! സേവ്യർ ഒരു പക്ഷേ, അയാളിൽ നിന്നു സമർത്ഥമായി ഭവാർത്തിയതായിരിക്കും. വരട്ടെ, കളി നമുക്കു കാണാം. ജി എം പേഴ്സണൽ ലെറ്റർപാഡിൽ ഒരു അങ്കഗണിതം ചമച്ചു. ഒരു പദമവ്യൂഹം. ഇത് ചെയർമാനുള്ളതാണ്. ഇതിൽ ഞാനവനെ കുടുക്കും. എനിക്കു സഹായത്തിനു സേവ്യർ ഉണ്ടായിരിക്കും. ഞാൻ സേവ്യറെ ആയുധമാക്കി അവനെ വകവരുത്തും. പിള്ളയ്ക്ക് ഒരല്പം ഉന്മേഷം തോന്നി. അയാൾ മേശയുടെ ഏറ്റവും താഴെ

യുള്ള വലിപ്പിൽ നിന്ന് ഒരു പൈന്റിന്റെ കുപ്പിയും ഗ്ലാസും എടുത്തു. കുടിക്കാൻ കൊണ്ടുവെച്ചിരുന്ന തണുത്ത വെള്ളം ചേർത്ത് ഒരു നൂറു മില്ലി അകത്താക്കി. ഒരു കിങ് വിസ് കൊളുത്തി ആഞ്ഞുവലിച്ച് പുക യൂതി, വിടുമ്പോൾ, ഒന്നും നേടാനായില്ലെങ്കിലും നടക്കാൻ പോകുന്ന കളിയുടെ രസമോർത്ത് അയാൾക്കു ചിരി വന്നു.

അപ്പോഴാണ് മണികിലുക്കം കേട്ടത്. അയാൾ നടുങ്ങി. അയാൾ ആ കാര്യം തന്നെ മറന്നുപോയിരുന്നു. വീട്ടിൽ ഭദ്രകാളി പൂജ നടക്കുക യാണ്. ശിവാനന്ദൻ പൂജ ചെയ്യുന്നതിനിടയ്ക്കുള്ള മണിക്കിലുക്കമാണ്. ഛേ! വേണ്ടിയിരുന്നില്ല. അപ്പുറത്ത് പൂജ നടക്കുമ്പോൾ താൻ ഇപ്പുറ ത്തിരുന്നു മദ്യപിക്കുക! കുളിച്ച് ഭക്തിപൂർവ്വം പൂജയിൽ പങ്കെടുക്കുക യാണ് വേണ്ടത്. ഉവ്വ്. ശിവാനന്ദൻ പറഞ്ഞിരുന്നു. സാറിനെ ഞാൻ വിളി ക്കാം. തൊഴാറാവുമ്പോൾ ഞാൻ വന്നു പറയാം.

ജി എമ്മിന്റെ ഭാര്യയും മക്കളും കുളിച്ച് പൂജ നടക്കുന്നിടത്ത് ഒരത്ഭുതം കാണുന്നതുപോലെ ഇരിക്കുകയായിരുന്നു.

ശിവാനന്ദൻ ഒരായിരം സാധനങ്ങൾ ഒരുക്കിയിരുന്നു. അരിപ്പൊടി, മഞ്ഞൾപ്പൊടി. കരിപ്പൊടി, ചുണ്ണാമ്പ്, തെച്ചിപ്പൂവ്, പഴം, കരിക്ക്, കർപ്പൂരം, തിരിനൂല്, നിലവിളക്ക്, എള്ളെണ്ണ, വെളിച്ചെണ്ണ, ആവണപ്പലക, അഷ്ട ഗന്ധം അങ്ങനെ എത്രയോ പദാർത്ഥങ്ങൾ അയാൾ കുളിച്ചുവന്ന് തറ്റു ടുത്ത്, ചുവന്ന കട്യാവുകൊണ്ട് ഏത്താപ്പുകെട്ടി, പവിത്രമണിഞ്ഞ്, കിണ്ടി യിൽ നിന്നും തീർത്ഥജലമെടുത്ത് പുണ്യാഹം ചെയ്ത്, ആവണപ്പലക മേലിരുന്ന് ഭദ്രകാളിയെ വശീകരിക്കാനുള്ള പൊള്ളുന്ന മന്ത്രങ്ങൾ ചൊല്ലാനും ചിട്ടയനുസരിച്ച് ഓരോ കർമ്മങ്ങൾ ചൊല്ലാനും തുടങ്ങി.

ശിവാനന്ദൻ അറിയിച്ചതനുസരിച്ച് ജി എം ഫയലുകൾ അടുക്കി വെച്ച് കുളിക്കാനൊരുമ്പെട്ടു. അമ്പതു മില്ലി കൂടി അകത്തായപ്പോൾ തനിക്കു കുറെക്കൂടി ഭക്തിവർദ്ധിച്ചതായി അയാൾക്കു തോന്നി. കുളിമു റിയിൽ കയറി വാതിലടച്ചപ്പോൾ താനീ ലോകത്ത് ഒറ്റയ്ക്കാണല്ലോ എന്നോർത്ത് അയാൾ വ്യസനിച്ചു. ഒരു ജൂനിയർ ഓഫീസറായി കമ്പനി യിൽ കയറിയതും പടിപടിയായി ഉയർന്നു ജനറൽ മാനേജർ പദവിയിൽ എത്തിയതും എന്തിനു വേണ്ടിയായിരുന്നുവെന്ന് അയാൾക്കു മനസ്സിലാ കാതായി. ഇതൊക്കെയായിരുന്നുവോ എന്റെ ലക്ഷ്യം? എ സി ചെയ്ത ഒരു വീട്, കാറ്, ആജ്ഞാനുവർത്തികളായ ഒരുപറ്റം കീഴ് ജീവനക്കാർ. സാമാന്യം നല്ലൊരു ബാങ്ക് ബാലൻസ്. ശാന്തി നഗറിൽ വാടകയ്ക്കു കൊടുത്തിരുന്ന വലിയവീട്. ഇവയ്ക്കെല്ലാം എന്താണ് അർത്ഥം? ഭാര്യ, മക്കൾ. ചുമതലകൾ ഇനിയും കിടക്കുന്നു. എനിക്ക് അൻപത്തിനാലു വയസായി. പ്രഷറും ഷുഗറും. നേരിയ അറ്റാക്കുപോലെ എന്തോ ഒരി ക്കൽ. വെറും ഗ്യാസ് ആണെന്നു സമാധാനിക്കും. പക്ഷേ, കുട്ടികൾ ഒന്നു മായില്ല. രണ്ടു പെൺകുട്ടികളെയും വിവാഹം ചെയ്തയക്കണം. എത്ര ലക്ഷം വേണ്ടിവരും ഇളയ ചെക്കനെ കണ്ടാൽ തുക വർദ്ധിക്കാനാണു സാദ്ധ്യത. ബുദ്ധി വളർച്ചയില്ലാത്ത ഒരു ആങ്ങളയുടെ പെങ്ങന്മാരെ

സ്വീകരിക്കണമെങ്കിൽ ചോദിക്കുന്നത് കൊടുക്കേണ്ടിവരും. പെൺകുട്ടി കളുടെ പെരുമാറ്റം അത്ര ശരിയാണെന്നു തോന്നുന്നില്ല. ഇത്രയധികം ഫാഷൻ ആകണമോ? എന്റെ ചെറുപ്പക്കാലത്ത് ഇങ്ങനെയൊന്നുമായി രുന്നില്ല. ഇത്തരം കൂസലില്ലാത്ത പെൺകുട്ടികളെ കുറിച്ചു കേട്ടിട്ടു തന്നെയില്ല. സാരമില്ല. കാലംമാറി വരുകയയല്ലേ? തലമുറകൾ മാറുമ്പോൾ ആചാരങ്ങളും ജീവിതരീതികളും എല്ലാം മാറുമല്ലോ. എങ്കിലും അവ രുടെ അമ്മയെപ്പോലെ ആകാതിരുന്നാൽ മതി.

ജി എം ബാത്ത് ടബ്ബിൽ കിടന്നുകൊണ്ട് ഒരിക്കലും ഓർക്കാൻ ഇഷ്ട മില്ലാത്ത കാര്യങ്ങൾ ഓർത്തുപോയി. അവൾക്ക് എന്തിന്റെ കുറവായി രുന്നു! എല്ലാ സുഖസൗകര്യങ്ങളും ഇല്ലേ? ഉന്നതനായ ഒരു ഉദ്യോഗ സ്ഥന്റെ ഭാര്യ. മൂന്നു കുട്ടികളുടെ അമ്മ. എന്നിട്ടും. രാജാറാം എന്ന തമിഴ നോടൊപ്പം. ചേ! ഓർക്കുമ്പോൾ അറയ്ക്കുന്നു. മറ്റാരെങ്കിലുമായിരുന്നെ ങ്കിൽ എന്തെല്ലാം പൊല്ലാപ്പുകൾ സൃഷ്ടിക്കുമായിരുന്നു. ഞാൻ അറിഞ്ഞ തായിപ്പോലും നടിച്ചില്ല. ഇന്നും അതെല്ലാം എനിക്കറിയാമെന്നു അവൾക്ക റിഞ്ഞുകൂടല്ലോ.

അസ്പഷ്ടമായ മണികിലുക്കത്തിൽ അയാളുടെ ചിന്തകൾ ശിഥില മായി. കുളികഴിഞ്ഞ് വസ്ത്രം മാറി പൂജ നടക്കുന്ന ഹാളിൽ എത്തി. ഈ പൂജ എല്ലാ പ്രേതങ്ങളെയും പിശാചുക്കളെയും എന്നിൽനിന്നും ഈ കുടുംബത്തിൽ നിന്നും ഒഴിച്ചകറ്റേണമേ, അയാൾ പ്രാർത്ഥിച്ചു.

"ഡാഡീ,, ഡാഡീ ദേ പാമ്പ്."

മകൻ കൊഞ്ഞപ്പോടെ പറയുന്നതുകേട്ട് അയാൾ ഞെട്ടി!

"പാമ്പോ! എവിടെ?"

താൻ പിരിച്ചുണ്ടാക്കിയ ഒരു കറുത്ത ചരട് ചൂണ്ടിക്കാട്ടി മകൻ വികൃ തമായി ചിരിച്ചു.

ചെക്കനു ബുദ്ധിയില്ലല്ലോ എന്ന് ഓർമ്മവരാൻ അയാൾക്ക് ഏതാനും നിമിഷം വേണ്ടിവന്നു. ഈ മകനെക്കുറിച്ചായിരുന്നു അയാൾക്കു വേവ ലാതി. അവനു വേണ്ടി വളരെയേറെ ചികിത്സകൾ ചെയ്തു. ബോംബെ യിൽ ഇത്തരം കുട്ടികളെ ചികിത്സിക്കുന്ന ഡോക്ടർ ഉണ്ടെന്നു കേട്ട് അയാൾ അവിടെയും കൊണ്ടുപോയി. മനുഷ്യർ കൈയൊഴിച്ചപ്പോൾ അയാൾ ദൈവങ്ങളിൽ അഭയം കണ്ടെത്തി. നേർച്ചകളും വഴിപാടുകളും ഭജനമിരിക്കലൊക്കെമൂലം അയാളുടെ സമയവും ധനവും ഒട്ടേറെ വ്യർത്ഥ മായി. ഒടുവിൽ അയാൾ അക്കാര്യം പാടേ വിട്ടുകളഞ്ഞു. അവനിപ്പോൾ എന്നാരുണോ അതാണവൻ. അങ്ങനെ ആ വീട്ടിൽ തിന്നുകയയും കുടിക്കു കയയും ഉറങ്ങുകയയും ചെയ്ത് ഓമനിക്കപ്പെടുന്ന ഒരു വളർത്തു മൃഗമെന്ന പോലെ അവൻ ജീവിച്ചു.

നിലവിളക്കുകൾ കെട്ടുപോകാതിരിപ്പാൻ ഫാൻ പ്രവർത്തിപ്പിച്ചിരു ന്നില്ല. ജനലുകൾ തുറന്നിട്ടിട്ടും മുറിക്കകത്ത് നല്ല ചൂട് ഉണ്ടായിരുന്നു. ഒരു പക്ഷേ, ജി എമ്മിന് കുറേക്കാലമായി ഇത്തരം മുറികളിൽ കഴിഞ്ഞു കൂടാനുള്ള അവസരം ഉണ്ടാകാതിരുന്നതുമൂലമാകാം കഠിനമായ ഉഷ്ണം

തോന്നി. അയാൾ കമ്പനിയിലായാലും വീട്ടിലായാലും എ സി മുറിയി
ലാണല്ലോ. പൂജ ചെയ്തിരുന്ന മുറിയിലാകട്ടെ നിലവിളക്കുകളുടെയും
ഹോമകുണ്ഡത്തിന്റെയും ചൂടും പുകയുമുണ്ടായിരുന്നു.

ധ്യാനനിമഗ്നനായിരുന്ന ശിവാനന്ദൻ കണ്ണുതുറന്ന് പരിസരമാകെ
അഭിവീക്ഷിച്ചു. അയാളുടെ മുഖത്ത് ഒരു മന്ദഹാസം വിടർന്നു.

"എന്താ ശിവാനന്ദാ?"

ജി എം ചോദിച്ചു.

"എല്ലാം ശുഭലക്ഷണങ്ങളാണ്. ഭഗോതി പ്രസാദിച്ചിട്ടുണ്ട്."

"ഉവ്വോ!"

അടക്കാനാവാത്ത ആനന്ദത്തോടെയാണ് പിള്ള പറഞ്ഞത്.

ശിവാനന്ദൻ തുടർന്നുള്ള പൂജയ്ക്കായി ചില സാധനങ്ങൾ എടു
ക്കുവാൻ എഴുന്നേറ്റു. അയാൾ അമ്പരന്നു പോയി.

അരിപ്പൊടി മഞ്ഞൾപ്പൊടിയാകുകയും മഞ്ഞൾപ്പൊടി അരിപ്പൊടി
യാകുകയും ശർക്കര നാളികേരമാകുകയും നാളികേരം ശർക്കരയാവു
കയും തെറ്റിപ്പൂ തുളസിപ്പൂവാകുകയും തുളസിപ്പൂ തെച്ചിപ്പൂവാകുകയും
ചെയ്തിരിക്കുന്നു.

ഇത്തരം മറിമായങ്ങൾ ശിവാനന്ദനു തികച്ചും അപരിചിതമായിരുന്നു.
തനിക്കെവിടെയോ പിഴച്ചുവെന്നും പ്രായശ്ചിത്തം ഉടനെ ചെയ്യുകയാണു
വേണ്ടതെന്നും മനസ്സിലായി. എന്നാൽ വേണ്ട സാധനങ്ങൾ എല്ലാമു
ണ്ടല്ലോ എന്നോർത്തപ്പോൾ തിരിമറികളെക്കുറിച്ചു പറഞ്ഞ് കൂടുതൽ കുഴ
പ്പങ്ങൾ സൃഷ്ടിക്കാതിരിക്കുകയാണു നല്ലത് എന്നു കരുതി അയാൾ അതി
നെക്കുറിച്ചു ഒന്നും മിണ്ടിയില്ല.

ആറ്

ഏലൂരിലെ ചാപിള്ളകൾ ഒരു എൽ ബി ഡബ്യുവിന്റെ തെറ്റിദ്ധാര
ണയിൽ നിരന്തരം ബഹളമുണ്ടാക്കി ബാറ്റ്സ്മാനെ കൈയൊഴിയുകയാ
യിരുന്നു. അവൻ ഓപ്പണർ ആയിരുന്നു. അഞ്ചാമത്തെ ഓവറിൽ അവൻ
തളർന്നു. പക്ഷേ, ചീറിവരുന്ന ബൗളിങ്ങിൽ അവൻ പതറിയില്ല. ബാറ്റ്
ആഞ്ഞു വീശുമ്പോൾ നെഞ്ചിൻകൂടിൽ കിളി ചിറകടിച്ചു പിടഞ്ഞു.
പിന്നെ പിടിച്ചു നിൽക്കാനായില്ല.

വിശാലമായ ഗ്രൗണ്ടിന്റെ വടക്കെയറ്റത്തെ പിച്ചിൽ അവൻ കുഴഞ്ഞു
വീണു. കുട്ടികൾ ഓടിക്കൂടി. എന്തുചെയ്യണമെന്നറിയാതെ അവർ
പകച്ചു. മറ്റൊന്നും ചെയ്യാനില്ലാതിരുന്നതിനാൽ ഗ്രൗണ്ടിന്റെ അരമതിലി
ന്മേലിരുന്ന് ഭരതൻ കളി കാണുകയായിരുന്നു. ഞൊടിയിടകൊണ്ട് അവൻ
കുഴഞ്ഞു വീണ കുട്ടിയെ വാരിയെടുത്ത് നിരത്തിലേക്കോടി. ആദ്യം വന്ന
വാഹനം തടഞ്ഞു നിർത്തി. അവനോടൊപ്പം രണ്ടു മൂന്നു കുട്ടികൾ കൂടി
വണ്ടിയിൽ കയറി. അവർ ഏതാനും മിനിട്ടുകൾക്കുള്ളിൽ ആശുപത്രി
യിലെത്തി.

ഡോക്ടർ രോഗിയെ പരിശോധിക്കുമ്പോൾ ഭരതൻ കൂടെ വന്ന കുട്ടി കളോടു പറഞ്ഞു:

"നിങ്ങളാരെങ്കിലും ഉടനെ ഇവന്റെ വീട്ടുകാരെ അറിയിക്ക്."

കുട്ടികൾ ഓടിപ്പോയി.

ഭരതൻ അസ്വസ്ഥനായി. ഈ ലിറ്റിൽ മാസ്റ്റർ ആരുടെ മകനാണ്? എന്താണ് അവന് അസുഖം? വീട്ടുകാരെ വിവരമറിയിക്കാതെ ആശുപ ത്രിയിൽ കൊണ്ടുവന്നത് ശരിയാണോ? അല്ലെങ്കിൽ അതല്ലേ ശരി? ഏതൊരു മനുഷ്യനും ചെയ്യേണ്ട ധർമ്മല്ലേ ഭരതൻ ചെയ്തത്. ഒരുപ ക്ഷേ, ഉടനെ ആശുപത്രിയിലെത്തിക്കാൻ കഴിഞ്ഞതുകൊണ്ട് ഒരു ജീവൻ രക്ഷപ്പെടുകയാവാം. അല്പം വൈകിപ്പോയിരുന്നെങ്കിൽ!

ഡോക്ടർ ചോദിച്ചു:

"ഈ കുട്ടിയെ കൊണ്ടുവന്നതാരാണ്?"

"ഞാൻ."

"നിങ്ങൾ കുട്ടിയുടെ ആരാണ്?"

"ആരുമല്ല. ഞാനീ കുട്ടിയെ അറിയില്യ. മാതാപിതാക്കളെ അറിയി ക്കാൻ ആളെ അയച്ചിട്ടുണ്ട്. അവരിപ്പോൾ വരും."

"കുട്ടിയെ അഡ്മിറ്റ് ചെയ്യണം. ബാഡ്ജ് നമ്പർ അറിയാമോ? "

"ഞാനതല്ലേ പറഞ്ഞത്. എനിക്കൊന്നും അറിയില്യ. അവരിപ്പോൾ വരും."

കുട്ടിക്കു നല്കിയ ഇഞ്ചക്ഷന്റെ ഫലം കണ്ടു. അവൻ കണ്ണുകൾ തുറന്നു. ഭരതന് ആശ്വാസമായി. താൻ ഒരാളെ മരണത്തിൽ നിന്നു രക്ഷി ച്ചുവെന്ന് അവൻ അഭിമാനിച്ചു. കുട്ടിയെ മാതാപിതാക്കളെ ഏല്പിക്കാതെ ഭരതന് അവിടെനിന്ന് പോകാനാകാതായി. അവർ എപ്പോഴാണ് എത്തി ച്ചേരുകയെന്ന് ആരറിഞ്ഞു! കുട്ടികളെ കളിക്കാൻ വിട്ട് എറണാകുളത്ത് ഷോപ്പിങ്ങിനോ സിനിമയ്ക്കോ പോകുന്ന മാതാപിതാക്കളാണ് ടൗൺഷി പ്പിൽ ഏറെയും. അങ്ങനെയെങ്കിൽ അവർ എത്തിച്ചേരുന്നത് രാത്രിയി ലായിരിക്കും.

രോഗിയെ വാർഡിൽ കൊണ്ടുപോയി കിടത്തി. അവൻ കണ്ണടച്ചു കിടന്നു. ഉറങ്ങുകയാണോ? ഉറങ്ങാനുള്ള മരുന്ന് കുത്തിവെച്ചിട്ടുണ്ടാകാം. കട്ടിലിന്റെ അരികിലുള്ള കസേരയിൽ പുറത്തേക്കു നോക്കി ഭരതൻ ഇരുന്നു.

ഒരു പകൽ കത്തിത്തീരുകയായിരുന്നു. ഇരുളിന്റെ നേർത്ത പുക ച്ചുരുളുകൾ പരന്നു തുടങ്ങി. അകലെ ആകാശത്ത് ഒരുപറ്റം പക്ഷികൾ പറന്നകന്നുപോയി. ടൗൺഷിപ്പിൽ വിളക്കുകൾ തെളിഞ്ഞു. ഭരതന് താൻ ഏലൂരിൽ ചുറ്റിത്തിരിയുന്നതിന്റെ സാംഗത്യം പിടികിട്ടാൻ വൈകി. കഴി യുന്നതും വേഗം അവിടെ നിന്നു പോകണമെന്നാണ് അവർ വിചാരിച്ചത്. എന്റെ വേരുകളൊന്നും ഇവിടെയില്ല, എന്നെ ഇവിടെ പിടിച്ചു നിർത്താ വുന്ന ഒന്നും തന്നെയില്ല, ഇല്ലേ? ഒന്നും ഇല്ലേ? ഉം. ഒരേയൊരു പ്രാവശ്യം

കണ്ടതേയുള്ളൂ. പക്ഷേ, അവളിൽനിന്ന് എനിക്കു രക്ഷയില്ല. എനിക്കവളോട് അനുരാഗമല്ല; മറ്റെന്തോ ആണ്. ഏതോ ഒരു ചങ്ങലകൊണ്ട് അവളെന്നെ ബന്ധിച്ചു നിർത്തിയിരിക്കുന്നു. ഈ ബന്ധനത്തിൽ നിന്ന് എനിക്കു മോചനമില്ല. എനിക്കെങ്ങും പോകാനാവില്ല. അമ്മായിക്കൊരു തുണയെന്ന നുണയിൽ തൂങ്ങി ഞാനിവിടെ അള്ളിപ്പിടിച്ചു കിടക്കും.

എന്തെങ്കിലും ഒരു കാരണമുണ്ടാക്കി ഉമയെച്ചെന്നു കാണണമെന്നും അവളോടു ഏറെനേരം സംസാരിക്കണമെന്നും ഭരതൻ തീരുമാനിച്ചു.

അടുത്ത കട്ടിലുകളിലുള്ള രോഗികളെയോ അവരെ ശുശ്രൂഷിക്കാൻ നില്ക്കുന്ന ബന്ധുജനങ്ങളെയോ ഭരതൻ ശ്രദ്ധിച്ചില്ല. സ്വന്തം മുറിവുകളിൽ നക്കിയിരിക്കുന്ന ഒരു വന്യമൃഗത്തെപ്പോലെയായിരുന്നു അവൻ. കൊടുങ്കാട്ടിൽ താൻ ഒറ്റയ്ക്കാണെന്നവൻ കരുതി.

കുടലിൽ ക്യാൻസറാണെന്നു വിശ്വസിച്ചിരുന്ന ഒരു വൃദ്ധനായിരുന്നു തൊട്ടടുത്ത കട്ടിലിൽ. അയാൾക്ക് വിശപ്പില്ലായ്മ എന്ന മഹാവ്യാധിയായിരുന്നു തുടക്കം. ഏതാണ്ട് മദ്ധ്യപ്രായം കഴിയുവോളം അയാൾ ഒരു പാട് തിന്നു നിറച്ചു. ജീവിതമെന്നാൽ ഭക്ഷണം കഴിക്കലാണെന്ന് ഭരതന്റെ അമ്മാവനെക്കാൾ ശക്തിയായി അയാൾ വിശ്വസിച്ചു. ഒരു ദിവസം അയാൾ രണ്ടു വിവാഹസദ്യകളിൽ പങ്കുകൊണ്ടു. ഒരു സസ്യ ഭക്ഷണവും മറ്റേത് സസ്യേതരവുമായിരുന്നു. രണ്ടിനും തമ്മിലുള്ള അകലം ഒന്നരമണിക്കൂർ ആയിരുന്നു. അന്നുരാത്രി അയാൾ ഛർദ്ദിച്ചു. പിറ്റേന്ന് ഉണർന്നെണീക്കുമ്പോൾ നന്നേ ക്ഷീണം തോന്നി. കുളികഴിഞ്ഞു വന്നപ്പോൾ മേശപ്പുറത്തു വിളമ്പി വെച്ചിരുന്ന പതിന്നാല് ഇഡ്ഡലിയും ഒരു കിണ്ണം നിറയെ ചട്ണിയും കണ്ടപ്പോൾ അറച്ചു. നന്നേ പ്രായസപ്പെട്ടാണ് അല്പം ചായകുടിച്ചത്. പിന്നീട്, കഴിഞ്ഞ നാലുകൊല്ലവും ഏഴു മാസവും ഇരുപത്തിയൊന്നു ദിവസവുമായി അയാൾ തിളപ്പിച്ചാറ്റിയ വെള്ളമല്ലാതെ ഒരു ഭക്ഷണ പദാർത്ഥവും കഴിച്ചിട്ടില്ല. ശാരീരികമായി യാതൊരു കുഴപ്പവുമില്ലായിരുന്നു. എന്നാൽ തനിക്ക് ക്യാൻസർ ആണെന്നു വിചാരം കൊണ്ട് അയാൾ മാനസ്സികമായി അമ്പേ തകർന്നിരുന്നു.

ഭരതന്റെ അടുത്തുവന്ന് കുട്ടിയെ നോക്കി വൃദ്ധൻ ചോദിച്ചു:
"ഈ കൊച്ചനേതാ?"
"എനിക്കറിഞ്ഞൂടാ."
"ഇതാ, നല്ല കൂത്ത്. ആരാണറിയാണ്ടാ അടുത്തിരിക്കുന്നെ?"
ഒരു വിശദീകരണം നല്കാൻ ഭരതൻ തയ്യാറല്ലായിരുന്നു.
വൃദ്ധൻ പറഞ്ഞു:
"കേട്ടോ മോനെ, ഇപ്പം പിടികിട്ടി. ഇത് നമ്മുടെ ശിവാനന്ദന്റെ മോനാ. ശിവാനന്ദനെ അറിയത്തില്ലേ? എന്റെ മോനും ശിവാനന്ദനും ഒരേ സ്ഥലത്താ പണി. പക്ഷേ, രണ്ടുപേരും രണ്ടു യൂണിയനിലാ. എന്റെ മോൻ സേവ്യറിന്റെ യൂണിയനിൽ, ശിവാനന്ദൻ;"

വൃദ്ധന് ഓർക്കാൻ കഴിഞ്ഞില്ല.

ഭരതൻ പലവട്ടം കേട്ടുകവിഞ്ഞതാണ് സേവ്യറിന്റെ പേര്. കമ്പനി ജീവനക്കാർ സംസാരിക്കുമ്പോഴെല്ലാം ആ പേര് ഓടിയെത്തും. തൊഴിലാളിയൂണിയനുകളെക്കുറിച്ച് തീരെ മതിപ്പില്ലാതിരുന്നിട്ടും ആവർത്തിച്ചു കേൾക്കാറുള്ള സേവ്യറിനെക്കുറിച്ച് കൂടുതൽ അറിയണമെന്നും അയാളെ പരിചയപ്പെടണമെന്നും ഭരതനു തോന്നി.

വൃദ്ധൻ ഷർട്ടു പൊക്കി കാണിച്ചു.

"ഇത് വീർത്തിരിക്കുന്നതു കണ്ടോ? ഒരുപാടു തിന്നിട്ടാണന്നല്ല്യോ മോൻ വിചാരിക്കുന്നത്? എന്നാ കേട്ടോ, കഴിഞ്ഞ നാലുകൊല്ലവും ഏഴു മാസവും ഇരുപത്തിയൊന്നു ദിവസവുമായി ഞാനെന്തെങ്കിലും തിന്നിട്ട്. എന്റെ വയറു നിറയെ മറ്റവനാ. ആര്? ക്യാൻസർ. എനിക്കിനി അധികം ആയുസ്സില്ല മോനേ. ഇവിടത്തെ ഡോക്ടർമാർക്കെല്ലാം അതറിയാം. പക്ഷേ, അതൊന്നും അവർ പറയത്തില്ല."

ഭരതൻ ചോദിച്ചു:

"അപ്പോ അപ്പൂപ്പൻ ഇവിടെ കെടക്കാൻ തൊടങ്ങീട്ട് എത്ര കാല മായി?"

"ഞാൻ പറയാം." വൃദ്ധൻ വിരലിൽ കണക്കു കൂട്ടിപ്പറഞ്ഞു. – "ഇന്നേക്കു പതിന്നൊന്നു ദിവസമായി."

"അതെന്താ വെശപ്പില്ലായ്മ വർദ്ധിച്ചോ?"

വൃദ്ധൻ പൊട്ടിച്ചിരിച്ചു:

"അതെങ്ങനെ വർദ്ധിക്കാനാ മോനേ? വെശപ്പില്ല. എന്നാൽ വെശപ്പില്ല. കൂടുതലും കൊറയലുമൊന്നുമില്ല."

"പിന്നെ ഇപ്പോ പ്രത്യേകിച്ച് എന്താ അസുഖം?"

"അതോ, വെശപ്പില്ലായ്മ എന്ന രോഗം പിടിപെട്ട് കൊറെ കഴിയുമ്പം അതിനെക്കാൾ ഭയങ്കരമായ മറ്റൊന്നു കൂടി വരും. അതെന്താണെന്ന റിയോ?"

"എന്താ?"

"കള്ളം പറച്ചിൽ."

ഭരതൻ അമ്പരന്നു

"കള്ളം പറച്ചിലോ? അതെന്താ?"

വിശപ്പില്ലായ്മ രോഗമെന്ന നിലയിൽ നിന്ന് ശരീരം സ്വീകരിച്ചു കഴിഞ്ഞ ഒരു സ്വാഭാവികതയായിത്തീരുകയും ഭക്ഷണം അനാവശ്യമായി പരിഗണിക്കുകയുംന്നും ചെയ്തതോടെ മാനസ്സിക വ്യാപാരത്തിന്റെ ഘടന യിൽ മാറ്റം വരുകയും നുണപറയുക എന്ന രോഗത്തിന് വൃദ്ധൻ കീഴ്പ്പെടുകയും ഉണ്ടായി. സത്യം പറയണമെന്നുവെച്ചാലും അയാൾക്കത് ആകാതായി. നുണയേ പറയാനൊക്കൂ. വൃദ്ധന് ഈ രോഗം പിടിപെട്ടിട്ട് ഏകദേശം രണ്ടു മാസമായി. ആദ്യമൊന്നും ആരും അറിഞ്ഞില്ല. ഒരു ദിവസം മകന്റെ കുട്ടിക്കു കൊണ്ടുവെച്ച പാൽ വൃദ്ധന്റെ കൈകൊണ്ട് തട്ടിമറിഞ്ഞുപോയി. അതാരും കണ്ടില്ല. പൂച്ച തട്ടിമറിച്ചതാണന്നു കിള

വൻ പറഞ്ഞു. മകന്റെ ഭാര്യ അത് വിശ്വസിച്ച് ഇല്ലാത്ത പൂച്ചയെ ഏറെ പ്രാകി. വീട്ടിന്റെ മുറ്റത്തു വെച്ചുപിടിപ്പിച്ചിരുന്ന ചെടികൾ, പടി തുറന്നു കിടന്നിരുന്നതുമൂലം, ആടുവന്നു തിന്നുന്നത് അയാൾ കണ്ടതാണ്. അയൽപക്കത്തെ കുട്ടിയാണ് ചെടികൾ നശിപ്പിച്ചതെന്ന് അയാൾ തറപ്പിച്ചു പറഞ്ഞു. സ്കൂളിൽ പോയിരുന്ന ആ കുട്ടിക്കത് എങ്ങനെ ചെയ്യാൻ കഴിഞ്ഞുവെന്നോർത്ത് പുത്രവധു അതിശയിച്ചു. അതിനെച്ചൊല്ലി ആ കുട്ടിയുടെ അമ്മയുമായി പതിവുപോലെ കലഹിക്കേണ്ടതില്ലെന്ന് അവൾ തീരുമാനിച്ചു. മറ്റൊരിക്കൽ റേഡിയോ ഓൺ ചെയ്ത് അവൾ അടുക്കള യിലേയ്ക്കു പോയതേയുള്ളൂ. അയാൾ ചെന്നത്, ഓഫ് ചെയ്തു പെട്ടെന്നു ശബ്ദം നിലച്ചപ്പോൾ തിരിച്ചുവന്ന അവൾ വിചാരിച്ചത് വൈദ്യുതി പ്രവാഹം നിലച്ചുപോയെന്നാണ്. പക്ഷേ, ഫാൻ കറങ്ങുക യായിരുന്നു. റേഡിയോ സ്വയം ഓഫ് ആയി എന്നയാൾ സങ്കോചം കൂടാതെ പറഞ്ഞു. വൈദ്യുതോപകരണങ്ങളെക്കുറിച്ച് വലിയ പരിജ്ഞാ നമില്ലാതിരുന്ന അവൾക്കത് വിശ്വസിക്കാതിരിപ്പാൻ വയ്യാതായി. മകന് കമ്പനിയിൽ നിന്നു കിട്ടിയ വാർഷികോപഹാരമായ പ്ലാസ്റ്റിക് പാത്രത്തിൽ വൃദ്ധൻ വെള്ളാരൻ കല്ലുകൾ പെറുക്കി നിറച്ചു. പിന്നീട് അതിനെക്കുറിച്ച് അന്വേഷണമുണ്ടായപ്പോൾ താൻ അങ്ങനെയൊരു പാത്രം കണ്ടിട്ടേയി ല്ലെന്ന് പറയുന്നതുകേട്ടപ്പോൾ, മുറ്റത്തിരുന്ന് കല്ലുകൾ പെറുക്കിയിരുന്ന വൃദ്ധന്റെ രൂപം തെളിഞ്ഞുവന്ന അവൾക്ക് ആദ്യമായി സംശയം തോന്നി. ഒരു ദിവസം അയാൾ പടികടന്നു വരുന്നതുകണ്ട് അവൾ ചോദിച്ചു.

"അച്ഛൻ എവിടെ പോയിരുന്നു?"

"ഞാനോ! ഞാനെങ്ങും പോയില്ലല്ലോ."

"പിന്നെ പടി കടന്നു വന്നതോ?"

"ഞാൻ പടിക്കു പുറത്തുപോയില്ലല്ലോ. ഇപ്പോ അകത്തൂന്ന് ഇങ്ങോട്ട് വന്നതേയുള്ളൂ."

കിളവൻ മുഖത്തുനോക്കി പച്ചക്കള്ളം പറയുന്നതുകേട്ട് അവൾ അന്തംവിട്ടുനിന്നു. മറ്റൊരു സന്ദർഭത്തിൽ വൃദ്ധൻ മുൻവശത്തെ ഇറയ ത്തിരിക്കെ അവളുടെ ചേച്ചിയും ഭർത്താവും നാട്ടിൽ നിന്നു വന്നു. ഇവിടെ ആരുമില്ല; അവരെല്ലാം ഗുരുവായൂർക്ക് പോയിരിക്കയാണ് എന്നുപറഞ്ഞ് അയാൾ അവരെ മടക്കിയയച്ചു. നാട്ടിൽ നിന്ന് അവരുടെ കത്തുവന്ന പ്പോഴാണ് കിളവൻ ചെയ്ത ചതിയെക്കുറിച്ച് അവൾക്കു മനസ്സിലായത്.

"ഇനി ക്ഷമിക്കാൻ വയ്യ. നിങ്ങടെ അച്ഛന് ഭ്രാന്താണ്."

അവൾ ഭർത്താവിനോട് പറഞ്ഞു:

ഭ്രാന്തിലും കൂടിയ എന്തെങ്കിലുമായിരിക്കും എന്നു വിചാരിച്ചെങ്കിലും അച്ഛനെ കുറിച്ചു കേട്ട ഈ പരാതിയെക്കുറിച്ച് മകൻ ഒന്നും പറഞ്ഞില്ല. അയാൾ അച്ഛനോടു ചോദിച്ചു:

"അവരോട്, ഞങ്ങൾ ഗുരുവായൂർക്ക് പോയിരിക്കയാണെന്ന് എന്തി നാണച്ഛാ പറഞ്ഞത്?"

"ആരോട്! ഞാൻ ആരോടും ഒന്നും പറഞ്ഞില്ലല്ലോ."

"ഇവിടെ ഇവളുടെ ചേച്ചിയും ഭർത്താവും വന്നില്ലേ?"

"ഇവിടെയാരും വന്നില്ല."

മകന്റെ നിർബ്ബന്ധത്തിനു വഴങ്ങിയാണ് വൃദ്ധൻ ആശുപത്രിയിൽ എത്തിയത്. ഡോക്ടർ ചോദിച്ച ചോദ്യങ്ങൾക്ക് മറുപടിയായി വൃദ്ധൻ പറഞ്ഞതെല്ലാം നുണയായിരുന്നു. മകനെക്കുറിച്ച് പറഞ്ഞത്, അത് തന്റെ അകന്ന ബന്ധത്തിൽപ്പെട്ട അനുജനാണെന്നാണ്. വൃദ്ധൻ സ്വന്തം പേരു പോലും മാറ്റിപ്പറയുന്നതുകേട്ടപ്പോൾ വിശപ്പില്ലായ്മയുടെ അന്ത്യഘട്ട ത്തിൽ വരാവുന്ന നുണപറയുകയെന്ന രോഗമാണ് അയാളെ ബാധിച്ചി രിക്കുന്നതെന്നു ഡോക്ടർക്കു മനസ്സിലായി. ഇന്ത്യയിൽ ഈ രോഗത്തിനു ചികിത്സയുള്ള രണ്ടിടങ്ങളിൽ ഒന്നായിരുന്നു ഏലൂർ. അപ്പോൾത്തന്നെ വൃദ്ധനെ ആശുപത്രിയിലാക്കി. നല്ലൊരു കാര്യം തക്കസമയത്തു ചെയ്യാൻ കഴിഞ്ഞതിലുള്ള കൃതാർത്ഥതയോടെ മകൻ തിരിച്ചുപോന്നു. ഇനി ഇടയ്ക്കൊന്നു ചെന്ന് അന്വേഷിച്ചാൽ മതി. കഞ്ഞിയോ ചോറോ റൊട്ടിയോ പാലോ കൊണ്ടുചെന്നു കൊടുക്കേണ്ടതില്ല. കിഴവനു ഭക്ഷ ണമൊന്നും വേണ്ടല്ലോ. മുഷിയുമ്പോൾ മാറാൻ രണ്ടു ജോഡി വസ്ത്ര ങ്ങൾ എത്തിച്ചാൽ മാത്രം മതി.

ഭരതനോട് രോഗവിവരങ്ങൾ പറയുമ്പോഴും വൃദ്ധൻ ദുഃഖിച്ചത് തന്റെ കുടലുകളെ കാർന്നു തിന്നു കഴിഞ്ഞ ഇല്ലാത്ത രോഗത്തെക്കുറിച്ചാണ്.

ഭരതൻ ചോദിച്ചു:

"ആട്ടെ, അപ്പൂപ്പാ, ഈ നുണയെന്ന രോഗം ചികിത്സിച്ചാൽ മാറുമോ?"

"മാറുമായിരിക്കും."

"എന്താ അപ്പൂപ്പനു കൊറവില്യേ?"

"എനിക്കറിയത്തില്ല."

വൃദ്ധൻ തന്നോടു പറഞ്ഞതെല്ലാം നേരോ നുണയോ എന്നറിയാതെ ഭരതൻ കുഴങ്ങി. അവന്റെ മനസ്സു വായിച്ചിട്ടെന്നപോലെ അയാൾപറഞ്ഞു.

"മോന്, ഞാനീ പറഞ്ഞതൊക്കെ നൊണയാണെന്നു തോന്നു ന്നുണ്ടോ?"

ഭരതൻ മറ്റൊരു ചോദ്യം ചോദിച്ചു:

"ഈ രോഗം പകരുന്നതാണോ?"

"അടുത്തിടപഴകിയാൽ പകരുമെന്നാ ഡോക്ടർ പറഞ്ഞത്. എനിക്കു തന്നെ ഇതെന്റെ മകനിൽ നിന്നോ മരുമകളിൽ നിന്നോ പകർന്നതാവണം."

ഭരതൻ വിചാരിച്ചു: ഇതൊരു രോഗമാണെങ്കിൽ ആരുണ്ട് ഈ വ്യാധി പിടിപെടാത്തവരായി! ഒരുപക്ഷേ, സമൂഹത്തെ സമഗ്രമായി ഗ്രസിച്ചുക ഴിഞ്ഞിരിക്കാം. വ്യക്തമായ ഒരവസ്ഥ ഇല്ലാതായി; ഏറ്റക്കുറച്ചിലുകൾ മാത്രമേയുള്ളൂ.

വൃദ്ധൻ ചോദിച്ചു:

"ആട്ടെ, ഈ കെടക്കുന്ന കൊച്ചന് എന്താപറ്റി?"

ഭരതൻ ഉണ്ടായ സംഭവങ്ങൾ ചുരുക്കിപ്പറഞ്ഞു. ഭരതൻ കുട്ടിയുടെ രക്ഷകർത്താക്കളെ കാത്തിരിക്കുകയാണെന്നു കേട്ടപ്പോൾ വൃദ്ധൻ പറഞ്ഞു:

"അവനിപ്പം വരും, ശിവാനന്ദൻ. അവനു മക്കളെന്നു വെച്ചാ ജീവനാ. അല്ലെങ്കിത്തന്നെ."

അപ്പോഴേക്കും പരിഭ്രമിച്ചുവശായ ശിവാനന്ദനും ഭാര്യയും തിരക്കി ട്ടുവന്നു. അവരോടൊപ്പം ഉമയെ കൂടിക്കണ്ടപ്പോൾ ഭരതൻ അമ്പരക്കു കയും ആഹ്ലാദിക്കുകയും ചെയ്തു.

ഭരതൻ ലജ്ജയില്ലാതെ അവളെ നോക്കിക്കൊണ്ടിരുന്നു. അവളാ കട്ടെ അവനെ പാടേ അവഗണിച്ചു.

കുട്ടി കണ്ണുതുറന്നു. അച്ഛനമ്മമാരെയും ചേച്ചിയെയും കണ്ടപ്പോൾ അവനു സന്തോഷമായി. ഉമ അവന്റെ അരികിൽ കട്ടിലിൽ ഇരുന്നു.

ശിവാനന്ദൻ ഭരതനോടു നന്ദി പറഞ്ഞു. കൃതജ്ഞത പ്രകടിപ്പിക്ക ത്തക്ക ഒന്നും താൻ ചെയ്തിട്ടില്ലെന്നും ആരായാലും ചെയ്യുന്ന ഒരു സാധാ രണ കൃത്യം മാത്രമായി കണക്കാക്കിയാൽ മതിയെന്നും പറഞ്ഞ് ഭര തൻ തന്റെ മഹാമനസ്കത വെളിവാക്കുക വഴി തരംതാണ പ്രകടനം കാഴ്ചവെച്ചു.

"സൗകര്യം കിട്ടുമ്പോൾ വീട്ടിൽ വരൂ."

ഉമയുടെ അമ്മ അവനെ ക്ഷണിച്ചു.

എന്തെങ്കിലും കാരണമുണ്ടാക്കി ഉമയുടെ വീട്ടിൽ പോകണമെന്ന് അവൻ നേരത്തേ നിശ്ചയിച്ചിരുന്നതാണല്ലോ. ഇപ്പോൾ അവനു ക്ഷണം കൂടി കിട്ടിയിരിക്കുന്നു.

"ഞാൻ വരാം. പക്ഷേ,"

ശിവാനന്ദൻ ക്വാർട്ടേഴ്സിലേക്കുള്ള വഴി പറഞ്ഞുകൊടുത്തു.

"നമ്പർ ഏതാ?"

"നമ്പർ നൂറ്റിപ്പതിനെട്ട്. പക്ഷേ, അത് കാര്യമാക്കണ്ട. ഒട്ടേറെ വീടു കൾക്ക് ഇതേ നമ്പർ തന്നെ കണ്ടെന്നു വരും. നമ്പർ എഴുതി യിട്ടുള്ളതിന്റെ തൊട്ടുതാഴെ ഒരു താമരപ്പൂവിന്റെ പടം ഉണ്ടാകും. അത് ശ്രദ്ധിച്ചാൽ മതി."

ഭരതൻ, താൻ താമസിക്കുന്ന അമ്മാവന്റെ വീടിന്റെ മുൻപിൽ ഒട്ടിച്ചു വെച്ചിട്ടുള്ള ഒട്ടകപക്ഷിയുടെ ചിത്രത്തെ കുറിച്ചോർത്തു. അതാണല്ലോ താൻ വീടിന്റെ അടയാളമായി കണ്ടുവെച്ചിട്ടുള്ളത്.

ഇനിയൊരിക്കൽ കണ്ടാൽ തിരിച്ചറിയാൻ വേണ്ടി ഭരതൻ ശിവാന ന്ദനും അയാളുടെ ഭാര്യയ്ക്കുമുള്ള ചില അടയാളങ്ങൾ നോക്കിവെച്ചു. ശിവാനന്ദന്റെ ഇടത്തെ പുരികത്തിനു മുകളിലുള്ള കറുത്ത മറുകും ഭാര്യ യുടെ വലംകൈത്തണ്ടയിലെ ഒരു കറുത്ത കൊച്ചുതുരുത്തിൽ ഒറ്റപ്പെട്ടു നിന്ന നീണ്ടരോമവും അവൻ മനസ്സിൽ കുറിച്ചിട്ടു. ഉമയുടെ കാര്യത്തിൽ അങ്ങനെയൊരു മുൻകരുതലിന്റെ ആവശ്യം അവനെ സംബന്ധിച്ചിട

ത്തോളം ആവശ്യമില്ലായിരുന്നു. ഏതു വലിയ ആൾക്കൂട്ടത്തിൽവെച്ചും ഞൊടിയിടകൊണ്ട് അവളെ അവനു തിരിച്ചറിയാൻ കഴിയുമായിരുന്നു. അവളുടെ ഉയരം, വണ്ണം, നിറം, ഗന്ധം, ഭാവം, മാത്രമല്ല കൺപീലി കളുടെ നേരിയ ചലനം പോലും അവന്റെ ഓരോ ജീവകോശത്തിലും സജീവ ചിത്രമായി തെളിഞ്ഞുനിന്നു.

ഇനിയും ആശുപത്രിയിൽ ചുറ്റിപ്പറ്റി നില്ക്കുന്നത് അനാവശ്യമാ ണെന്നു കരുതി ഭരതൻ യാത്ര പറഞ്ഞിറങ്ങി.

വിജനമായ വഴിയിലൂടെ അവൻ നടന്നു. നിരത്തിന്റെ ഇരുവശത്തും വിളക്കുകൾ ഉണ്ടായിരുന്നതിനാൽ പാത പകലുപോലെ വ്യക്തമായിരുന്നു. ഇരുവശവും വിശാലമായി പരന്നു കിടന്ന പാഴ്ചെളിപ്പറമ്പുകൾ. ഒരു കാലത്ത് അവിടെ നെൽകൃഷിയുണ്ടായിരുന്നു.

എസ് ഒ ടുവിന്റെയും ക്ലോറിന്റെയും ഗന്ധമുള്ള തണുത്ത കാറ്റ് അവനെ ഉരുമ്മി കടന്നുപോയി. താൻ ലോകത്തിലെ ഏറ്റവും അത്ഭുത കരമായ ഒരു ദ്വീപിൽ ജീവിച്ചിരിക്കുന്നുവെന്ന ബോധം ഒരിക്കൽ കൂടി ഭരതനെ ആഹ്ലാദിപ്പിച്ചു.

വഴിയിൽ ഏറെ പഴക്കം ചെന്ന ഒരു കാർ ചലനമറ്റുകിടന്നു. അതിന്റെ എഞ്ചിൻ മുരളുകയും അമറുകയും ചീറ്റുകയും ചെയ്തെങ്കിലും മുന്നോട്ടു പോകാൻ കൂട്ടാക്കിയില്ല. ഭരതൻ കാറിന്റെ ഉള്ളിലേക്കു കുനിഞ്ഞു നോക്കി. താൻ അച്ഛനാണെന്നു കരുതിയിരുന്ന മാധവൻ നായർ വാഹനം മുന്നോട്ടു നീക്കാൻ വിഫലശ്രമം നടത്തുകയായിരുന്നു. ആളൊഴിഞ്ഞ തക്കം നോക്കി അയാൾ വീതി കൂടിയ ആ നിരത്തിൽ വണ്ടിയോടിക്കാൻ പരിശീലിക്കുകയായിരുന്നു. അവനെ കണ്ടപ്പോൾ മാധവൻ നായർ പറഞ്ഞു:

"പ്ലീസ് ഒന്നു ഹെല്പ് ചെയ്യൂ."

"അച്ഛാ. ഞാനെന്താണു ചെയ്യേണ്ടത്?"

വടക്കെ ഇന്ത്യയിൽ ജീവിച്ചിരുന്ന ആളായിരിക്കാം ചെറുപ്പക്കാര നെന്ന് മാധവൻ നായർ കരുതി.

"ഒന്നനക്കിത്തരൂ."

ഭരതൻ വാഹനത്തിന്റെ പിറകിൽച്ചെന്ന് ശക്തിമുഴുവൻ സംഭരിച്ച് മുന്നോട്ടു തള്ളി. വണ്ടി കുറെ മുന്നോട്ടു നീങ്ങിയെങ്കിലും എഞ്ചിൻ സ്റ്റാർട്ട് ആയില്ല. ഭരതൻ പിന്നെയും പിന്നെയും ആഞ്ഞാഞ്ഞ് തള്ളി. അവൻ വിയർത്തു കുളിച്ചു. കിതച്ചു. പെട്ടെന്ന് 'ഭും' എന്ന ശബ്ദത്തോടെ എഞ്ചിൻ സ്റ്റാർട്ട് ആവുകയും കറുത്തു കനത്ത പുകയുടെ ഒരു തുരങ്കം പിന്നി ലാക്കി വാഹനം കുതിച്ചു പായുകയും ചെയ്തു.

വിറച്ച് വിറച്ച് ഇരമ്പി, പുക തുപ്പി പാഞ്ഞുപോകുന്ന ആ പഴയ ഇരുമ്പുസാധനത്തിന്റെ പുറകിലെ ചുവന്ന വെളിച്ചം കണ്ണിൽ നിന്നു മറയും വരെ ഭരതൻ നോക്കിനിന്നു കിതച്ചു.

ഏഴ്

ശിവാനന്ദന് എത്ര ആലോചിച്ചിട്ടും മകന് അസുഖം വരാനുള്ള കാരണം കണ്ടെത്താൻ കഴിഞ്ഞില്ല. അയാൾ ഒരിക്കലും പൂജാവിധികൾ തെറ്റിക്കുകയോ അനുഷ്ഠാനങ്ങളിൽ അപഭ്രംശം വരുത്തുകയോ ചെയ്തില്ല. ഏതു കർമ്മവും ഈശ്വരനിൽ പരിപൂർണ്ണ വിശ്വാസമർപ്പിച്ചു കൊണ്ടാണ് ചെയ്തുപോന്നത്. എന്നിട്ടും എന്തേ ഇങ്ങനെ വരാൻ?

അയാൾ കമ്പനിയിലെ പർച്ചേസ് വിഭാഗത്തിലാണ് ജോലി ചെയ്തി രുന്നത്. രാവിലെ പത്തുമണി മുതൽ വൈകിട്ട് അഞ്ച് മുപ്പതു വരെ. ഇടവേളയൊഴികെയുള്ള സമയം മുഴുവൻ അയാൾ ആരോടും മിണ്ടാതെ ഫയലുകളിൽ ജീവിച്ചു. അക്കങ്ങളും അക്ഷരങ്ങളുമായുള്ള കളികളിൽ അയാൾ ആഹ്ലാദിച്ചു. അയാളുടെ സെക്ഷൻ കമ്പനിയിലെ കാമധേനു വാണെന്ന അപഖ്യാതിക്ക് വളരെ പഴക്കമുണ്ട്. ഫ്രിഡ്ജുകൾ, ഫാനു കൾ, കമ്പ്യൂട്ടറുകൾ, ടെലിവിഷൻ സെറ്റുകൾ, വാട്ടർ കൂളറുകൾ, എ സി സെറ്റുകൾ, സ്റ്റേഷനറി സാധനങ്ങൾ തുടങ്ങി സ്കൂൾ വിദ്യാർത്ഥി കൾക്കു സ്വാതന്ത്ര്യദിനത്തിൻനാൾ വിതരണം ചെയ്യാറുള്ള മധുരപല ഹാരങ്ങൾ വരെ കമ്പനിക്കുവേണ്ടി വാങ്ങിയിരുന്നത് പർച്ചേസ് ഡിപ്പാർട്ടു മെന്റായിരുന്നു. എല്ലാ വാങ്ങലുകൾക്കും കച്ചവടക്കാരിൽ നിന്നും ടെന്റ റുകൾ വേണമെന്ന നിർബ്ബന്ധമുണ്ടായിരുന്നു. ഏറ്റവും ചുരുങ്ങിയ ടെന്റു കൾക്ക് കച്ചവടം ഉറപ്പിച്ച് സാധനങ്ങൾ വാങ്ങുകയെന്ന ലളിതമായ പ്രക്രി യയുടെ പിന്നിൽ എന്തോ ചീഞ്ഞുനാറുന്നുണ്ടെന്ന് ഘ്രാണശക്തി കൂടു തലുള്ളവർ പറഞ്ഞു പരത്തി. പർച്ചേസ് ഓഫീസർ ഒന്നിലധികം പ്രാവശ്യം കേന്ദ്ര രഹസ്യാന്വേഷണ വിഭാഗക്കാരുടെ പിടിയിൽപ്പെടുകയും അത്ഭുതകരമായ മെയ്‌വഴക്കത്തോടെ തടിയൂരിപ്പോരുകയും ചെയ്തതി നുശേഷം മണം പിടിച്ചു നടക്കുന്നവർ കുറഞ്ഞൊന്നു നിശ്ശബ്ദരായി തീർന്നു. കക്കാനും അതിലേറെ നില്ക്കാനും പഠിച്ച, മെയ് കൈയാക്കു കയും കൈ കണ്ണാക്കുകയും ചെയ്ത കൂട്ടത്തിലെ കട്ടുറുമ്പാണു ശിവാ നന്ദനെന്ന പ്രയോഗത്തിനു അലങ്കാരഭംഗിയിൽ കൂടുതലൊന്നുമില്ലായി രുന്നു. എന്തെന്നാൽ പർച്ചേസിലെ ജീവനക്കാരെല്ലാം ഒരൊറ്റ ടീം ആയി ഒരു വീട്ടിലെ അംഗങ്ങളെപ്പോലെ പരസ്പരം സ്നേഹിച്ചും വിശ്വസിച്ചും പ്രവർത്തിക്കുന്നവരാണ്. അവരുടെ കൂട്ടത്തിൽ പുണ്യവാളനോ സാത്താനോ ഇല്ല. ശിവാനന്ദൻ ഒരിക്കലും കൈ നനയ്ക്കാറില്ല. അയാളുടെ കൂടയിൽ മീൻ വീഴുന്നുണ്ടെങ്കിൽ അയാളതിനു ഉത്തരവാദി യല്ല. എല്ലാം ദൈവം തരുന്നുവെന്ന വിശ്വാസമായിരുന്നു അയാളുടെ വ ളർച്ചയുടെ അടിസ്ഥാനവും ആസ്ഥാനവും.

"അയാൾക്ക് പൂജയിൽ നിന്ന് ഒരുപാട് വരവുണ്ട്."

"ചെലര് സ്വർണ്ണം തന്നെ ദക്ഷിണ കൊടുക്കാറുണ്ടത്രേ!"

"നാട്ടിൽ കുറെ ഭൂമി വാങ്ങിയിട്ടുണ്ട്."

"പർച്ചേയ്സിലല്ലേടോ പണി."

"അറിയാത്തകാര്യം പറയരുത്."

"ഇപ്പോ നാട്ടിൽ കെട്ടിടം പണിയിക്യാത്രെ."

"ഓരോരുത്തരുടെ ഭാഗ്യം!"

കമ്പനി ജീവനക്കാർ അപൂർവ്വമായി തന്നെക്കുറിച്ചു പറയാറുള്ള ഇത്തരം പ്രസ്താവനകൾ ശിവാനന്ദനു കേൾക്കാൻ കഴിഞ്ഞില്ല.

അയാൾ ആരോടും അധികം സംസാരിച്ചില്ല. എല്ലാവർക്കും നന്മ വരുത്തണമെന്ന് ഈശ്വരനോടു പ്രാർത്ഥിക്കുക പതിവാക്കി അയാളുടെ ക്വാർട്ടേഴ്സ് ഒരു ദേവാലയം പോലെയായി. പേരുള്ള എല്ലാ ദൈവങ്ങളു ടെയും വലിയ ചിത്രങ്ങൾ ഫ്രെയിം ചെയ്ത് ഭിത്തികളായ ഭിത്തികളി ലൊക്കെ തൂക്കി. പൂജാ മുറിയിൽ ചില മുന്തിയ ദൈവങ്ങളുടെ വിഗ്രഹ ങ്ങളും ചിത്രങ്ങളും പ്രത്യേകമായി പ്രതിഷ്ഠിച്ചു. മുടങ്ങാതെ രണ്ടു നേരം പൂജ നടത്തി. ചന്ദനത്തിരിയുടെയും കർപ്പൂരത്തിന്റെയും അഷ്ടഗന്ധത്തി ന്റെയും ചന്ദനത്തിന്റെയും ഭസ്മത്തിന്റെയും നറുമണമുലാവുന്ന സന്ധ്യാ വേളകൾ പൂജാമണിയുടെ ക്വണിതങ്ങളിൽ ധന്യമായി.

ശിവാനന്ദന്റെ വീട്ടിൽ ഈശ്വരസാന്നിദ്ധ്യം ഉണ്ടെന്നുള്ളതിനു പ്രത്യേ ക്ഷമായ ചില തെളിവുകളുണ്ടായി. ശിവാനന്ദന്റെ ഭാര്യ ചോറു വാർക്കു കയായിരുന്നു. വീട്ടിൽ വേറെയാരും ഉണ്ടായിരുന്നില്ല. ചോറുവെച്ച പാത്ര ത്തിന്റെ അടപ്പ് കൈവിട്ടുപോകയും തിളയ്ക്കുന്ന കൊഴുത്ത കഞ്ഞി കൈകളിലേയ്ക്കു ചൊരിയുകയും ചെയ്തു. പൊള്ളലേറ്റു പുളയുന്ന അവളുടെ നേരെ ഒരു പാത്രം താനേ നിരങ്ങിവന്നു. അതിൽ എന്തെ ല്ലാമോ പച്ചമരുന്നുകൾ അരച്ചുണ്ടാക്കിയ കുഴമ്പായിരുന്നു. "എടുത്തു പുരട്ടൂ-" എവിടെനിന്നോ ആരോ പറഞ്ഞു. അവൾ ആ മരുന്നെടുത്ത് പൊള്ളിയ ഭാഗത്തെല്ലാം പുരട്ടി. ഏതാനും നിമിഷങ്ങൾക്കുള്ളിൽ പൊള്ള ലേറ്റതിന്റെ പാടുപോലും മാഞ്ഞുപോയി. കേട്ടപ്പോൾ ശിവാനന്ദൻ ഇത്രയും പറഞ്ഞു:

"എല്ലാം ഈശ്വരന്റെ ലീല."

ഉമയുടെ മൂന്നരപ്പവന്റെ മാല കാണാതായി. അവളത് കുളിമുറിയിൽ സോപ്പുകിണ്ണത്തിൽ ഊരിവെച്ചതാണ്. കുളികഴിഞ്ഞപ്പോൾ എടുക്കാൻ മറന്നു. അരമണിക്കൂർ കഴിഞ്ഞ്, ഓർമ്മ വന്നപ്പോൾ ചെന്നുനോക്കി. മാല കാണു ന്നില്ല. ആ വീട്ടിൽ അതിനിടയിൽ ആരും വന്നിട്ടില്ല. കുളിമുറിയിൽ ആരും കയറിയിട്ടില്ല. പിന്നെ മാലയെവിടെ? ഉമയുടെ ഓർമ്മപ്പിശകാണെന്നാണ് അവ ളുടെ അമ്മ പറഞ്ഞു. ഉമ ഉറപ്പിച്ചു പറഞ്ഞു:

"എനിക്കൊരു സംശ്യോല്യ. ഞാൻ അവിടെത്തന്യ വെച്ചെ."

"പിന്നെ എവിടെപ്പോകാനാ അത്?"

ശിവാനന്ദൻ വീട്ടിലുണ്ടായിരുന്നു. അയാൾ ബഹളം കേട്ടുവന്നു ചോദിച്ചു:

"എന്താദ്?"

"ഉമേടെ മാല കാണാനില്യാത്രെ. ഇത്തിരിമുമ്പ് കുളിമുറീല് ഊരി വെച്ചിരുന്നുന്നാ പറേണെ."

"ഇപ്പോ അവിടെ ല്യേ?"

"ഇല്യാത്രെ."

ശിവാനന്ദനും ഭാര്യയും ഉമയും വീടു മുഴുവൻ ഒരിക്കൽക്കൂടി തെരഞ്ഞു. മൂന്നരപ്പവന്റെ മാലയില്ല.

ശിവാനന്ദൻ പറഞ്ഞു:

"പേടിക്കണ്ട. മാല നഷ്ടപ്പെടുകയില്ല."

അയാൾ ഒരു ഒറ്റ രൂപ ജപിച്ച് തുണിക്കഷണത്തിൽ പൊതിഞ്ഞു കെട്ടി പൂജാമുറിയിലെ ഇഷ്ടദേവതയുടെ മുൻപിൽ വെച്ചു തൊഴുതു പ്രാർത്ഥിച്ചു. ഏതാനും നിമിഷങ്ങൾ കഴിഞ്ഞ് ക്രിക്കറ്റ് ബാറ്റുമായി ഓടി ക്കിതച്ചുവന്ന മകൻ വിളിച്ചു പറഞ്ഞു:

"അമ്മേ, ദേ, നമ്മുടെ ഇറയത്ത് ഒരു സ്വർണ്ണമാല."

മറ്റൊരത്ഭുതം ജനശ്രദ്ധയാകർഷിച്ചു.

ഒരു രാത്രി, നൈറ്റ് ഷിഫ്റ്റിനു ശേഷം ഇരുപതു സെന്റിമീറ്റർ വ്യാസ മുള്ള ക്ലോറിൻ വാതക പൈപ്പിന്റെ ഒരു വാൽവ് ലീക്കു ചെയ്തു. അര മണിക്കൂർ കഴിഞ്ഞാണ് അതുകണ്ടുപിടിക്കപ്പെട്ടത്. അപ്പോഴേക്കും ഏലൂരിന്റെ അന്തരീക്ഷം ക്ലോറിൻ വാതകം കൊണ്ടു നിറഞ്ഞു കഴിഞ്ഞി രുന്നു. ശക്തിയായ കാറ്റ് എവിടെ നിന്നോ പറന്നെത്തി ക്ലോറിൻ വാത കത്തെ തുരത്തി. പക്ഷേ, ഉറങ്ങിക്കിടന്നവർ ശ്വാസം കിട്ടാതെ പിടഞ്ഞെ ണീറ്റു. തൊണ്ടകാറുകയും ചുമയ്ക്കുകയും ഛർദ്ദിക്കുകയും ചെയ്തു. വണ്ടികൾ സൈറൺ വിളികളോടെ പാഞ്ഞുനടന്ന് ആളുകളെ ആശുപ ത്രികളിൽ എത്തിച്ചു. ആകാവുന്നവരെയെല്ലാം കള്ളോ മോരോ കുടിപ്പി ച്ചു. പുലരുമ്പോൾ കണ്ടത്, തെക്കുകിഴക്കു ഭാഗത്തുകൂടെ കടന്നുപോയ ക്ലോറിൻ പച്ചനിറമുള്ള സസ്യങ്ങളെയാകെ വെളുപ്പിച്ച കാഴ്ചയാണ്. അപ്പോൾ ശിവാനന്ദന്റെ ക്വാർട്ടേഴ്സിലെ എല്ലാ സസ്യജാലവും ഹരിത മനോഹരമായി ചിരിച്ച് തലയാട്ടി നില്ക്കുന്നതു കണ്ട് ജനങ്ങൾ വിസ്മ യിച്ചു.

ശിവാനന്ദന്റെ വീട്ടിലെ അത്ഭുതങ്ങൾ കുറേക്കാലം ടൗൺഷിപ്പിലെ വീടുകളിലെല്ലാം ചർച്ചാവിഷയമായി. വിശ്വാസികൾ ഈശ്വരന്റെ മാഹാ ത്മ്യങ്ങളെ പ്രകീർത്തിച്ചുകൊണ്ടു ശിവാനന്ദന്റെ വളർച്ചയിൽ അസൂയ പ്പെട്ടു. ഏലൂരിൽ യുക്തിവാദികൾക്കും കുറവില്ലായിരുന്നു. ഏത് അത്ഭു തത്തെയും പുച്ഛിച്ചു തള്ളാൻ ബാദ്ധ്യതയുള്ള അവർ പതിവുപോലെ തങ്ങളുടെ കൃത്യം നിർവ്വഹിച്ച് കൃതാർത്ഥരായി.

ഇന്ത്യൻ ദൈവങ്ങളെയും കുറിച്ചും അവളുടെ അത്ഭുതപ്രവർത്തന ങ്ങളെക്കുറിച്ചും കൗതുകം തോന്നിയ ഒരു ഇറ്റാലിയൻ മദാമ്മ ശിവാന ന്ദനെ കാണാനെത്തി. കമ്പനി കാഫെറ്റീരിയായിലെ പ്രധാന പാചക ക്കാരൻ പോറ്റിയാണ് മദാമ്മയെ കൂട്ടിക്കൊണ്ടുവന്നത്. ആയമ്മ കഥകളി മുദ്രകളുടെ ധന്യാത്മകതയെ കുറിച്ചുള്ള ഗവേഷണത്തിനായി എത്തി

യതായിരുന്നു. കഞ്ചാവിന്റെ കള്ളക്കടത്താണ് മുഖ്യലക്ഷ്യമെന്ന അപ
വാദം ചിലർ പറഞ്ഞു പരത്തി. ശിവാനന്ദൻ മദാമ്മയ്ക്ക് ഇന്ത്യൻ ദൈവ
ങ്ങളുടെ പൊരുളും അർത്ഥവും തനിക്കറിയാവുന്ന വിധം വ്യാഖ്യാനിച്ചു
കൊടുത്തു. വിഷ്ണുവിന്റെ നീലനിറവും നാലു കൈകളും ശംഖ് ചക്ര
ഗദാപദ്മങ്ങളും പീതവാസനവും ശ്രീവത്സകൗസ്തുഭങ്ങളും അർത്ഥമാ
ക്കുന്നതെന്തെന്ന് അയാൾ വിശദീകരിച്ചു. പരമേശ്വരന്റെ ജടയും കടന്തു
ടിയും കഴുത്തിലെ കാളകൂടവിഷവും ഗജാജിനവും നിടില നേത്രവും
പുതിയൊരുൾക്കാഴ്ചയോടെ നോക്കിക്കാണാൻ മദാമ്മയെ പ്രേരിപ്പിച്ചു.
മദാമ്മയ്ക്ക് ഏറെ കൗതുകം ജനിപ്പിച്ച ഗണപതിയെക്കുറിച്ച് അധിക
മൊന്നും വ്യാഖ്യാനിക്കാൻ ശിവാനന്ദനു കഴിഞ്ഞില്ല. താൻ കുറേക്കൂടി
പഠിക്കാനുണ്ടെന്നു മാത്രം അയാൾ പഠിച്ചു. ഇറ്റലിക്കാരി ശിവാനന്ദന്റെ
പൂജാമുറിയും ദീപാരാധനയും വീഡിയോ കാസെറ്റിൽ പകർത്തി.
അയാൾ അവളെ എറണാകുളത്തു കൂട്ടിക്കൊണ്ടുപോയി രണ്ടര മണി
ക്കൂർ നീണ്ടുനിന്ന ക്ലബ്ബ് കഥകളി കാണിച്ചുകൊടുക്കുകയും മസാല ദോശ
തീറ്റുകയും ചെയ്തു.

മദാമ്മ സന്തോഷപൂർവ്വം സമ്മാനിച്ച വാൻഗോഗിന്റെ ഒരുചിത്ര
ത്തിന്റെ പകർപ്പ് എവിടെ സ്ഥാപിക്കണമെന്നറിയാതെ അയാൾ അതും
തൂക്കിപ്പിടിച്ച് വീട്ടിലെ എല്ലാ മുറികളിലും ചുറ്റിത്തിരിഞ്ഞു നടന്നു.
ഒരിടത്തും ഒഴിവു കണ്ടെത്താനായില്ല. ഏതെങ്കിലുമൊരു ഇന്ത്യൻ
ദൈവത്തെ കുടിയൊഴിച്ചാലേ വാൻഗോഗിന്റെ ചിത്രത്തിനു ഇടം കിട്ടൂ
എന്ന സത്യത്തിനു മുന്നിൽ അയാൾ മലച്ചു. മദാമ്മയുടെ പുരസ്കാ
രത്തെ അവഗണിക്കാനും വയ്യാതായി. തന്നെ കാണാനെത്തിയ, താൻ
ഒരു ദിവ്യനാണെന്നു വിശ്വസിച്ച വൈദേശിക വിദുഷിയുടെ സ്നേഹനിർഭ
രമായ പുരസ്കാരത്തെ തിരസ്കരിക്കുക ഭാരതീയ സംസ്കാരത്തിനു
ചേർന്നതല്ലെന്ന് അയാൾ കരുതി. ഓരോ ദിവസവും വൈകുന്നേരം പൊതി
യഴിച്ച് അയാൾ ആ ചിത്രം തൂക്കിപ്പിടിച്ച് ചുറ്റിനടന്നു. അഞ്ചാം ദിവസം
ഒട്ടേറെ ലൊട്ടുലൊടുക്കു സാധനങ്ങൾ കുത്തി നിറച്ച അലമാരയിൽ
വാൻഗോഗിനെ തള്ളിക്കയറ്റി.

ഉമയുടെ അനുജൻ മൈനാകത്തെ പിച്ചിൽ വീഴ്ത്തിയ രോഗമെ
ന്താണെന്ന് ആർക്കും മനസ്സിലായില്ല. അവന്റെ രക്തവും വിസർജ്ജ്യ
ങ്ങളും സൂക്ഷ്മമായ പരിശോധനയ്ക്കു വിധേയമായി. എക്സ്റെ പട
ങ്ങൾ എടുക്കുകയും കാർഡിയോളജി പരീക്ഷണങ്ങൾ നടത്തുകയും
ചെയ്തു. ഒന്നു മുതൽ നൂറുവരെയും നൂറുമുതൽ ഒന്നുവരെന്നും
എണ്ണിച്ചും. നൂറുമീറ്റർ ഓടിക്കുകയും നടധ്യുകയും ചെയ്തു. അവനെ
മതിയാവോളം തീറ്റിച്ചു. ചുടുവെള്ളത്തിലും പച്ചവെള്ളത്തിലും കുളിപ്പിച്ചു.
ഒരു കുഴപ്പവും കണ്ടെത്താൻ കഴിഞ്ഞില്ല. എന്നിട്ടും ബാറ്റുചെയ്യുമ്പോൾ
ബോധമറ്റുവീണതിന്റെ രഹസ്യം അജ്ഞാതമായിത്തന്നെ അവശേഷിച്ചു.
മൈനാകം വീട്ടിൽപ്പോകണമെന്നു പറഞ്ഞു ബഹളം കൂട്ടിയെങ്കിലും

ഡോക്ടർമാർ രണ്ടുമൂന്നു ദിവസംകൂടി അവനെ ഒബ്സർവേഷനെന്നു പറഞ്ഞ് ആശുപത്രിയിൽത്തന്നെ കിടത്തി. രാവിലെയും ഉച്ചയ്ക്കും വൈകുന്നേരവും അവന്റെ നാഡീസ്പന്ദനവും ശരീരോഷ്മാവും അളന്നു. പ്രെഷറും ഷുഗറും കൗണ്ട് ചെയ്തു. ശിവാനന്ദൻ മകന് ബിസ്ക്കറ്റുകളും ഓറഞ്ചുകളും ആപ്പിളും മുന്തിരിങ്ങയും വാങ്ങിക്കൊണ്ടുവന്നു. മൈനാകം പകൽ മുഴുവൻ എന്തെങ്കിലും തിന്നുകൊണ്ട് കോമിക്സുകൾ വായിച്ച് കിടന്നു. അവന്റെ അമ്മ അടുത്തു വന്നിരിക്കുകയോ ആശുപത്രിയി ലൊക്കെ ചുറ്റിനടന്ന് പരിചയക്കാരായ പെണ്ണുങ്ങളോട് സംസാരിക്കു കയോ ചെയ്തു. കൂട്ടിന് ആളില്ലാതെ വന്നപ്പോൾ വീട്ടിൽ നിന്നുകൊണ്ടു വന്ന സ്ത്രീകൾക്കുള്ള മാസികകൾ ആദ്യം മുതൽ അവസാനം വരെയും തിരിച്ചും വായിച്ചു.

ശിവാനന്ദൻ കമ്പനിയിൽ പോക്കുമുടക്കിയില്ല. അയാൾ എന്നും വെളുപ്പിനു മൂന്നുമണിക്ക് എഴുന്നേറ്റു. ശരീരം ശുദ്ധമാക്കി പൂജാമുറി യിൽ കടന്നിരുന്ന് ദൈവങ്ങളെ ആവാഹിച്ചുവരുത്തി. അയാളുടെ മണി യൊച്ചയിൽ ദൈവങ്ങളുടെ വായിൽ ഉമിനീരു പറന്നു.

ഒൻപത് അമ്പതിന് അയാൾ ഓഫീസിലേക്കു പോകാനിറങ്ങുമ്പോൾ ഉമ ചോദിച്ചു.

"അച്ഛൻ ഉച്ചയ്ക്ക് ഉണ്ണാൻ വരോ?"

"വരണോ?"

"അച്ഛന്റെ ഇഷ്ടം."

"ഞാൻ കാന്റീനിൽ നിന്നുണ്ടോളാം. നിനക്ക് ഒറ്റയ്ക്കിരിക്കാൻ പേടിണ്ടോ?"

"ഹേയ്."

ഉമ അന്നു കോളേജിൽ പോയില്ല. അമ്മ അനുജന്റെ അടുത്താണ്. അവന് സുഖം പ്രാപിച്ചു വന്നു. രണ്ടോ മൂന്നോ ദിവസത്തിനുള്ളിൽ വീട്ടി ലേക്കു പോരാം.

ഉമയ്ക്കു പിടിപ്പതു ജോലിയുണ്ടായിരുന്നു. സാധാരണമായി വീട്ടു ജോലികൾ ചെയ്തിരുന്നത് അവളുടെ അമ്മയായിരുന്നു. ഉമ ചിലപ്പോൾ അമ്മയെ സഹായിച്ചു. അവൾക്ക് ഒരുപാട് വായിക്കാനുണ്ടായിരുന്നു. പാഠ പുസ്തകങ്ങൾക്കു പുറമെ ആഴ്ചതോറും പത്തിരുപതു നോവലുകളിലെ ഓരോ അദ്ധ്യായം മനസ്സിരുത്തി വായിക്കേണ്ടതുണ്ടായിരുന്നു. കഥകളും കഥാപാത്രങ്ങളും കൂടിക്കുഴഞ്ഞു പോകുന്ന സന്ദർഭങ്ങളിൽ വാരികകൾ വീണ്ടും ചികഞ്ഞെടുത്ത് വായിച്ച് മനസ്സമാധാനം കൈവരുത്തുക എന്ന ശ്രമകരമായ പണിയും അവൾക്കുണ്ടാകാറുണ്ട്.

ഉമ മുറ്റം അടിച്ചുവാരുകയും പാത്രങ്ങൾ തേച്ചുവെളുപ്പിക്കുകയും ചെയ്തു. മുറികളെല്ലാം മാറാല തട്ടി. നിലം തുടച്ചു മിനുക്കി. അവിടെയും ഇവിടെയും കിടന്ന കടലാസുകൾ, പുസ്തകങ്ങൾ, പ്ലാസ്റ്റിക് പാത്രങ്ങൾ, കുപ്പികൾ, പേനകൾ, വസ്ത്രങ്ങൾ എന്നിവ ക്രമപ്പെടുത്തി വെച്ചു.

ചായയും പലഹാരവുമുണ്ടാക്കി അച്ഛനുകൊടുത്തു. അമ്മയ്ക്കും അനു
ജനുമുള്ളത് പാത്രത്തിലാക്കി അടുത്ത വീട്ടിലെ, അനുജന്റെ കൂട്ടുകാ
രന്റെ കൈവശം ആശുപത്രിയിലേക്കു കൊടുത്തയച്ചു. ശിവാനന്ദൻ
കമ്പനിയിൽ നിന്ന് ഉണ്ണാമെന്നു പറഞ്ഞ സ്ഥിതിക്ക് ബാക്കിയുള്ളവർക്ക്
ഉച്ചഭക്ഷണം തയ്യാറാക്കേണ്ടതുണ്ടായിരുന്നു. അതിന് ഇനിയും സമയ
മുണ്ടല്ലോ എന്നു കരുതി. ഉമ അന്നുകിട്ടിയ ആഴ്ചപ്പതിപ്പെടുത്ത് ഏഴാ
മത്തെ നോവലിന്റെ അവസാന ഭാഗം വായിക്കാൻ തുടങ്ങി. പെട്ടെന്ന
വൾ ഭരതനെ കുറിച്ചോർത്തു. അവന്റെ ശരീരത്തിന്റെ ചാരുതയും കണ്ണു
കളുടെ വശ്യതയും ശബ്ദത്തിന്റെ ദാർഢ്യവും അവൾക്കിഷ്ടപ്പെട്ടു. താൻ
കഥകളിൽ പരിചയപ്പെടുന്ന നായകന്മാരെക്കാൾ പൗരുഷമുള്ളവനാണു
ഭരതൻ എന്നവൾക്കു തോന്നി. പക്ഷേ, എന്തോ ഒരു പന്തികേടുണ്ടെന്ന്
ഉമ സംശയിച്ചു. അതെന്താണെന്ന് അവൾ ഏറെ ആലോചിച്ചു. സംസാ
രത്തിലോ പെരുമാറ്റത്തിലോ പ്രകടമായ അസ്വഭാവികതയെന്നും ആരോ
പിക്കാൻ അവൾക്കായില്ല. എങ്കിലും എന്തോ ഒന്നുണ്ട്. അവനിലെ അവ്യ
ക്തമായ ആ അസാധാരണത്വം കണ്ടെത്താൻ കഴിഞ്ഞുവല്ലോ
എന്നോർത്ത് ഉമ ആശ്വസിച്ചു. ഭരതനെ വിവാഹം ചെയ്ത് അവനോ
ടൊപ്പം ജീവിക്കുകയെന്ന ആശയത്തോടുതന്നെ ഉമയ്ക്കു പൊരുത്തപ്പെ
ടാനായില്ല. അവൾ വിചാരിച്ചു- അവനൊരു ജന്തുവാണ്. അവനോടൊപ്പം
കഴിഞ്ഞു കൂടേണ്ടിവരുന്ന പെണ്ണിനു നരകമായിരിക്കും. അവനിൽ അനു
രാഗവതിയാവുകയാണെങ്കിൽ ഒരാഴ്ചക്കകം അവനെ ജീവിതം മുഴുവൻ
വെറുക്കേണ്ടിവരും. പക്ഷേ, അവനെ അവഗണിക്കാനാവില്ല. അവനെ
വിചാരങ്ങളിൽ മേയാൻ വിടുകയും വികാരങ്ങളുടെ കുറുന്തൊഴുത്തിൽ
പിടിച്ചുകെട്ടുകയും വേണം.

ഉമയ്ക്കു തന്റെ വ്യാഖ്യാനങ്ങൾ തന്നെ മനസ്സിലാകാതായി.

പക്ഷേ, ഞാനവനോടു സംസാരിക്കും. ഈ ലോകത്തെക്കുറിച്ചായി
രിക്കില്ല. സുന്ദരവും ഭാവനാതീതവുമായ അന്യലോകങ്ങളിലെ അസു
ലഭവും അത്ഭുതകരവുമായ കാര്യങ്ങളെപ്പറ്റി. അവന്റെ പ്രതികരണങ്ങ
ളിലൂടെ അവനെ ഞാൻ കണ്ടെത്തുകയും കീഴ്പ്പെടുത്തുകയും ചെയ്യും.

പണ്ടെന്നോ വായിച്ച, അല്ലെങ്കിൽ വായനകളിൽ നിന്നു സ്വരൂപിച്ചെ
ടുത്ത വിചാരപഥങ്ങളിലൂടെ ഉമ സഞ്ചരിക്കുകയായിരുന്നു ശിവാനന്ദന്റെ
അഖണ്ഡമായ ഭക്തിയുടെയും പൂജാവിധികളുടെയും നൈരന്തര്യത്തിൽ
ജനിച്ചുവളർന്ന അവൾക്കു ദേവലോകങ്ങളും അദൃശ്യശക്തികളും ഏറെ
പരിചിതമായിരുന്നു.

തുടരെ കോളിങ്ബെൽ പരമ്പദിക്കുന്നതു ഫ്ളേറ്റ് അടുത്തവീട്ടിലെ കുട്ടി
യായിരിക്കുമെന്നു കരുതി ഉമചെന്നു വാതിൽ തുറന്നു.

ചെല്ലപ്പനുണ്ട് ചിരിച്ചുകൊണ്ടു നില്ക്കുന്നു. ഉമ ഇത്തിരിവല്ലാതായി.
അവന്റെ കൈയിൽ സാമാന്യം വലിയ ഒരു പെട്ടിയുണ്ട്.

"അമ്മയില്ലേ?"

"ഇല്ല."

"എവിടെപ്പോയി."

"ആശുപത്രിയിൽ."

"ഞാൻ പറഞ്ഞിരുന്നതുപോലലുള്ള സാരി കൊണ്ടുവന്നിട്ടുണ്ട്."

"അമ്മയുള്ളപ്പോൾ വരൂ."

"സാരി കാണണ്ടെ? ആവശ്യമുള്ളത് എടുത്തുവെച്ചോളൂ."

"വേണ്ട."

ചെല്ലപ്പൻ ചിരിച്ചു. വല്ലാത്ത ചിരി. അത്തരം ചിരിയുടെ അർത്ഥമെ ന്താണെന്ന് ഉമയ്ക്കറിയാം. സിനിമകളിലും നാടകങ്ങളിലും വിടന്മാർ ചിരി ക്കുന്ന ചിരി അവൾ എത്രയോ തവണ കണ്ടിട്ടുണ്ട്.

വല്ലപ്പോഴുമൊക്കെ ചെല്ലപ്പന്റെ കൈയിൽ നിന്ന് ഉമയുടെ അമ്മ സാരിവാങ്ങാറുണ്ട്. പണം പലപ്പോഴായി കൊടുത്തുതീർത്താൽ മതി. വരുമ്പോഴൊക്കെ ചെല്ലപ്പൻ ഉമയെ നോക്കി ആ വല്ലാത്ത ചിരി ചിരിച്ചു. അവൾക്കവനെ വെറുപ്പിനെക്കാൾ കൂടുതൽ അറപ്പായിരുന്നു.

ചെല്ലപ്പൻ പോകാനുള്ള ലക്ഷണമൊന്നും കാണിച്ചില്ല. അവൻ അകത്തു കടന്നിരിക്കാൻ ആഗ്രഹിച്ചു. ഉമ വാതില്ക്കൽത്തന്നെ വിലങ്ങി നിന്നു.

"എനിക്കിത്തിരി വെള്ളം തരോ?"

എന്തു ചെയ്യണമെന്നറിയാതെ ഒരു നിമിഷം അവൾ പതുങ്ങിനിന്നു. പിന്നീട് അവൾ ഫ്രിഡ്ജ് ഇരിക്കുന്നിടത്തേക്കു പോയപ്പോൾ ചെല്ലപ്പൻ ഇറയത്തുകയറിയിരുന്നു. അവൻ വളരെ സാവധാനത്തിലാണു വെള്ളം കുടിച്ചത്. അതുവരെ അവൾ കാത്തുനിന്നു.

"ഇനിയൊരിക്കൽ വരൂ. അമ്മ വരുമ്പോൾ ഞാൻ പറയാം."

"ഇഷ്ടമുള്ള സാരിയെടുത്തോളൂ കുട്ടി. കുട്ടിക്കെന്റെ പ്രസന്റേഷനാ ണെന്നു കരുതിയാൽ മതി."

പിന്നെയും ചെല്ലപ്പൻ ചിരിച്ചു.

"എനിക്ക് വേറെ പണിയുണ്ട്. വാതിലടയ്ക്കണം."

ചെല്ലപ്പൻ ആകെ അസ്വസ്ഥനായി. ഒരു തീരുമാനത്തിലെത്താൻ കഴിയാതെ അവൻ കുഴങ്ങി. ഒടുവിൽ അവളെ കടന്നുപിടിക്കാൻ തീരു മാനിച്ചു.

പെട്ടെന്നു ഘ്രാണശക്തി കൊണ്ടെന്നപോലെ അവൾ അവനെ തിരി ച്ചറിഞ്ഞു. അകത്തേയ്ക്കു പാഞ്ഞുചെന്ന് ശിവാനന്ദന്റെ പൂജാമണി കൈക്കലാക്കി. അതെടുക്കുമ്പോൾ മണി കിലുങ്ങി. അതിന്റെ കിലുക്ക ത്തിൽ അവൻ നടുങ്ങിനില്ക്കെ ഉമയുടെ കൈ പൂജാമണിയുടെ പിടി യിൽ മുറുകി.

ഒരു ഇളിഭ്യച്ചിരിയോടെ അവൻ പറഞ്ഞു:

"എന്നാൽ ഞാൻ പിന്നെ വരാം."

അങ്കത്തിൽ തോറ്റുപിൻമാറുന്ന ഒരു കൊടിച്ചിപ്പട്ടിയെപ്പോലെ അവൻ നടന്നുപോയി.

ഉമയ്ക്കു സങ്കടം കൊണ്ടു കണ്ണുനിറയുകയും തൊണ്ട വിങ്ങുകയും ചെയ്തു. അവൾ വാതിലടച്ചു കുറ്റിയിട്ട് കുളിമുറിയിൽ കടന്ന് സോപ്പു വെള്ളത്തിൽ ഇട്ടിരുന്ന വസ്ത്രങ്ങൾ ഓരോന്നായി അലക്കുകല്ലിൽ ആഞ്ഞാഞ്ഞ് അടിച്ചു.

എട്ട്

ഭരതന് കമ്പനിയിൽ നിന്ന് ഹെൽപ്പർ തസ്തികയിലേക്കുള്ള ഇന്റർവ്യൂവിന്റെ കാർഡ് കിട്ടി. മൂന്നുമാസം മുൻപ് പത്രത്തിൽ കണ്ട ഒരു പരസ്യത്തിൽ നിന്നാണ് ഏലൂരിലെ കമ്പനിയിൽ എൺപത്തിയാറു ഹെൽപ്പർമാരെ ആവശ്യമുണ്ടെന്നറിഞ്ഞത്. അഞ്ചുരൂപയുടെ പോസ്റ്റൽ ഓർഡർ ചേർത്ത് അപേക്ഷയയച്ചു. ഏലൂരിലെ അമ്മാവന്റെ വീടിന്റെ മേൽവിലാസം വെച്ചത് കമ്പനി ജോലിക്കാരന്റെ ഒരു ആശ്രിതനാണെന്നു വരുത്തിത്തീർക്കാനായിരുന്നു. എങ്കിലും ഇത്ര വേഗത്തിൽ ഇന്റർവ്യൂവിനു ക്ഷണിക്കുമെന്ന് ഭരതൻ കരുതിയിരുന്നില്ല.

ഭരതനെ മാത്രമല്ല, ഏഴായിരത്തി ഇരുന്നൂറു പേരെ ക്ഷണിച്ചിരുന്നു. പത്രങ്ങളിൽ പരസ്യം വന്ന് ഒരാഴ്ചയ്ക്കകം അപേക്ഷകൾ പേഴ്സണൽ ഓഫീസിൽ കുമിഞ്ഞുകൂടി. നൂറ്റിയറുപത്തിയഞ്ചു സെന്റിമീറ്റർ ഉയരവും സാധാരണനിലയിൽ എൺപതും വികസിക്കുമ്പോൾ എൺപത്തിയഞ്ചും സെന്റിമീറ്റർ നെഞ്ചളവും ഉയരത്തിനൊത്ത തൂക്കവും എസ് എസ് എൽ സിക്കു നാല്പ്പത്തിയഞ്ചുശതമാനം മാർക്കും ആരോഗ്യദൃഢമായ ശരീ രവും പതിനെട്ടിനും ഇരുപത്തിയഞ്ചിനും മദ്ധ്യേ പ്രായവും ഉള്ള ഇരുപ ത്തിഓരായിരത്തി നാനൂറ്റിമുപ്പത്തിയെട്ടു യുവാക്കൾക്കു മാത്രമേ പരസ്യം കണ്ടെത്താനും നിശ്ചിത തീയതിക്കകം അപേക്ഷ അയയ്ക്കാനും കഴി ഞ്ഞുള്ളൂ. പോസ്റ്റ്ഓഫീസുകളിൽ അഞ്ചുരൂപയുടെ പോസ്റ്റൽ ഓർഡർ ഫോറങ്ങൾ പെട്ടെന്നു തീർന്നു പോയതുകൊണ്ട് വൈകിയെത്തി വർക്കെല്ലാം പത്തിന്റെയും ഇരുപതിന്റെയും വാങ്ങേണ്ടിവന്നു. ഉദ്യോഗ മണ്ഡല പോസ്റ്റ് ഓഫീസിലെ കമ്പിനിയിലേക്കുള്ള പോസ്റ്റുമാൻ അപേ ക്ഷകളുടെ വലിയ ചുമടുകൾ ഭേസി ലോകത്തുള്ള സകലമനുഷ്യരെയും പ്രാകി. അപേക്ഷകളെല്ലാം രജിസ്റ്റർ ചെയ്തുവന്നതുകൊണ്ട് ഒപ്പിട്ടു വാങ്ങുന്നതിലേക്കായി പേഴ്സണൽ ഡിപ്പാർട്ടുമെന്റിൽ മൂന്നുപേരെ പ്രത്യേകമായി പതിന്നാലു ദിവസത്തേക്കു നിയോഗിച്ചു. പോസ്റ്റൽ ഓർഡ രുകൾ പണമാക്കി മാറ്റുന്നതിനുള്ള പേഴ്സണൽ ഓഫിഡിൽ ഒരാഴ്ച ക്കാലം പോസ്റ്റ് ഓഫീസിൽ താമസിച്ചു. അയാൾക്കു വെള്ളവും ചിക്കൻ നിരിയാണിയും ചായയും ചാർമിനാർ സിഗരറ്റും മാക്ഡൽ വിസ്കിയും എത്തിച്ചുകൊടുക്കാൻ രണ്ട് അറ്റൻഡർമാർ ശ്രീഹോരാത്രം ഓടിനടന്നു.

അപേക്ഷകൾ തരംതിരിക്കുന്ന ശ്രമാവഹമായ ജോലി പതിനൊന്നു ദിവസം നീണ്ടുനിന്നു. മുഴുവൻ അപേക്ഷകരെയും ഇന്റർവ്യൂവിനു

ക്ഷണിക്കണമോ ഒരു പ്രാഥമിക തെരഞ്ഞെടുപ്പു വേണമോ എന്ന കാര്യ
ത്തിൽ ഒരു തീരുമാനമുണ്ടാവാൻ ഏറെ വൈകി. അതിനെ സംബന്ധിച്ച
കടലാസുകൾ മുകളിലേക്കും താഴേക്കുമായി പറന്നു നടന്നു. മാർജ്ജി
നുകളിലും മൂലകളിലും തലങ്ങും വിലങ്ങും വിവിധതരം മഷികളിൽ
അഭിപ്രായങ്ങളും സംശയങ്ങളും നിർദ്ദേശങ്ങളും കുത്തിക്കുറിച്ച് വായി
ച്ചാൽ തിരിയാത്തവിധം അവ അലങ്കോലമായി. ഒടുവിൽ പ്രാഥമിക തെര
ഞ്ഞെടുപ്പു നടത്തുകയാണു നന്നെന്നു തീരുമാനത്തിൽ എത്തിച്ചേർന്നു.
അങ്ങനെ കമ്പനി ജീവനക്കാരുടെ ആശ്രിതർ, കേന്ദ്രമന്ത്രിമാർ മുതൽ
പഞ്ചായത്ത് പ്രസിഡന്റ് വരെയുള്ളവരുടെ ബന്ധുക്കൾ, എസ് എസ്
എൽ സിക്കു ഫസ്റ്റ് ക്ലാസ് ലഭിച്ചവർ എന്നു മൂന്നു വിഭാഗങ്ങളിലായി
ഏഴായിരത്തി ഇരുന്നൂറുപേർക്ക് കാർഡ് അയക്കാൻ തീരുമാനമെടുത്തു.
     ഇന്റർവ്യൂ എന്നു മുതൽ തുടങ്ങണമെന്നുള്ളത് പേഴ്സണൽ
ഡിപ്പാർട്ടുമെന്റാണ് നിശ്ചയിക്കുന്നതെങ്കിലും അത് തല്ക്കാലം ലോഡിങ്
വർക്കേഴ്സ് യൂണിയൻ നേതാവിന്റെ മനോവിഭ്രാന്തിക്കു വിധേയമായി
രുന്നു.
     ലോഡിങ് വർക്കേഴ്സ് യൂണിയൻ കൂലി കൂടുതലിനും ഷിഫ്റ്റ് അല
വൻസ് എന്ന പേരിൽ യൂണിയൻ അംഗങ്ങൾക്കു പോലും പിടികിട്ടാത്ത
ബത്തയ്ക്കും മറ്റ് പലവിധ ആനുകൂല്യങ്ങൾക്കും വേണ്ടി ഒരു മെമ്മോ
റാണ്ടം സമർപ്പിച്ചിരുന്നു. എട്ടുമാസം കഴിയാറായിട്ടും അതിന്റെ ഉള്ളടക്കം
വേണ്ടപോലെ മനസ്സിലാക്കാൻ മാനേജ്മെന്റിനു കഴിഞ്ഞില്ല. മാത്രമല്ല,
കമ്പനിയിലെ മേജർ യൂണിയനുകളുമായി ദീർഘകാലകരാർ ചർച്ച
ചെയ്തുവരികയുമായിരുന്നു. ലോഡിങ് വർക്കേഴ്സിന്റെ അടിയന്തരാവ
ശ്യങ്ങൾ ദീർഘകാല കരാറടിസ്ഥാനമായ മെമ്മോറാണ്ടങ്ങളുമായി പല
കാര്യങ്ങളിലും പൊരുത്തപ്പെടാത്തതായിരുന്നു. ആകെപ്പാടെ കുഴഞ്ഞു
മറിഞ്ഞ പരിതഃസ്ഥിതിയിൽ ഇനിയും ഒരെട്ടുമാസം കൂടി കഴിയണമെന്ന
നിലയിലെത്തി. ലോഡിങ് വർക്കേഴ്സ് യൂണിയന്റെ പ്രസിഡന്റ് പാർല
മെന്റിലേക്കും സ്റ്റേറ്റ് അസംബ്ലിയിലേക്കും പലവട്ടം മത്സരിച്ച് പരാജയ
പ്പെട്ട നേതാവായിരുന്നതിനാൽ സകലമനുഷ്യരോടും വെറുപ്പും പുച്ഛവു
മുള്ള ആളായിരുന്നു. എന്തും ചെയ്യാൻ മടിക്കാത്തവനെന്ന മിഥ്യാ
ബോധം ആളുകൾക്ക് ഉണ്ടാക്കാൻ കഴിഞ്ഞിരുന്നുവെന്നതായിരുന്നു
അയാളുടെ വിജയരഹസ്യം. ദീർഘകാലകരാർ ചർച്ച ചെയ്യുന്ന സന്ദർഭം
പണിമുടക്കുന്നതിനു ഏറെ പറ്റിയതാണെന്ന് അയാൾ മനസ്സിലാക്കി.
നിർമ്മാണം പൂർത്തിയായി പ്ലാന്റിൽ നിന്നു കണ്ടെയ്നർ ബെൽറ്റു വഴി
വരുന്ന അമ്പതു കിലോഗ്രാം ഭാരമുള്ള ബാഗുകൾ എൺപതു മീറ്റർ
അകലെയുള്ള ഗോഡൗണിൽ ചുമന്നു കൊണ്ടു ചെന്ന് അട്ടിവെക്കുക
യാണ് ലോഡിങ് തൊഴിലാളികളുടെ പണി. ഓരോ ഷിഫ്റ്റിലും മുപ്പ
ത്തിയാറു തൊഴിലാളികൾ വീതം പണിയെടുത്തു. ബാഗുകൾ ഗോഡൗ
ണിലേക്കു നീക്കിയില്ലെങ്കിൽ അവ പ്ലാന്റിൽത്തന്നെ കുമിഞ്ഞു കൂടു

കയും ഏറിയാൽ ആരോ ഏഴോ ദിവസത്തിന്നുള്ളിൽ പ്ലാന്റ് ഷട്ഡൗൺ ചെയ്യേണ്ടതായും വരും. അതായത് ലോഡിങ് തൊഴിലാളികൾ പണിമു ടക്കിയാൽ ഒരാഴ്ചക്കുള്ളിൽ ഫാക്ടറിയുടെ പ്രവർത്തനം പാടേ സ്തംഭി ക്കാനിടയാകും. പുറമെ നിന്ന് ചുമട്ടുകാരെ കൊണ്ടുവരാനോ കൊണ്ടു വന്നാൽ പണിയെടുപ്പിക്കാനോ നിയമം അനുവദിച്ചിരുന്നില്ല. ഈ സമ്മർദ തന്ത്രത്തിനു മുൻപിൽ തന്നോട് മാനേജ്മെന്റിന് അടിയറവു പറയുകയ ല്ലാതെ മറ്റുവഴിയില്ലെന്ന് എൽ ഡബ്ല്യൂ യൂണിയൻ പ്രസിഡന്റ് മനസ്സി ലാക്കി.

മെമ്മാറാണ്ടം ചർച്ച ചെയ്ത് തീരുമാനത്തിൽ എത്തിച്ചേരാൻ മാനേ ജ്മെന്റ് ഉദാസീനത കാണിക്കുകയോ നിഷേധാത്മകമായ സമീപനം അനുവർത്തിക്കുകയോ ചെയ്താൽ പണിമുടക്ക് ഉൾപ്പെടെയുള്ള സമര മാർഗ്ഗങ്ങൾ സ്വീകരിക്കാൻ തങ്ങൾ നിർബ്ബന്ധിതരായിത്തീരുമെന്ന് അതിന്റെ പൂർണ്ണ ഉത്തരവാദിത്വം മാനേജ്മെന്റിനു മാത്രമായിരിക്കു മെന്നും കാണിച്ച് പതിനഞ്ചു ദിവസത്തെ കാലാവധിയുള്ള നോട്ടീസ് പ്രസിഡന്റ് ബന്ധപ്പെട്ട കമ്പനിമേലധികാരികൾക്കു കൊടുത്തു. അയാൾ തന്റെ തുറുപ്പു ചീട്ട് ഇറക്കാനുള്ള അവസരത്തിനു വേണ്ടി കാത്തിരു ന്നു. അതോടു കൂടി ദീർഘകാല കരാറിന്റെ ചർച്ച സ്തംഭിക്കുമെന്നും തന്റെ നേതൃത്വത്തെ അംഗീകരിക്കാത്ത യൂണിയനുകളും അവയുടെ നേതാക്കന്മാരും ഒടുവിൽ തന്റെകാലിൽ വീഴുമെന്നും അയാൾ വിശ്വസി ച്ചു.

ലോഡിങ് വർക്കേഴ്സ് യൂണിയൻ ഒരു പണിമുടക്കു സമരം ചെയ്യാൻ സാദ്ധ്യതയുണ്ടെന്നും അങ്ങനെ വന്നാൽ ഫാക്ടറി പ്രവർത്തനം തക രാറിലാകുമെന്നും മനസ്സിലാക്കാൻ കഴിയാത്തവരല്ല മാനേജ്മെന്റ് പ്രതി നിധികൾ. വിജിലൻസ് റിപ്പോർട്ടുകൾ നാലുമാസം മുൻപുതന്നെ മുന്ന റിയിപ്പു നല്കി. കുഴപ്പങ്ങളിൽ നിന്നു കുഴപ്പങ്ങളിലേക്കും വീണ്ടും കുഴ പ്പങ്ങളിലേക്കുമെന്ന സിദ്ധാന്തത്തിൽ വിശ്വസിച്ചിരുന്ന എൽ ഡബ്ല്യൂ യൂണിയൻ പ്രസിഡന്റിന്റെ മനോവിഭ്രാന്തികളെ എങ്ങനെ നേരിടണമെ ന്നറിയാതെ മാനേജ്മെന്റ് വിഷമത്തിലായി. ചെയർമാൻ വിളിച്ചുകൂട്ടി ഉന്നതതലയോഗം പരിഹാരമാർഗ്ഗമൊന്നും കാണാതെ പിരിഞ്ഞു. ജന റൽ മാനേജർ ജി ആർ സി പിള്ള തന്റെ വീട്ടിലെ പ്രേതങ്ങളെപ്പോലും അവഗണിച്ച് ഈ പ്രശ്നത്തിൽ സജീവമായി ശ്രദ്ധ ചെലുത്തി. അയാൾ കമ്പനിലോ ഓഫീസർ, പേഴ്സണൽ മാനേജർ, പ്ലാന്റുകളുടെ ചാർജ്ജ് വഹിക്കുന്ന ചീഫ് എഞ്ചിനീയർമാർ തുടങ്ങിയവരെ വിളിച്ചു വരുത്തി ചർച്ച ചെയ്തു. ഒടുവിൽ അവരെയെല്ലാം ശകാരിക്കുകയും ഒരു വകയ്ക്കും കൊള്ളരുതാത്തവരെന്നു പറഞ്ഞ് ആട്ടിപ്പുറത്താക്കുകയും ചെയ്തു. വരുന്നേടത്തുവെച്ച് കാണാം എന്ന നിഷേധാത്മക നയത്തിൽ അയാൾക്ക് എത്തിച്ചേരേണ്ടിവന്നു.

എന്നിട്ടും അയാൾ, അവസാന കൈയായി, വിജിലൻസ് ഓഫീസറെ

വിളിച്ചു വരുത്തി. കഴിഞ്ഞ ഒരാഴ്ചക്കാലമായി കഠിനമായ ഗ്യാസിന്റെ ഉപദ്രവംമൂലം ശുണ്ഠിയും നിരാശയും ബാധിച്ച മുഖഭാവത്തോടെയാണ യാൾ കയറിവന്നത്. കണ്ടപ്പോൾത്തന്നെ പിള്ളയ്ക്കു കലി കയറി:

"നിങ്ങളുടെ ഡിപ്പാർട്ട്മെന്റ് എന്താണു ചെയ്യുന്നതെന്ന് എനിക്കു മനസ്സിലാകുന്നില്ല."

"സർ, അങ്ങ് ഉദ്ദേശിക്കുന്നത് എനിക്കും."

"ഞാൻ വളച്ചു കെട്ടില്ലാതെ പറയാം."

"നന്ദി സർ, ഞാനതു പ്രതീക്ഷിക്കുന്നു."

"എൽ ഡബ്ല്യൂ യൂണിയനെ കുറിച്ചുള്ള വിവരങ്ങളാണെനിക്കാവശ്യം."

"സർ, എന്റെ ഓർമ്മ ശരിയാണെങ്കിൽ അത് അങ്ങളുടെ മേശപ്പു റത്തു കാണും."

"ഉവ്വ്. അതിലെന്തുണ്ട്! മണ്ണാങ്കട്ട, പോകൂ. നിങ്ങളുടെ കുട്ടികളെ വിശദമായി അന്വേഷിച്ച് റിപ്പോർട്ടു ചെയ്യിക്കാൻ പഠിപ്പിക്കൂ. മൂന്നുദിവസ ത്തിനുള്ളിൽ ആ കഴുവേറികൾ എന്തു ചെയ്യുന്നു; എപ്പോൾ എന്തു ചെയ്യാൻ പോകുന്നു എന്ന വിവരങ്ങൾ എനിക്കു കിട്ടിയിരിക്കണം.

"ശരി സർ."

വിജിലൻസ് ഓഫീസറുടെ വാക്കിൽ മാത്രമായിരുന്നു വിനയം. അയാൾ അമർഷത്തോടെ ഗ്യാസ് നിറഞ്ഞു വീർത്ത തന്റെ വയറുമേന്തി ഇറങ്ങിപ്പോയി. പിള്ളയുടെ പി എ ഇന്റർകോളിലൂടെ സംസാരിച്ചു:

"സർ ദയവുണ്ടായി, അങ്ങയെ കാണാൻ ഒരാൾ ഇവിടെ കാത്തിരി ക്കുന്നു. നമ്മുടെ കമ്പനിയിലെ ഒരു മാനേജരാണ്."

"അവൻ ആര്? അവന് എന്തുവേണമെന്നാണു പറയുന്നത്?"

"സർ, ഒരു മാധവൻ നായർ, ആസിഡ് സെക്ഷനിലെ അസിസ്റ്റന്റ് ഫോർമാൻ ആണ്."

"ശരി, അവനെന്താണു വേണ്ടത്?"

"സർ അങ്ങയെ നേരിട്ടു കാണണമെന്നു നിർബ്ബന്ധം പിടിക്കുന്നു."

"എനിക്കു സമയമില്ലെന്നു പറയൂ."

"സർ, ഞാനതു പറഞ്ഞു. അയാൾ പറയുന്നു, വളരെ പ്രധാനപ്പെട്ട കാര്യമാണെന്ന്."

"നാശം."

പിള്ളയ്ക്കു കഠിനമായി ദേഷ്യം വന്നു. ഓരോ അലവലാതികൾ കയറി വരാൻ കണ്ട സമയം! എന്തെങ്കിലും സ്വന്തം കാര്യവുമായി മണി യടിക്കാൻ വരുന്ന ഉദ്യോഗസ്ഥന്മാരെ പിള്ളയ്ക്കറിയാം. മാനേജർമാർക്ക് ശക്തമായ യൂണിയനുകൾ ഉണ്ടെങ്കിലും അവ പരസ്പരം പോരാടുക യാണു പതിവ്. കൂടാതെ ലേബർആക്ടിൽ ഉൾപ്പെടാത്തവരായതുകൊണ്ട് മൂന്നുമാസത്തെ നോട്ടീസ് നൽകി ഏതു മാനേജരെയും പിരിച്ചുവിടാനുള്ള അധികാരം മാനേജ്മെന്റിന് ഉണ്ടായിരുന്നതിനാൽ യൂണിയൻ അംഗങ്ങ ളാണെങ്കിലും ബഹുഭൂരിപക്ഷം ഉദ്യോഗസ്ഥന്മാരും സേവ പിടിച്ച് കാര്യം

സാധിക്കാൻ സ്വകാര്യമായി ശ്രമിച്ചു പോന്നു.

"അവനോട് വരാൻ പറയൂ."

പിള്ള പി എ യ്ക്കു നിർദ്ദേശം നല്കി.

വാതിൽ തുറന്ന് മാധവൻ നായർ കടന്നുവന്നു.

"ഇരിക്കൂ, മിസ്റ്റർ മാധവൻ നായർ, നിങ്ങളെ ഞാൻ എങ്ങനെയാണു സഹായിക്കേണ്ടത്?"

ജനറൽ മാനേജർ തികച്ചും പാശ്ചാത്യരീതിയിൽ സംസാരിച്ചു.

മാധവൻ നായർ എ സി മുറിയിലിരുന്നു വിയർത്തു. ജി എമ്മിനെ അയാളുടെ ഓഫീസിൽച്ചെന്ന് ആദ്യമായി കാണുകയാണ്. സംസാര ത്തിൽ കാണിക്കാറുള്ള വിനയവും മര്യാദയും വെറും ജാടയാണെന്ന് മാധവൻ നായർ ധരിച്ചിരുന്നു. അയാൾ വാക്കുകൾക്കുവേണ്ടി ഇടംവലം തപ്പി. ഒടുവിൽ അയാൾക്കതു കിട്ടി.

"സർ, ലോഡിങ് വർക്കേഴ്സ് യൂണിയന്റെ ഒരു മെമ്മോറാണ്ടം."

പിന്നെ എന്തുപറയണമെന്നറിയാതെ അയാൾ കുഴങ്ങി. ജി എം കാത്തിരുന്നു.

"അവർ ഒരു പണിമുടക്കിൽ എത്തിച്ചേരുമെന്ന് എല്ലാവരും പറയുന്നു."

"ശരി. പറയൂ."

"അങ്ങനെ വന്നാൽ കമ്പനി"

"മിസ്റ്റർ, മാധവൻനായർ, നിങ്ങൾക്ക് അതുമായി എന്താണു ബന്ധം?"

"ഒന്നുമില്ല സാർ. പക്ഷേ, കമ്പനിയെ സഹായിക്കാൻ എനിക്കു കഴി യുമെന്നു തോന്നുന്നു."

"ശരി പറയൂ."

"പക്ഷേ, സർ, അത് എന്റെയൊരു അഭിപ്രായം മാത്രമാണ്."

"നിങ്ങൾ തുടരൂ."

"സർ, അവർ പണിമുടക്കിയാൽ ഒരാഴ്ചക്കകം പ്രൊഡക്ഷൻ പരി പൂർണ്ണമായി നിർത്തിവെയ്ക്കേണ്ടിവരും."

"ഉവ്വ്, എനിക്കറിയാം."

"സർ, എന്റെ നിർദ്ദേശം അംഗീകരിക്കുകയാണെങ്കിൽ അവർ പണി മുടക്കിയാലും പ്രൊഡക്ഷൻ നിർത്തിവെയ്ക്കേണ്ടി വരില്ല."

ആത്മവിശ്വാസത്തോടെയാണു മാധവൻ നായർ പറഞ്ഞത്. ഉള്ളിൽ നിറഞ്ഞുവന്ന ജിജ്ഞാസ തന്റെ വാക്കിലോ ഭാവത്തിലോ പ്രകടമാകരു തെന്ന് കരുതിക്കൂട്ടി ജി എമ്മും പറഞ്ഞു:

"എന്താണു നിങ്ങളുടെ നിർദ്ദേശം?"

മാധവൻ നായർ തന്റെ നിർദ്ദേശം ചുരുക്കിപ്പറഞ്ഞു. കമ്പനി നൂറിൽത്താഴെ ഹെൽപ്പർമാരെ നിയമിക്കുന്നതിനുള്ള വിജ്ഞാപനം ഉടനെ കൊടുക്കുക. ലോഡിങ് തൊഴിലാളികൾ പണിമുടക്കുന്ന സന്ദർഭ ത്തിൽ അവരെ ഇന്റർവ്യൂവിനു ക്ഷണിക്കുക.

മാധവൻ നായരുടെ പദ്ധതിയുടെ പൊരുളറിഞ്ഞ് ജി എം മനസിൽ മന്ദഹസിച്ചു. അയാൾ തന്റെ ഡയറിയിൽ എന്തോ കുറിച്ചു വെച്ചു.

മാധവൻ നായർക്ക് ചായയും ബിസ്കറ്റും വരുത്തിക്കൊടുത്തു. അയാളുടെ നിർദ്ദേശത്തെക്കുറിച്ച് ഗൗരവമായി ചിന്തിക്കാമെന്ന് ജി എം പറഞ്ഞു. ഭാര്യയെക്കുറിച്ചും കുട്ടികളെക്കുറിച്ചും കമ്പനിയിൽ അസിസ്റ്റന്റ് ഫോർമാൻ ആയിട്ട് എത്രകാലമായെന്നും സൗഹൃദത്തോടെ പിള്ള ചോദി ക്കുന്നതു കേട്ട് ഉള്ളം കുളിർത്ത് മാധവൻ നായർ ഒട്ടേറെ പ്രതീക്ഷക ളോടെ എ സി മുറിയിൽ നിന്നു പുറത്തിറങ്ങിയപ്പോൾ സാധാരണ ലോക ത്തിനു കഠിനമായ ചൂടാണെന്നു മനസ്സിലാക്കി.

പതിനഞ്ചു ദിവസത്തെ കാലാവധി അവസാനിച്ചപ്പോൾ പ്രസിഡന്റ് ലോഡിങ് തൊഴിലാളികളുടെ യോഗം വിളിച്ചു കൂട്ടി. ആഞ്ഞടിക്കാനുള്ള അവസരം കൈവന്നിരിക്കയാണെന്ന് അയാൾ അവരെ ബോധ്യപ്പെടു ത്തി. മഹത്തായ വിപ്ലവങ്ങൾ വിജയിച്ചിട്ടുള്ളതിന്റെ കാരണങ്ങളിൽ ഒന്ന്, അവ ആരംഭിച്ച സമയത്തിന്റെ സവിശേഷതയാണെന്നു സോദാഹരണം വിശദീകരിച്ചു.

പണിമുടക്ക് ആരംഭിച്ചു.

കമ്പനിയുടെ തെക്കെ പ്രവേശന മാർഗ്ഗത്തിൽ പന്തൽകെട്ടി വിതാ നിച്ച് ചുവന്ന മാലകൾ ചാർത്തി തൊഴിലാളികളിരുന്ന് മൈക്കിലൂടെ തീ പാറുന്ന മുദ്രാവാക്യങ്ങൾ അലറിവിളിച്ചു.

മൂന്നാം ദിവസം രാവിലെ ഒൻപതുമണിക്ക് ഹെൽപ്പർ ജോലിക്ക് അപേക്ഷിച്ചിരുന്ന ഉദ്യോഗാർത്ഥികളുടെ ആദ്യത്തെ സംഘമായ ഇരുപ ത്തിനാലു പേർ വടക്കെ ഗേറ്റിലൂടെ കമ്പനിയിൽ പ്രവേശിച്ചു. മുന്നൂറു ദിവസത്തേയ്ക്കുള്ള കരുതൽ സൈന്യത്തിലെ ഒന്നാം ബറ്റാലിയൻ ആയി രുന്നു അത്.

ഒരു സൂപ്പർവൈസർ അവരെ ആട്ടിത്തെളിച്ച് കണ്ടയ്നർ ബൽറ്റി ലൂടെ അമ്പതുകിലോഗ്രാം ബാഗുകൾ വന്നുവീഴുന്ന പാന്റിന്റെ ചുവട്ടിൽ നിരത്തി നിറുത്തി. അയാൾ അവരോട് അലറി:

"ഇതാ, ഈ ബാഗുകൾ അക്കാണുന്ന പുരയ്ക്കുള്ളിൽ കൊണ്ടു ചെന്നു വെയ്ക്കുക. ഓരോരുത്തനും എത്ര ബാഗുകൾ വീതം കൊണ്ടു വെയ്ക്കാൻ കഴിയുന്നുവെന്നത് ഞങ്ങൾ കണക്കുവെയ്ക്കും. അതിന്റെ അടിസ്ഥാനത്തിലാണ് നിങ്ങളുടെ വിജയവും പരാജയവും. ഇപ്പോൾ നിങ്ങൾക്ക് കാര്യം മനസ്സിലായിക്കാണുമല്ലോ."

ചെറുപ്പക്കാർക്കു മനസ്സിലായി; ഇതൊരു പരീക്ഷയാണ്. കൂടുതൽ ചുമക്കുന്നവൻ തെരഞ്ഞെടുക്കപ്പെടും.

അവർ കുപ്പായങ്ങൾ ഊരിയെറിഞ്ഞ് വന്യമായ ആവേശത്തോടെ പോളിത്തീൻ പാക്കറ്റുകളിൽ ചാടി വീണു.

ചാക്കുകൾ ചുമന്നു കൊണ്ട് അവർ ഓടി.

അവരുടെ പിടലിവെട്ടി. പക്കുവാരിയെല്ലുകൾ പിടയുകയും ചോര

ഞരമ്പുകൾ വിങ്ങുകയും ചെയ്തു. വായിൽ ഉമിനീരുവറ്റി. സന്ധിബ ന്ധങ്ങൾ അയഞ്ഞു. അവർ ശ്വാസം കിട്ടാൻ വരണ്ട വായകൾ തുറന്നു പിടിച്ചു. കിതച്ചു. വേച്ചിടറി. ഉച്ചയ്ക്ക് ഉണ്ണാനിരുന്നപ്പോൾ തൊണ്ടക്കുഴി യിലൂടെ വെള്ളമിറങ്ങാതെ കണ്ണു തുറിച്ചു. വൈകുന്നേരം അഞ്ചുമണി വരെ അവർ ചാക്കുകൾ ചുമന്നു. പുറത്തേക്ക് ഇഴഞ്ഞു നീങ്ങിയ ചെറു പ്പക്കാർക്ക് നൂറ്റിയൻപതു വയസു പ്രായം തോന്നിച്ചു. താൻ ചുമന്നെ ത്തിച്ച ബാഗുകളുടെ എണ്ണങ്ങളിൽ അവർ അതൃപ്തരായിരുന്നു. എങ്കിലും പ്രതീക്ഷയുടെയും പ്രത്യാശയുടെയും ചെറിയൊരു തീപ്പൊരി നെഞ്ചി നുള്ളിൽ കെടാതെ സൂക്ഷിച്ച് അവർ കൂരകളിൽ തളർന്നുവീണു.

പതിനേഴാമത്തെ ദിവസമാണു ഭരതന്റെ ഊഴം വന്നത്.

ഒൻപത്

ഒട്ടകപ്പക്ഷിയുടെ നിറമുള്ള ചിത്രത്തിനു താഴെ കറുത്ത പ്രതല ത്തിൽ വെളുത്ത അക്ഷരങ്ങളിൽ ആലേഖനം ചെയ്ത പ്ലാസ്റ്റിക് നെയിം പ്ലേറ്റ് അങ്ങനെ തന്നെ തൂങ്ങിക്കിടന്നു. അമ്മാവൻ മരിച്ചു പോയെങ്കിലും അയാളുടെ സാന്നിദ്ധ്യം എപ്പോഴും ക്വാർട്ടേഴ്സിൽ ഉണ്ടായിരുന്നു. തീൻ മേശയ്ക്കു പിന്നിൽ ഒരു കസേര ഒഴിഞ്ഞുകിടന്നു. വിയർപ്പു മണമുള്ള യൂണിഫോറങ്ങളും ഷൂസുകളും ബീഡിക്കുറ്റികൾ നിറഞ്ഞ ആഷ്ട്രേയും അതതിന്റെ സ്ഥാനങ്ങളിൽ നിന്നു മാറ്റിയിരുന്നില്ല. അയാളുടെ ഗന്ധവും ഉച്ഛാസവായുപോലും മുറിയിലാകെ നിറഞ്ഞു നിന്നു. അമ്മായി അയാളെ കൂടെക്കൂടെ കാണുക പതിവായി. പ്രത്യേകിച്ചും രാത്രി ഉറങ്ങാൻ കിട ന്നുകഴിഞ്ഞാൽ. വാതിൽ അടച്ചിരിക്കെ അയാളെങ്ങനെ അകത്തു കട ന്നുവെന്ന് അവൾ അതിശയിച്ചു. ഉടനെതന്നെ മരിച്ചുപോയതാണല്ലോ എന്നോർത്ത് വിഷാദിച്ചു.

"എനിക്കെന്തെങ്കിലും തിന്നാൻ താ."

അയാൾ ആവശ്യപ്പെട്ടു.

അവൾ എഴുന്നേറ്റു ചെന്ന്, അലമാര തുറന്ന് ബിസ്ക്കറ്റുകളും കായ വറുത്തതും സ്ക്വാഷും മേശപ്പുറത്തു കൊണ്ടുവെച്ചു.

"ഇപ്പോ ഇതൊക്കെയേ ഉള്ളൂ."

"എനിക്കിതുമതി. അടുത്ത ഞാൻ വരുമ്പോൾ നീയെനിക്ക് ആട്ടിറച്ചി പൊരിച്ചതും ചപ്പാത്തിയും തരണം."

അയാൾ തിന്നാനിരുന്നെങ്കിലും ഒന്നും തൊട്ടുനോക്കുകപോലും ചെയ്തില്ല.

"കഴിക്കൂ. എന്താ ഒന്നും മിണ്ടാതെ വിഷമിച്ചിരിക്കുന്നത്?"

അയാൾ വിഷാദത്തോടെ പറഞ്ഞു:

"എനിക്കു വിശപ്പുണ്ടെങ്കിലും ഒന്നും തിന്നാൻ വയ്യ. ഞാനൊരു പ്രേതമാണിപ്പോയായില്ലേ?"

അവൾക്കുസഹിക്കാനായില്ല. വിതുമ്പിക്കരഞ്ഞുകൊണ്ട് അയാളെ കട്ടിലിലേക്കു നയിച്ചു:

"വരൂ."

അവളുടെ ശരീരത്തിന് വെരുകിന്റെ ഗന്ധവും ഉച്ഛാസവായുവിനു തീയിന്റെ ചൂടുമുണ്ടായിരുന്നു.

പരിചിതമായ ഗന്ധവും ചൂടുമേറ്റപ്പോൾ അയാൾ ആകെ അസ്വസ്ഥ നായി. പിന്നെ മുഖം പൊത്തി പൊട്ടിക്കരഞ്ഞുകൊണ്ട് മുറിവിട്ട് ഇറങ്ങി പ്പോയി.

അവൾ കട്ടിലിൽ കമിഴ്ന്നു കിടന്നു കരഞ്ഞു. തന്റെ ശബ്ദം മറ്റാരും കേൾക്കാതിരിപ്പാൻ തലയണ കടിച്ചുപിടിച്ചു.

പിറ്റേന്നു രാത്രി പൊരിച്ച ആട്ടിറച്ചിയും ചപ്പാത്തിയും തയ്യാറാക്കി അവൾ അയാളെ കാത്തു കിടന്നു. വെളിച്ചം അയാളുടെ ആഗമനത്തിനു തടസ്സമാകുമെന്നു കരുതി എല്ലാ വിളക്കുകളും അണച്ചു. ജനലുകൾ തുറ ന്നിട്ട് കാതോർത്തു. സൾഫർഡയോക്സൈഡിന്റെയും ക്ലോറിന്റെയും അമോണിയായുടെയും മണം മുറിയിലാകെ നിറഞ്ഞു. അവൾ അയാളെ ഓർത്തു കൊണ്ടേ കിടന്നു. അയാളുടെ മിതമായ സംഭാഷണരീതി, നട ക്കുമ്പോഴുള്ള കൈവീശൽ, ഭക്ഷണം കഴിക്കുമ്പോഴുള്ള വന്യമായ ആക്ര മണോത്സുകത, മദ്യപാനം കഴിഞ്ഞെത്തിയാൽ കുട്ടികളോടുള്ള അമിത വാത്സല്യം, പ്രചണ്ഡവും ദീർഘവുമായ സുരതങ്ങൾ. പക്ഷേ, അവൾക്ക് അയാളുടെ മുഖം ഓർമിക്കാനായില്ല. ആ മുഖത്തിന്റെ നേരിയ ഛായ യെങ്കിലും മനസ്സിന്റെ ഭിത്തിയിൽ തെളിഞ്ഞു കാണാൻ അവൾ കൊതിച്ചു. അയാൾ വരുമ്പോൾ ഒരിക്കലും മറക്കാനാവാത്തവിധം അത് തന്റെ ഉള്ളിൽ പതിച്ചു വയ്ക്കണമെന്നു തീരുമാനിച്ചു. പക്ഷേ, അയാൾ വന്നില്ല. ഇനി ഒരിക്കലും അയാൾ വരുകയില്ലെന്ന് അവൾ ഭയപ്പെട്ടു.

രാവിലെ ഉറക്കച്ചടവോടെ, താൻ തയ്യാറാക്കിയിരുന്ന ഭക്ഷണം വീടു വളപ്പിന്റെ മൂലയിൽ സ്ഥാപിച്ചിരുന്ന കുപ്പത്തൊട്ടിലിൽ അവൾ എറി ഞ്ഞുകളഞ്ഞു. ആ വഴിയേ വന്ന ഒരു നായ അതു തിന്നു. പിന്നെ ആ ജന്തു നിറുത്താതെ മോങ്ങാൻ തുടങ്ങി. അവൾ ഒരു കല്ലെടുത്ത് നായയെ എറിഞ്ഞു. നായ പിന്നെയും ഉച്ചത്തിൽ മോങ്ങി. അവൾ ഭരതനെ വിളി ച്ചുണർത്തി നായയെ ഓടിച്ചു കളയാൻ പറഞ്ഞു. അവൻ ഒരു വലിയ വടിയെടുത്ത് കോലാഹലത്തോടെ ഓടിവന്നു. അവന്റെ വരവും തിടു ക്കവും വടിയും കണ്ട് നായ മോങ്ങിക്കൊണ്ടുതന്നെ കമ്പിവേലി നൂഴ്ന്ന് തെക്കോട്ടു പാഞ്ഞു.

ഭരതന്റെ അമ്മായിക്ക് നായ മോങ്ങിയതിന്റെ കാരണം മനസ്സിലാ യില്ല. അവൾ അത് ഏതെങ്കിലും നിമിത്തമായിരിക്കുമോ എന്നു സംശ യിച്ചു. പക്ഷേ, നിമിത്തങ്ങൾ അവ്യക്തമായല്ല ഉണ്ടാകാറുള്ളത്. സൂചന കൾ ഒന്നും തന്നെ ലഭിക്കാറില്ലെന്നായി. ആ സിദ്ധി തനിക്കു നഷ്ടപ്പെട്ടു കഴിഞ്ഞുവെന്നും അവൾ വിചാരിച്ചു.

കറുത്ത വാവിനോടടുത്ത് അവൾക്ക് കുറച്ചു കാലമായി അകന്നു നിന്നിരുന്ന കാസരോഗം മൂർച്ഛിച്ചു. നിറുത്താതെ ചുമച്ച് കഫം തുപ്പി കൊണ്ട് ഒരു മൂലയിൽ ചുരുണ്ടുകൂടി. നെഞ്ചിൻ കൂടിനുള്ളിൽ ഈയക്ക ട്ടികൾ കയറ്റിവെച്ചിരിക്കുകയാണെന്നു തോന്നി. ശ്വാസം കിട്ടാൻ വായ പൊളിച്ചു കൂടെക്കൂടെ ബ്രോങ്കോപ്ലസ്സും ആസ്താലിനും മാറിമാറിക്കഴിച്ചു. അവളുടെ കൈകാലുകൾ വിറയ്ക്കുകയും കണ്ണിൽ മയക്കം വിട്ടുമാറാ താകുകയും ചെയ്തു.

അവൾക്കു സുഖമില്ലാതായപ്പോൾ ഭരതനും വീട്ടുജോലികൾ ചെയ്യേ ണ്ടിവന്നു. കുട്ടികൾക്ക് സ്കൂളിൽ പോകുന്നതിനു മുൻപ് ഭക്ഷണം ഉണ്ടാ ക്കേണ്ടിയിരുന്നു. അവർ ഉച്ചയ്ക്കു വരുമ്പോഴേക്കും എന്തെങ്കിലും കരുതി വെയ്ക്കുകയും വേണം. അവളുടെ ഭർത്താവ് ഉണ്ടായിരുന്ന കാലത്ത് ഇതൊന്നും ഒരു പ്രശ്നമായിരുന്നില്ല. അയാൾ മുറികൾ വൃത്തിയാക്കു കയും പാത്രങ്ങൾ തേച്ചുകഴുകുകയും കുട്ടികളെ കുളിപ്പിക്കുകയും ഭക്ഷണം തയ്യാറാക്കുകയും ചെയ്തിരുന്നു. വെടിപ്പും ചിട്ടയും അയാളുടെ ഓരോ പ്രവൃത്തിയെയും ചേതോഹരമാക്കി.

അടുക്കളയിൽ കടന്നുചെന്ന ഭരതന്, താൻ ഏതോ രസായനശാല യിലാണെന്നു തോന്നി. ഒരല്പം പായയുണ്ടാക്കാനുള്ള തീവ്രശ്രമ ത്തിൽവെച്ച് മൂന്നുപ്രാവശ്യം കൈ പൊള്ളി. ഒടുവിൽ ഉണ്ടാക്കിയ ആ ദ്രാവകത്തിന് ചായയുടേതൊഴികെ മറ്റെന്തിന്റെയും രുചി തോന്നിച്ചു.

ഹോട്ടലിൽനിന്ന് എന്തെങ്കിലും വാങ്ങിച്ചു കഴിക്കാമെന്ന അവന്റെ അഭിപ്രായം അമ്മായി തള്ളിക്കളഞ്ഞു. കിതച്ചു കൊണ്ട് അവൾ അവനു ഉച്ചഭക്ഷണം ഉണ്ടാക്കാനുള്ള നിർദ്ദേശങ്ങൾ നല്കി.

സ്കൂളിൽ പഠിച്ചിരുന്ന കാലത്തിനുശേഷം അവന്റെ മനസ്സിൽ സുപ്താവസ്തയിലായിരുന്ന പരീക്ഷണകൗതുകങ്ങൾ വീണ്ടും സജീ വങ്ങളായി. എല്ലാ അനുപാതങ്ങളെയും പാടേ അവഗണിച്ച്, ചേരുവക ളുടെയും പാചകവിദ്യയിൽ നിലവിലുണ്ടായിരുന്ന യാഥാസ്ഥിതിക സമ്പ്ര ദായങ്ങളെയും അവൻ തകിടം മറിച്ചു. ഒടുവിൽ മേശപ്പുറത്തെത്തിയ സാധനങ്ങൾ അത്ഭുതകരങ്ങളായ നിറങ്ങളാർന്ന് മനുഷ്യന്റെ രസനേ ന്ദ്രിയത്തിന് അന്നോളം ആസ്വദിക്കാനാവാത്ത രുചിയുളവായി. അവയിൽ നിന്ന് അല്പമെങ്കിലും തിന്നാൻ ശ്രമിച്ച കുട്ടികൾ ഓക്കാനിച്ചു. അവന്റെ അമ്മായിക്കു വ്യവസ്തമ രോഗം വിട്ടുമാറേണ്ടതിന്റെ ആവശ്യം എന്നത്തേ ക്കാളും കൂടുതൽ ബോധ്യമായി.

അവൾക്കുവേഗം സുഖപ്പെട്ടു. വീട്ടുജോലികളിൽ ഏർപ്പെടാൻ തുട ങ്ങിയപ്പോൾ ആദ്യം തന്നെ ഭരതനെ അടുക്കളയിൽ നിന്നു ഗുരത്തി.

കമ്പനിയിൽ എട്ടുമണിക്കൂർ ചാക്കുചുമക്കാനുള്ള ക്ഷണം ലഭിച്ചി ട്ടുള്ളതുകൊണ്ട് ശാരീരികമായി എന്തെങ്കിലും വ്യായാമം ചെയ്തു ശീലി ക്കേണ്ടന്ന് ഭരതൻ തീരുമാനിച്ചു.

അവനോട് അമ്മായി പറഞ്ഞു:

"നീയൊരുകാര്യം ചെയ്യ് ഭരതാ. തെക്കെപ്പുറത്ത് കുറേ മരച്ചീനിക്ക മ്പുകൾ ഇരിപ്പുണ്ട്. കഷണങ്ങളായി മുറിച്ച് പറമ്പിലൊക്കെ നട്. നിന ക്കൊരു അദ്ധാനവുമായി; മരച്ചീനി കിട്ടുകയും ചെയ്യും."

അത് നന്നെന്നു തോന്നി അവന്. മടവാൾകൊണ്ട് മരച്ചീനിക്കമ്പുകൾ മുറിച്ച് കഷണങ്ങളാക്കി. മൺവെട്ടിക്കൊണ്ട് വീടിന്റെ പുറകിൽ ഉപയോ ഗിക്കാവുന്ന ഭൂമി മുഴുവൻ അവൻ കിളച്ചുമറിച്ചു. അവന്റെ അനുമാനങ്ങ ളിലെ അകലങ്ങളിൽ മരച്ചീനിക്കമ്പുകൾ നട്ടു. അവന്റെ മുഖം ചുവന്നു തുടുത്തു. വിയർപ്പിന്റെ ചാലുകൾ ഒഴുകി. വലിയൊരു കാര്യം ചെയ്താ ലെന്നപോലെ തന്റെ തളർച്ചയിൽ അവൻ ആഹ്ലാദിച്ചു.

ഏഴാം ദിവസം മരച്ചീനിക്കമ്പുകളിൽ പൊടിപ്പുകൾ മുളച്ചു. പിറ്റേന്ന് അവയെല്ലാം ആറടി ഉയരത്തിൽ വളർന്നു പൊങ്ങി. മണ്ണിനടിയിൽ തടി ച്ചുനീണ്ട കിഴങ്ങുകൾ രൂപം കൊള്ളാൻ തുടങ്ങിയപ്പോൾ ആരുമറിയാതെ ഭൂമിക്കടിയിലൂടെ തുരങ്കങ്ങൾ സൃഷ്ടിച്ചുകൊണ്ട് കൂട്ടം കൂട്ടമായി എലികൾ പാഞ്ഞെത്തി. അവ ഇത്തിരിയോളംപോന്ന കാലുകൾ കൊണ്ടു കിഴങ്ങു കൾക്കു ചുറ്റുമുള്ള മണ്ണ് മാന്തിമാറ്റി. സൂചിത്തുമ്പുപോലെയുള്ള കൊച്ചു പല്ലുകൾ കൊണ്ട് കിഴങ്ങുകളുടെ തൊലി പൊളിച്ചുമാറ്റി പാലൂറുന്ന വെളുത്തു മൃദുവായ കിഴങ്ങ് കാരിത്തിന്നു. ഭൂമിക്കടിയിൽനടക്കുന്ന മഹാ വിപ്ലവത്തെക്കുറിച്ച് യാതൊന്നുമറിയാതെ ഭരതൻ തൊടിയിൽ ചുറ്റിന ടന്നു. താൻ കൃഷി ചെയ്ത് വളർന്നു നില്ക്കുന്ന മരച്ചീനികളുടെ ഹരിത സ്പർശന സുഖലഹരിയിൽ നിമഗ്നനായി. അവിടെയും ഇവിടെയുമായി മരച്ചീനിയുടെ തൊലി യാദൃച്ഛികമായി കണ്ടെത്തിയ അവൻ അമ്പരന്നു. കുനിഞ്ഞ് മണ്ണിൽ കണ്ണും കാതും അടുപ്പിച്ചപ്പോൾ അസാധാരണമായ ചില ശബ്ദങ്ങൾ കേട്ടു. ഒരു മരച്ചീനിയുടെ കടയ്ക്കൽ നിന്നു മണ്ണുമാറ്റി നോക്കിയപ്പോൾ കിഴങ്ങുകളുടെ നാരുകളും തൊലിയും ശേഷിച്ചതായി കണ്ടു. തുടർന്ന് എല്ലാ മൂടുകളും പരിശോധിച്ചു. ഭൂമിക്കടിയിൽ വളഞ്ഞും പിരിഞ്ഞും അനന്തമായി നീണ്ടുപോകുന്ന പതിനായിരം ശാഖോപശാഖ കളോടുകൂടിയ തുരങ്കങ്ങളുടെ പ്രസ്താരത്തിൽ നിന്ന് എലികൾ എവി ടേയ്ക്കോ പലായനം ചെയ്തുകഴിഞ്ഞിരുന്നു. എങ്ങനെയോ ചത്തുപോയ ഒരു കൊച്ചെലിയുടെ ജഡം അവൻ കണ്ടെത്തി. അതിനെ വാലിൽ തൂക്കി പിടിച്ച് വെയിലത്തു കൊണ്ടുവന്നു വച്ചു. തന്റെ അദ്ധാനത്തെ പൂർണ്ണ മായും ചൂഷണം ചെയ്ത വർഗ്ഗത്തിന്റെ അചേതനമായ ആ പ്രതിനിധി യോട് അവനു കഠിനമായ പക തോന്നി. കുറേക്കഴിഞ്ഞ് അവൻ ശവത്തെ ഒരു കുഴിയിലിട്ടു മൂടി. ആ കുതിർന്ന മണ്ണിൽ അമർത്തിച്ചവിട്ടി.

കിഴങ്ങുകൾ തീർന്നപ്പോൾ എലികൾക്കു വിശന്നു പൊരിഞ്ഞു. രാത്രിയായാൽ അവ സംഘം ചേർന്ന് ഭക്ഷണം തേടി അടുക്കളയിലും സ്റ്റോർ റൂമിലും ഓടി നടന്നു. പാത്രങ്ങൾ വീണു തിറമ്പി. ടിന്നുകൾ വീണുരുണ്ടു. കുപ്പികൾ പൊട്ടിച്ചിതറി. ഒച്ചകേട്ടു ഉറക്കത്തിൽ നിന്നും ഞെട്ടിയുണർന്ന് ഭരതനും അമ്മായിയും വിളക്കുകൊളുത്തി. പ്രകാശ

പ്രവാഹത്തിൽ പകച്ച് എലികൾ പാഞ്ഞൊളിച്ചു. ഉരുണ്ടുപോയ ടിന്നു കളും താഴെ വീണ പാത്രങ്ങളും പെറുക്കി നടന്നും കുപ്പിച്ചില്ലുകൾ വാരി ക്കളഞ്ഞും അവർ നേരം വെളുപ്പിച്ചു.

പിറ്റേന്ന് ഭരതൻ ഒരെലിക്കെണി വാങ്ങാൻ പോയി. അങ്ങനെയാ ണവൻ കുടുംബത്തിന്റെ ഉത്തരവാദിത്വം ഏറ്റെടുക്കാൻ ഇടയായത്.

കാര്യമായൊന്നും ഭരതനു ചെയ്യാനുണ്ടായിരുന്നില്ല. ടൗൺഷിപ്പിൽ താമസിക്കുന്നവർക്കു വേണ്ടതൊക്കെ വീടിന്റെ മുറ്റത്ത് എത്തിച്ചേരുമാ യിരുന്നു. പച്ചക്കറികളും പഴങ്ങളും മീനും കച്ചവടക്കാർ വീടുകളിൽ കൊണ്ടുചെന്നു കൊടുത്തു. മറ്റ് സാധനങ്ങൾക്ക് തൊഴിലാളികൾ നട ത്തുന്ന സൊസൈറ്റി സ്റ്റോറിൽ ചെന്നാൽ മതി. ഒരു സൈക്കിൾ വാടക യ്ക്കെടുത്ത് അവൻ അരിയും പലവ്യഞ്ജനങ്ങളും വാങ്ങിക്കൊണ്ടുവന്നു. അമ്മായിക്കു തലയിൽ തേയ്ക്കാനുള്ള തൈലം കളമശ്ശേരിയിൽപ്പോയി വാങ്ങി. കുട്ടികൾക്കു പെൻസിലും റബ്ബറും മിഠായികളും വാങ്ങിക്കൊടു ത്തു. നാളികേരം ചിരകി. ഉഴുന്നും അരിയും ആട്ടുകല്ലിൽ അരച്ചു.

കുട്ടികൾ തങ്ങൾക്കറിയാത്ത ഗൃഹപാഠങ്ങൾ ചെയ്യാൻ അവന്റെ സഹായം തേടി. ഗൃഹപാഠങ്ങളുടെ കുറിപ്പുകൾ തെറ്റായി എഴുതി ക്കൊണ്ടു വന്നിരിഥയൊണെന്നു അവൻ പറഞ്ഞു:

"ഒന്നിലോ മാഷ്ക്ക് തെറ്റി; അല്ലെങ്കിൽ നിങ്ങൾക്ക്."

"ഇല്യ. ഇല്യ. ഇങ്ങനെന്നെയാണ് മാഷ് പറഞ്ഞത്."

"ഞാൻ ഒന്നും കൂടി നോക്കട്ടെ."

അവൻ നോട്ടുപുസ്തകത്തിൽ കുട്ടികൾ വടിവില്ലാത്ത അക്ഷരങ്ങ ളിൽ കുറിച്ചുവെച്ച വിഡ്ഢിത്തങ്ങളിൽ വിസ്മയം പൂണ്ടു.

"നമ്മുടെ കുട്ടികളെ നാം തന്നെ വഴിപിഴപ്പിക്കുന്നു."

അവൻ വിഷാദിച്ചു. ചരിത്രക്ലാസുകളിൽ ഭരണാധികാരികൾ എന്തു ചെയ്തുവെന്നുപറഞ്ഞുകൊടുത്ത് ജനങ്ങൾ എങ്ങനെ ജീവിച്ചുവെന്നു മറച്ചുപിടിക്കുന്നു. ഗണിതശാസ്ത്രത്തിൽ അക്കങ്ങൾ പദാർത്ഥങ്ങളുടെ പ്രതീകങ്ങളാണെന്നു നാമവരെ ബോദ്ധ്യപ്പെടുത്തുന്നില്ല. അക്ഷരങ്ങ ളിലും വാക്കുകളിലും വട്ടം കറക്കി നാം ആശയങ്ങളിൽ നിന്നവരെ ഒഴിച്ചു നിറുത്തുന്നു.

അമ്മായി വിളിച്ചപ്പോൾ അവൻ കുട്ടികളിൽ നിന്നും രക്ഷപ്പെട്ട് അടു ക്കളയിൽ അഭയം പ്രാപിച്ചു. അവിടെ അവനെക്കാത്ത് മറ്റൊരു കുരിശു ണ്ടായിരുന്നു.

പുതിയൊരു പ്രശ്നമാണ് അമ്മായി ഉന്നയിച്ചത്: ഇലഫ്ട്രിക് ഹീറ്റർ പ്രവർത്തിക്കുന്നില്ല.

ടൗൺഷിപ്പിൽ വിദ്യുച്ഛക്തി ജലം പോലെയായിരുന്നു. നിയമപരമായ സാധുതയില്ലെങ്കിലും എല്ലാ വീടുകളിലും പാചകത്തിന് വൈദ്യുതിയാണ് ഉപയോഗിച്ചിരുന്നത്. അടുക്കളയിൽ പ്രത്യേകം സ്വിച്ച് ബോർഡുകളും പ്ലഗ്ഗുകളും ഫ്യൂസുകളും വെച്ചിരുന്നു. ആയിരത്തിയഞ്ഞൂറിന്റെയും രണ്ടാ

യിരത്തിന്റെയും കോയിലുകൾ ദിവസത്തിൽ പതിനെട്ടു മണിക്കൂർ ജ്വലിച്ചു. മീറ്ററുകൾ ഇല്ലാതിരുന്നതിനാൽ ഉപഭോഗത്തിന്നു കണക്കുണ്ടാ യിരുന്നില്ല.

ഭരതൻ ആ ഉപകരണങ്ങളിലേക്കു നോക്കിനിന്നു.

അവന്റെ അമ്മായി പറഞ്ഞു.

"ഇത് കേടാവുമ്പോൾ നിന്റെ അമ്മാവനാണു നന്നാക്കിയിരുന്നത്. എനിക്കിതു തൊടാൻ തന്നെ പേടിയാണ്."

അവൻ ഒരുസ്ക്രൂ ഡ്രൈവറും പ്ലയേഴ്സും കൈയിലെടുത്തുപിടിച്ച് കുറേനേരം ആലോചിച്ചുനിന്നു.

പണ്ടൊരിക്കൽ അവൻ വീട്ടിൽ കേടായ ടൈംപീസ് റിപ്പയർ ചെയ്യുക യുണ്ടായി. ആ പഴയ കൊച്ചുയന്ത്രം തുറന്നു നോക്കിയപ്പോൾ അതിന കത്ത് ഒട്ടേറെ ചക്രങ്ങളും സ്പ്രിങ്ങുകളും കണ്ട്, അവയുടെ ധാരാളി ത്തത്തിൽ വിസ്മയിച്ചു. അവൻ അവയെല്ലാം അഴിച്ചുപിരിച്ചു. ഓരോ ചക്രവും സ്ക്രൂ ആണിയും സ്പ്രിങ്ങും മറ്റ് ചില്ലറ സാധനങ്ങളും മേശ പുറത്തു ചിതറിക്കിടന്നു. കുറേനേരം അവയുമായി അവൻ മല്ലടിച്ചു. ഒടുവിൽ മടുത്ത് എല്ലാം കൂടി വാരി നിറച്ച് അടച്ചുവെച്ചു. ഇലക്ട്രിക് ഹീറ്റർ അത്തരം ഒരു സ്ഥിതിയിലായാൽ വീട്ടിൽ ഭക്ഷണം പാകം ചെയ്യാൻ കഴിയാതാകുമല്ലോ എന്നോർത്തപ്പോൾ സ്ക്രൂ ഡ്രൈവറും പ്ലയേഴ്സും താഴെവെച്ച് അവൻ പുറത്തേക്കോടി.

ടൗൺഷിപ്പ് സിവിൽ മെയ്ന്റനൻസ് ഡിപ്പാർട്ടുമെന്റ് ഓഫീ സിൽച്ചെന്ന് അവൻ യൂട്ടിലിറ്റിയിലേക്കു ഫോൺ ചെയ്തു. അമ്മാവന്റെ വീട്ടുനമ്പറും ഒട്ടകപ്പക്ഷിയുടെ അടയാളവും നല്കി. പവർ സപ്ലൈ തക രാറിലായിരിക്കുന്നുവെന്നു അറിയിച്ചു.

ഇലക്ട്രിക്കൽ വിഭാഗക്കാർ വളരെ വേഗത്തിൽ ഒരു ട്രക്കറിൽ നീള മുള്ള അലുമിനിയം ലാഡറും മറ്റ് നൂറു കൂട്ടം ഉപകരണങ്ങളുമായി പാഞ്ഞെത്തി. അവർ മെയിൻ സ്വിച്ചിലേക്കു നീങ്ങിയപ്പോൾ, അവരെ തട ഞ്ഞുകൊണ്ട് ഭരതൻ പതുക്കെപ്പറഞ്ഞു:

"ഹീറ്ററിനാണു തകരാറ്."

"ഹീറ്ററോ!"

"അതെ; അടുക്കളയിൽ."

"ഹീറ്റർ കേടായിട്ടുണ്ടെങ്കിൽ ഞങ്ങൾക്കെന്താ? ഇതിനാണോ ഫോൺ ചെയ്തുവരുത്തിയത്! ഹീറ്റർ നന്നാക്കിക്കൊടുക്കുക കമ്പനി യുടെ പണിയല്ല. പൂവാടോ നമുക്ക്."

അവർ അരിശപ്പെട്ട് ഇറങ്ങാൻ തുടങ്ങി.

ഭരതൻ കെഞ്ചി:

"ദയവു ചെയ്ത്, ഇപ്രാവശ്യം മാത്രം."

അറുപതു വയസ്സിൽ ജോലിയിൽനിന്നു പിരിഞ്ഞുപോകുന്നതിന് ഇനിയും നാലുകൊല്ലം കൂടി കമ്പനിയെ സേവിക്കാൻ നിർബ്ബന്ധിതനായ

ഒരു എഴുപതുകാരൻ അടുക്കളയിൽച്ചെന്ന് സ്വിച്ച് ബോർഡ് പണിപ്പെട്ടു കണ്ടുപിടിച്ചു. ഭാഗ്യത്തിന് കണക്ഷൻ വിച്ഛേദിക്കപ്പെട്ട ഒരു കമ്പി കണ്ടെത്താനും യഥാസ്ഥാനത്ത് അത് ഘടിപ്പിക്കാനും അയാൾക്കായി. സ്വിച്ച് ഓൺ ചെയ്തപ്പോൾ കോയിലുകൾ പുകയുകയയും ജ്വലിക്കുകയയും ചെയ്തു. ഭരതന്റെ നേരെ നോക്കി അയാൾ പല്ലില്ലാത്ത മോണ കാട്ടി ചിരിച്ചു. അവന് അയാളെ കെട്ടിപ്പിടിച്ചു ഉമ്മ വയ്ക്കണമെന്നു തോന്നി.

അവർ പിറുപിറുത്തുകൊണ്ട് വണ്ടിയിൽ കയറി ഓടിച്ചു പോകുന്നതുനോക്കി ഭരതൻ പടിക്കൽ നിന്നു. കമ്പനിയൂണിഫോം ധരിച്ചാൽ താൻ എങ്ങനെയിരിക്കുമെന്ന് അവൻ ചിന്തിച്ചു. ഇന്റർവ്യൂവിന് ജയിക്കുമെന്നും കമ്പനിയിൽ ഹെൽപ്പറായി കടന്നു കൂടാൻ കഴിയുമെന്നും അവൻ ഉറച്ചു വിശ്വസിച്ചു. തെള്ളിയും തവള നെയ്യും ശേഖരിച്ച് മരുന്നുണ്ടാക്കി രാത്രി കാലങ്ങളിൽ ശരീരത്തിൽപൂശി. അദൃശ്യനായി ഉമയുടെ ഉറക്കറയിൽ പ്രവേശിച്ച് അവളോട് വിവാഹാഭ്യർത്ഥന നടത്തണമെന്നു തീരുമാനിച്ചു.

എന്നെക്കണ്ടാലാതെ, എന്റെ സ്വരം കേൾക്കുമ്പോൾ അവൾ ഭയപ്പെടും. അതെ. അവളോട് സത്യം തുറന്നുപറയാം. കുറേ മരുന്ന് ഉമയ്ക്കു കൊടുക്കാം. പക്ഷെ, അവൾ അത് ദേഹത്തു പുരട്ടുമെന്നു പ്രതീക്ഷിക്കവയ്യ. വസ്ത്രങ്ങൾ ഉരിഞ്ഞുകളഞ്ഞ് കൊണ്ടുള്ള സാഹസങ്ങൾക്ക് അവൾ തയ്യാറായെന്നു വരില്ല. എങ്കിലും സംഗമത്തിന് അവൾ സമ്മതിച്ചെന്നു വരും.

നിരത്തിൽ കുട്ടികൾ ക്രിക്കറ്റ് കളിക്കുകയായിരുന്നു. അവരുടെ കോലാഹലങ്ങൾക്കിടയിൽ ആരോ വീശിയടിച്ച പന്ത് ഭരതന്റെ ചെവി ക്കരികിലൂടെ മൂളിപ്പറന്നു.

"ക്ലിം" എന്നൊരു ശബ്ദം കേട്ട് ഭരതൻ ഞെട്ടിത്തിരിഞ്ഞു നോക്കുമ്പോൾ ഒട്ടകപ്പക്ഷിയുടെ നിറമുള്ള ചിത്രത്തിന്നു താഴെ തൂക്കിയിരുന്ന അമ്മാവന്റെ പേരെഴുതിയ നെയിംബോർഡ് തകർന്ന് താഴെ ചിതറിക്കിടക്കുന്നതുകണ്ടു; അല്പം അകലെ ചുവന്നു തുടുത്ത പന്ത്.

പത്ത്

ഏലൂരിലെ ടൗൺഷിപ്പിൽ ഒരു പട്ടാളക്കാരന്റെ കുറവുണ്ടായിരുന്നു. അമോണിയ വാതകം സൃഷ്ടിച്ച മൂടൽമഞ്ഞുനിറഞ്ഞു നിന്ന ഒരു പ്രഭാതത്തിൽ തെയോഹിലോസ് ഡിക്രൂസ് എന്ന ചെറുപ്പക്കാരൻ ലാടം തറച്ച ബൂട്സ് അമർത്തിച്ചവിട്ടി ടൗൺഷിപ്പിലെ കോൺക്രീറ്റ് നിരത്തിലൂടെ മാർച്ച് ചെയ്തു. കറുത്തു തടിച്ച് ഉയരകൂടുതലുള്ള അവന് ഹകാമ്പൻ മീശയും കൂറ്റു പുരികങ്ങളും ചുവന്നു കലങ്ങിയ കണ്ണുകളുമുണ്ടായിരുന്നു. പാടെ നരച്ച കൊറിയൻ ജീൻസും വളരെ അയഞ്ഞ കടുംചുവപ്പു നിറമുള്ള ടീ ഷർട്ടും ധരിച്ച് പുച്ഛഭാവം സ്ഫുരിക്കുന്ന മന്ദഹാസത്തോടെ അവൻ ധ്വജ ഉയർത്തിപ്പിടിച്ചു. ഒരു ബറ്റാലിയൻ സൈന്യത്തെ നയിക്കുന്ന

ഭാവത്തിൽ തെയോഫിലോസ് ഡിക്രൂസ് പ്രഭാതത്തെ പ്രകമ്പനം കൊള്ളിച്ചു.

നാസിക്കിലെ ബാരക്കുകളിലേക്ക് തിരിച്ചുപോകാൻ മുപ്പത്തിയേഴു ദിവസം ശേഷിച്ചിരിക്കെ ഏലൂരിൽ ക്രെയിൻ ഓപ്പറേറ്റർ ജ്യേഷ്ഠൻ വില്യം ഡിക്രൂസിന്റെ കൂടെ താമസിക്കാൻ എത്തിയതാണവൻ.

അവന്റെ ബറ്റാലിയൻ മുൻപേ കുതിച്ചു പാഞ്ഞു. ശത്രുവ്യൂഹത്തെ പാടെ തകർത്ത് കവചിതവാഹനങ്ങൾ ഇരമ്പിക്കയറി. വിജയങ്ങളെ വിനയ പൂർവ്വം അഭിവാദ്യം ചെയ്തുകൊണ്ട് ഡിക്രൂസ് ഇരുവശവും നിരനിര യായി സ്ഥിതിചെയ്ത ക്വാർട്ടേഴ്സുകൾക്കിടയിലൂടെ ചക്രവാളത്തിലേക്കു നടന്നു.

താമരപ്പൂവിന്റെ ചിത്രം പതിച്ച നൂറ്റിപ്പതിനെട്ടാം നമ്പർ കെട്ടിടത്തിന്റെ മുന്നിലെത്തിയപ്പോൾ അവൻ നിന്നു. മുറ്റത്തുകിടന്ന അന്നത്തെ വർത്ത മാനപത്രം എടുക്കാൻ ഉമ ഇറങ്ങി വന്ന സമയമായിരുന്നു അത്.

പിന്നീട് എല്ലാ ദിവസവും അവൻ അതേ വഴിയിലൂടെ പട നയിച്ചു. ഉമ ഇറങ്ങിവന്ന് പത്രം എടുത്തുകൊണ്ടുപോകുന്നതും അവൻ അവിടെ എത്തിച്ചേരുന്നതും ഒരേ സമയത്തുതന്നെയാവുക പതിവായി.

ഏഴാം ദിവസം അവൻ അവളെ നോക്കി ചിരിച്ചു. അവന്റെ കറുത്ത ചുണ്ടുകൾ വിടരുന്നതും വെളുത്തപല്ലുകൾ പ്രത്യക്ഷമാകുന്നതും അവൾ അത്ഭുതത്തോടെ നോക്കി. എന്തൊക്കെയായാലും ഈ ചെകുത്താനു ചിരിക്കാൻ കഴിയുമെന്ന് അവൾ കരുതിയിരുന്നില്ല. അവൾ തന്നെ നോ ക്കിയത് അഭിനിവേശം കൊണ്ടാണെന്നു ഡിക്രൂസ് വിചാരിച്ചു. അവൻ ജ്യേഷ്ഠന്റെ വീട്ടിൽചെന്നിരുന്ന് വികൃതമായ കൈപ്പടയിൽ ഒരായിരം അക്ഷരപ്പിശകുകളോടെ തന്റെ ഹൃദയം തുറന്നുകാണിക്കുന്ന പ്രേമലേ ഖനം എഴുതിയുണ്ടാക്കി. ഈ കൃത്യം നിർവ്വഹിക്കാൻ അവന് ഒന്നര മണിക്കൂർ സമയം വേണ്ടിവന്നു. വിദേശനിർമ്മിതമായ ഏതോ സുഗന്ധ ദ്രാവകം പൂശിയ ചന്തമാർന്ന കടലാസുകൂട്ടിൽ ചുംബനപൂർവ്വം ലേഖനം നിക്ഷേപിച്ച് അവൻ അത് പോക്കറ്റിൽ കരുതിക്കൊണ്ടാണ് പിറ്റേന്നു രാവിലെ പട നയിച്ചത്. ഉമ പത്രമെടുത്തു നിവരുമ്പോൾ കാണത്തക്ക വണ്ണം അവനത് അവളുടെ നേരെ ദയാപൂർവ്വം ഇട്ടുകൊടുത്തു.

"ഇതെന്താണ്?"

അവൾ ചോദിച്ചു.

അവനാകെ നാണിച്ച്, ചിരിക്കുകയെന്ന വൈകൃതത്തോടെ കിണു ങ്ങിപ്പറഞ്ഞു:

"ഒരെഴുത്ത്."

"എഴുത്ത് നിന്റെ അമ്മയ്ക്ക് കൊണ്ടുപോയി കൊടുക്ക്."

അവനുമാത്രം കേൾക്കാവുന്ന ശബ്ദത്തിൽ അവൾ സ്പഷ്ടമായി പറഞ്ഞു.

തെയോഫിലോസ് ഡിക്രൂസ് ഞെട്ടി. അവൻ ഞെട്ടലിൽ നിന്നുണരും മുൻപ് ഉമ ആ കടലാസ് കൂട് കുനിഞ്ഞെടുത്ത് അവന്റെ മുഖത്തേക്കു

വലിച്ചെറിഞ്ഞ് കൊടുങ്കാറ്റുപോലെ പാഞ്ഞ് അകത്തുകയറി വാതിലടച്ചു.

പരാജയങ്ങളിൽ പരിക്ഷീണനാകരുതെന്നുള്ള യുദ്ധതന്ത്രം അവൻ മുറുകെപ്പിടിച്ചു. വീണ്ടും വീണ്ടും ശ്രമിക്കുക.

അവൻ സമാശ്വസിച്ചു.

പെൺകുട്ടികൾ അങ്ങനെയാണ്. എനിക്കല്പം തിടുക്കം കൂടിപ്പോയി.

അടുത്തദിവസവും അവൻ കൃത്യസമയത്തുതന്നെ ഉമയുടെ വീടിന്റെ മുന്നിലെത്തി. കുറെക്കൂടി സുഗന്ധലേപനം ചെയ്ത് അനുരാഗ ലേഖനം ആകർഷകമാക്കിയിരുന്നു. ഉമ പത്രമെടുത്തു നിവരുമ്പോൾ അവൻ മുന്നിൽ നില്ക്കുന്നതു കണ്ട് പതറി.

"കുട്ടിക്ക് എന്നോട് ദേഷ്യമാണോ?"

അതിരാവിലെ ചന്തയിൽ നിന്ന് ഇറച്ചിവാങ്ങി സൈക്കിളിൽ വരിക യായിരുന്ന ഭരതൻ ഈ കാഴ്ചകണ്ട് ബ്രേക്ക് ചവുട്ടി വണ്ടി നിറുത്തി:

"ആരാ?"

ഭരതന്റെ ചോദ്യത്തിന് ഉമയാണു മറുപടി പറഞ്ഞത്.

"എനിക്കറിഞ്ഞുകൂടാ. ഇയാള് ദിവസോം വന്ന് ശല്യപ്പെടുത്ത്......"

ഭരതന് കോപാകുലനാവാതിരിപ്പാൻ വയ്യാതായി. ഉമയെ ശല്യപ്പെ ടുത്തുന്ന ഒരുത്തൻ ഇനിയും ജീവിച്ചിരിക്കുന്നതുതന്നെ അനീതിയാണ്. അവൻ ഡിക്രൂസിന്റെ നേരെ അലറി:

"നീയാര്? നിനക്കിവിടെയെന്തുകാര്യം?"

ഉമയുടെ ചുറ്റുപാടുകളെല്ലാം അന്വേഷിച്ചറിഞ്ഞിരുന്ന ഡിക്രൂസ് തന്നെ ചോദ്യം ചെയ്യുന്നത് അവളുമായി യാതൊരു ബന്ധവുമില്ലാത്ത തൊഴിൽരഹിതനായ ഏതോ ഒരുത്തനാണെന്നു മനസ്സിലായി. അതു കൊണ്ട് തിയോഫിലോസ് തിരിച്ചടിച്ചു:

"നീയാര്? നിനക്കിവിടെയെന്തുകാര്യം?"

കഥകളിലും സിനിമകളിലും കാണുന്നതുപോലെ അവർ മുഖ ത്തോടു മുഖം ഒരേറ്റുമുട്ടലിനു തയ്യാറായി നിന്നു.

"ഞാനാരാണെന്നും എനിക്കെന്തു കാര്യമുണ്ടെന്നും നിന്നെ കാണി ച്ചുതരാം."

ഭരതൻ നിന്നു വിറച്ചു.

"പോടാ പന്നീ."

ഡിക്രൂസ് പൊട്ടിച്ചിരിച്ച പടികടന്ന് നടന്നുപോയി.

അന്നു വൈകുന്നേരം ഭരതൻ വില്യം ഡിക്രൂസിന്റെ ക്വാർട്ടേഴ്സ് തേടി നടന്നലഞ്ഞു. ഒടുവിൽ ഇരുട്ടുപരന്നുതുടങ്ങിയപ്പോൾ കൊറ്റിയുടെ ചിത്രം പതിച്ച നൂറ്റിപ്പതിനെട്ടാം നമ്പർ വീടിന്റെ മുന്നിൽ എത്തിച്ചേർന്നു.

സ്റ്റീരിയോ റെക്കാർഡിലൂടെ പാശ്ചാത്യസംഗീതത്തിന്റെ ഭീകരമായ ശബ്ദകോലാഹലങ്ങളും ആളുകളുടെ അട്ടഹാസങ്ങളും അന്തരീക്ഷം നിറ ഞ്ഞുനിന്നു.

"ഇവിടെ ആരുമില്ലേ?"

ഭരതൻ ഉറക്കെ വിളിച്ചു ചോദിച്ചു:

"ഇവിടെ എല്ലാരുമുണ്ട്."

തെയോഫിലോസ് ഡിക്രൂസും അവന്റെ ജ്യേഷ്ഠന്റെ മൂന്നു പുത്ര
ന്മാരും പുത്രിയും പുറത്തേക്കു വന്നു.

പട്ടാളക്കാരനെക്കാൾ ഭീകരന്മാരായിരുന്നു ജ്യേഷ്ഠന്റെ മക്കൾ.
കരിവീട്ടിയുടെ കാതൽ കടഞ്ഞെടുത്ത പോലുള്ള ഉടലാർന്ന അവർ പതി
നെട്ടിനും ഇരുപത്തിമൂന്നിനും ഇടയ്ക്കു പ്രായമുള്ളവരായിരുന്നു. അവ
രുടെ സഹോദരി പതിനാറുകഴിഞ്ഞ കരിമ്പൂതം എന്തോ ചവയ്ക്കുന്നു
ണ്ടായിരുന്നു.

ഭരതന്റെ മുന്നിൽ ഒരു പ്രദർശനത്തിനെന്നപോലെ അവർ നിരന്നു
നിന്നു.

താനാണു ചോദിക്കാൻ അർഹൻ എന്ന മട്ടിൽ തെയോഫിലോസ്
ഡിക്രൂസ് ചോദിച്ചു:

"നിനക്ക് ആരെയാണു കാണേണ്ടത്?"

"നിന്നെത്തന്നെ."

ഭരതന്റെ സ്വരം ചാട്ടുളിപോലെ ചീറി.

ഡിക്രൂസുകൾ ഒരു നിമിഷം പതറി. അവരുടെ കണക്കുകൂട്ടലു
കൾക്ക് അപ്പുറത്തായിരുന്നു ഭരതൻ. ആ അവസരം, തന്റെ കരുത്തരായ
എതിരാളികളുടെ ബലഹീനതയുടെ നിമിഷമാണെന്നറിഞ്ഞ അവൻ ഒരടി
മുന്നോട്ടു നീങ്ങി നെഞ്ചുവിരിച്ച് പല്ലുകൾ കടിച്ചു പറഞ്ഞു:

"രാവിലെ നീയെന്നെ പന്നിയെന്നു വിളിച്ചു. എനിക്കവസരം കിട്ടും
മുൻപേ ഒരു കൊടിച്ചിപ്പട്ടിയെപ്പോലെ നീ കടന്നുകളഞ്ഞു. ഇതാ, ഇപ്പോൾ
നിന്നെത്തേടി ഞാനൊറ്റയ്ക്കു വന്നിരിക്കുന്നു. ഇനി ഞാനാരാണെന്നു
നിനക്കു മനസ്സിലായോ?"

തങ്ങളുടെ മടയിൽ ഒറ്റയ്ക്കു കടന്നുവന്ന അവനെ അവർക്കു മനസ്സി
ലാക്കാൻ കഴിഞ്ഞില്ല. അവരുടെ കുടുംബചിത്രത്തിൽ ഇങ്ങനെയൊന്നു
ണ്ടായിട്ടില്ല.

ചെറിയ ഡിക്രൂസുകൾ കുതിക്കാനൊങ്ങവെ, തെയോഫിലോസ്
കൈയാംഗ്യം കൊണ്ടവരെ തടഞ്ഞു. ഒച്ചതാഴ്ത്തി ഭരതനോടു ചോദിച്ചു.

"സത്യത്തിൽ നീ ആരാണ്?"

ഭരതൻ അവന്റെ കാതിൽ എന്തോ പറഞ്ഞു:

പൊടുന്നനെ ഡിക്രൂസിന്റെ ഭാവം മാറുകയും അവൻ ഭരതനെ
കൈകൊടുത്ത് അകത്തേക്കു സഹോദരപുത്രന്മാരുടെ അകമ്പടിയോടെ
ആനയിക്കുകയും ചെയ്തു.

ഭരതൻ പറഞ്ഞ രഹസ്യമെന്താണെന്നു തന്റെ ഏലൂരിനെ കുറിച്ചുള്ള
കുറിപ്പുകളിൽ രേഖപ്പെടുത്തിവെച്ചിട്ടില്ല. പില്ക്കാലത്ത് അമ്മായി അവൻ
ഉപയോഗിച്ചിരുന്ന പഴയ പെട്ടി തുറന്നുനോക്കിയപ്പോൾ ചിതൽ തിന്നു
തുടങ്ങിയ കുറേ പഴയ കടലാസുകൾ കണ്ടെത്തി. ഭരതൻ പലപ്പോഴായി

എഴുതിവെച്ച സ്മൃതികളായിരുന്നു അവ. പേജുകൾക്ക് നമ്പർ ചേർത്തി
രുന്നില്ല. കടലാസുകളുടെ ക്രമം മനസ്സിലാക്കാനാകാതെ അവൾ കുഴ
ങ്ങി. ഭാഷാപ്രയോഗങ്ങളിൽ നിലവിലിരുന്ന എല്ലാ വ്യവസ്ഥകളെയും ചിട്ട
കളെയും പാടേ അവഗണിച്ചുകൊണ്ടുള്ള അവന്റെ സാഹസിക സംരംഭ
ത്തിൽ അക്ഷരങ്ങളുടെ അവ്യക്തതയും പദാർത്ഥത്തിനു വിപരീതമായ
ഫലമുളവാക്കാൻ പോന്ന അക്ഷരപ്പിശകുകളും വാക്യഘടനയിലുള്ള നിര
ങ്കുശത്വവും വായനക്കാരനെ ഞെട്ടിച്ചു.

ഭരതൻ സോഫയിൽ ഇരുന്നു. കുന്തിരിക്കത്തിന്റെയും സവാള ഉള്ളി
യുടെയും മസാലകളുടെയും ഒരു സമ്മിശ്ര ഗന്ധം മുറിയിലാകെ നിറഞ്ഞു
നിന്നു. അതിനെക്കാൾ അസഹ്യമായിരുന്നത് അത്യുച്ചത്തിലുള്ള
പാശ്ചാത്യ ഭീകരസംഗീതമായിരുന്നു.

"അത് നിർത്ത്."

ടേപ്പ് റിക്കാർഡർ ചൂണ്ടി ഭരതൻ അലറി.

ഒരുത്തൻ ഉടനടി സ്വിച്ച് ഓഫ് ചെയ്തു.

മുറിക്കുള്ളിൽ ദിവ്യമായ നിശ്ശബ്ദതയുടെ സൗമ്യവും സ്നിഗ്ധവു
മായ പ്രകാശം വഴിഞ്ഞു.

തിയോഫിലോസ് ഡിക്രൂസ് ഒരു ട്രങ്കുപെട്ടി തുറന്ന് അവനു മിലിട്ടറി
ക്വാട്ടയിൽ ലഭിച്ച ഒരു കുപ്പി റം ടിപ്പോയിന്മേൽ കൊണ്ടുവെച്ചു. ആന്റി
ഡിക്രൂസ് അടുക്കളയിൽ നിന്നു ഗ്ലാസുകളും ഒരു താലം നിറയെ മാട്ടി
റച്ചി വരുത്തതും കൊണ്ടുവന്നപ്പോഴേക്കും ചെറിയ ഡിക്രൂസുകളിൽ ഒരു
വൻ ഫ്രിഡ്ജ് തുറന്ന് തണുത്തവെള്ളം നിറച്ച കഴുകന്റെ രൂപത്തിലുള്ള
കുപ്പി വളരെ കരുതലോടെ റമ്മിന്റെ സമീപത്തുവെച്ച് ഒതുങ്ങിനിന്നു.

പാനോപചാരത്തോടൊപ്പം അല്പം സംഗീതം കൂടിയാവാമെന്ന്
ആതിഥേയർ ആഗ്രഹിച്ചെങ്കിലും വിശിഷ്ടാതിഥിക്ക് അത് ഇഷ്ടപ്പെടുക
യില്ലെന്നു കരുതി ടേപ്പ് റിക്കാർഡിൽനിന്ന് കൈനീട്ടിയാൽ തൊടാനാ
വാത്ത അകലത്തിൽ അവർ ഒഴിഞ്ഞുനിന്നു.

ആണുങ്ങൾ മദ്യവും മാട്ടിറച്ചിയും സന്ദർഭത്തിനനുയോജ്യമായ നിശ്ശ
ബ്ദതയോടെ ആസ്വദിക്കെ പെൺകുട്ടി ഭരതനെ നോക്കി ശൃംഗാര
ചേഷ്ടകൾ കാട്ടി.

ആദ്യമായി സംസാരിച്ചത്, അത് തന്റെ കടമയാണെന്നു കരുതി,
ഭരതനാണ്. അവൻ തിയോഫിലോസിനോടു ചോദിച്ചു.

"നിനക്കിനി എത്ര ദിവസം ലീവ് ഉണ്ട്?"

"ഇരുപത്തിയൊന്നു ദിവസം."

"അപ്പോൾ നീ ഇവിടെ ഉണ്ടാകുമല്ലോ."

"ഇല്ല. ഞാൻ നാളെ നാട്ടിലേക്കു പോകും. പിന്നെ ഉടനെ ഞാൻ
തിരിച്ചു പോകും."

"അതെന്താ?"

"എനിക്കുടനെ പോകണം. എനിക്കു യുദ്ധം ചെയ്യണം."

"നീയവിടെ ആരോടു യുദ്ധം ചെയ്യാനാണ്! നമുക്കു ശത്രുക്കളില്ലല്ലോ."

"ഞാൻ ശത്രുക്കളെ സൃഷ്ടിക്കും. എന്റെ റജിമെന്റ് വെറുതെ തിന്നു തടിച്ച പന്നികളെക്കൊണ്ട് നിറഞ്ഞിരിക്കയാണ്. ഞാനവരെ യുദ്ധത്തിനു സജ്ജരാക്കും."

"നീയെന്തിനാണു യുദ്ധം ചെയ്യുന്നത്?"

"എനിക്കു മരിക്കണം. മരണം സുനിശ്ചിതമായിരിക്കെ എനിക്കു യുദ്ധം ചെയ്തു മരിക്കണം."

"നിനക്കു കഴിയുന്നതും വേഗം അത് സാധിക്കാൻ ഇടയാകട്ടെ."

അവർ പൊട്ടിച്ചിരിച്ചു. മരണത്തിന്റെ തണുത്ത സ്പർശനം കൊണ്ടെന്നപോലെ ആ യുവാക്കൾ കോരിത്തരിച്ചു.

ഭരതന്റെ ഗരിഷ്ഠമായ പൗരുഷത്തെ ദർശിക്കാൻ ഇടയായ ആ പെൺകിടാവ് ലജ്ജാവിവശയും വികാരതരളിതയുമായി. മറ്റൊന്നും ചെയ്യാ നാകാത്തതുകൊണ്ട് അവൾ എഴുന്നേറ്റ് ബാത്ത് റൂമിൽ കയറി വാതി ലടച്ചു.

പുറത്ത് രാത്രിയുറഞ്ഞതും പഴയ നക്ഷത്രങ്ങളും ചന്ദ്രനും കറുത്ത ധൂമപടലങ്ങൾക്കപ്പുറത്ത് ഒളിമങ്ങി നിന്നതും അവരറിഞ്ഞില്ല.

പെട്ടെന്ന് ഒരു ബുൾഡോസർ വന്നിടിച്ചാലെന്നപോലെ വാതിൽ മലർക്കെ തുറന്നു.

കറുത്ത് ഭീകരനായ വില്യം ഡിക്രൂസ്. അയാളുടെ തലമുടിയും മീശയും പുരികവും നരച്ചുവെളുത്തിരുന്നു. അയാളോടൊപ്പം വെളുത്തു ചടച്ച മേരി വില്യം ഡിക്രൂസ്.

"ഇതെന്റെ ചേട്ടൻ; ഇത് ചേട്ടത്തിയമ്മ."

തെയോഫിലോസ് ഭരതന് അവരെ പരിചയപ്പെടുത്തി.

ജ്യേഷ്ഠനും അനുജനും തമ്മിൽ പ്രായംകൊണ്ട് വളരെ അന്തരമു ണ്ടെന്നു ഭരതനു മനസ്സിലായി.

"ഇത് ഭരതൻ."

തെയോഫിലോസ് പരിചയപ്പെടുത്തി.

"കണ്ടതിൽ സന്തോഷം."

ഉറക്കെ പൊട്ടിച്ചിരിച്ചുകൊണ്ട് വില്യം ഡിക്രൂസ് ഭരതന്റെ കൈ പി ടിച്ചു കുലുക്കി. മുറിയിലെ സമ്പ്രദായങ്ങൾ കണ്ട് അയാൾ വീണ്ടും പൊട്ടി ചിരിച്ചു പറഞ്ഞു:

"ഒരാഘോഷം കഴിഞ്ഞമട്ടുണ്ടല്ലോ. ഞങ്ങ വരുമ്പളയ്ക്കും ഒക്കെ തീർത്ത്? ഞങ്ങളൊന്ന് എറണാകുളത്ത് പോയതാ."

അയാൾ കൈയിലുണ്ടായിരുന്ന പൊതിക്കെട്ടുകൾ മേശപ്പുറത്തു വെച്ചു. മേരിവില്യം ഡിക്രൂസ് വിളിച്ചു:

"ആനീ, ആനിയെവിടെ?"

ആനി ഡിക്രൂസിനെ അവരെല്ലാവരും മറന്നു പോയിരുന്നു.

അവൾ അപ്പോഴും ബാത്ത്റൂമിലായിരുന്നു.

വില്യം ഡിക്രൂസിനു വേണ്ടി അയാളോടൊപ്പം അവർ വീണ്ടും മദ്യ പിക്കാനാരംഭിച്ചു.

ഭരതൻ വില്യം ഡിക്രൂസിനോടു ചോദിച്ചു:

"കേട്ടോ അങ്കിൾ, അങ്കിൾ ഏലൂര് വന്നിട്ട് എത്രകാലായി?"

"ഒരുപാട് കാലായി മോനെ."

അയാൾ താൻ ഏലൂരു വന്നതും തുടർന്നുണ്ടായതുമായ സംഭവ ങ്ങൾ കാലക്രമത്തിനു യാതൊരു പ്രാധാന്യവും കല്പിക്കാതെ പറഞ്ഞു.

വില്യം ഡിക്രൂസ് പതിനെട്ടോ പത്തൊൻപതോ വയസുള്ളപ്പോൾ അപ്പനോടൊപ്പം തോക്കുകളുമേന്തി വരാപ്പുഴ കായൽ കടന്ന് ഏലൂർ ദ്വീപി ലെത്തി. കൊറ്റികളെ വെടിവെയ്ക്കുകയായിരുന്നു ലക്ഷ്യം. ആരോ പറഞ്ഞിരുന്നു ഏലൂരിൽ നിറയെ കൊക്കുകളുണ്ടെന്ന്.

ദ്വീപിൽ ജനവാസം തീരെ കുറവായിരുന്നു. കുറ്റിക്കാടുകളിൽ കുറു ക്കന്മാരും മുയലുകളും വെമ്പാല മൂർഖന്മാരും ഉണ്ടായിരുന്നു. പുഴയോ രങ്ങളിൽ നെൽവയലുകൾ പരന്നു കിടന്നു. നമ്പൂതിരിമനവക പാടശേ ഖരങ്ങളിൽ പണിയെടുക്കുന്ന അടിയാളരുടെ കൊച്ചുകൊച്ചു കുടിലുകൾ. മേലേക്കരയിൽ ധനികരായ ഏതാനും പ്രമാണിമാരുടെ മാളികകൾ. തങ്ങൾക്കു സംശയം തോന്നുന്ന ആരെയും അവർ വകവരുത്തി. വീട്ടുപ ടിക്കലൂടെ പുഴക്കടവുവരെ നീണ്ടുകിടന്ന പാതയിലൂടെ മഴ പെയ്യാതി രുന്ന സമയത്ത് പുതിയ കുട നിവർത്തിപ്പിടിച്ചുപോയ ഒരു യാത്രക്കാരന്റെ ധിക്കാരത്തിനു മരണമായിരുന്നു ശിക്ഷ.

"നടന്ന കഥയാണോ അങ്കിൾ?"

"കേട്ട കഥയാണു മോനേ. ഞങ്ങൾ ചെല്ലുമ്പോൾ അവർക്ക് പഴയ പ്രതാപത്തിന്റെ കഥകൾ മാത്രമേ ബാക്കിയുണ്ടായിരുന്നുള്ളൂ."

വില്യം ഡിക്രൂസും അയാളുടെ അപ്പനും തോളത്തുതോക്കുകൾ തൂക്കിയിട്ട് വെടിത്തിരയും സഞ്ചിയുമേന്തി കുറ്റിക്കാടുകൾ തോറും അല ഞ്ഞുതിരിഞ്ഞും ഒരൊറ്റ ദിവസം തന്നെ അവർക്ക് പതിനേഴു മുയലുക ളെയും ഏഴ് കൊക്കുകളെയും കിട്ടി.

പിന്നെ കമ്പനികൾ വന്നു.

ഒരിക്കൽ അപ്പനും മകനും തോക്കുമായി കമ്പനിപ്പടിക്കലൂടെ നടന്നു പോകുമ്പോൾ ആരോ കൈകൊട്ടി വിളിച്ചു.

"ദേഹൂ നിക്കണേ."

അവർ നിന്നു.

"ഈ കൊച്ചന് കമ്പനിയിൽ പണി വേണോ?"

അപ്പൻ അഭിമാനബോധം കൊണ്ട് കങ്കാണിയെ അപ്പോൾത്തന്നെ വെടിവെച്ചു കൊല്ലുമായിരുന്നു.

വില്യം ഡിക്രൂസ് ഇടപെട്ടു പറഞ്ഞു:

"പോട്ടെ അപ്പാ. അവൻ നമ്മളാരാന്ന് അറിയാണ്ട് പറഞ്ഞുപോയത ല്ലേ." അയാൾ അപ്പനെ പിടിച്ചുവലിച്ചുകൊണ്ടുപോയി.

അന്നു രാത്രി വില്യം ഡിക്രൂസിന് ഉറങ്ങാൻ കഴിഞ്ഞില്ല. കമ്പനി
യിൽ പണിക്കു കയറിയാലെന്താ? കൈനിറയെ പണം കിട്ടും. അപ്പനെ
ആശ്രയിക്കാതെ ജീവിക്കാം. മോട്ടോർ ബോട്ടിൽക്കയറി എറണാകുളത്തു
പോയി സിനിമ കാണാം. പുതിയ ഷർട്ടും മുണ്ടും വാങ്ങിക്കാം.

പിറ്റേന്ന് അയാൾ അപ്പനറിയാതെ ഏലൂരു വന്ന് കമ്പനിയിൽ ജോലി
ക്കാരനായി.

"അന്നെന്തായിരുന്നു പണി."

"കമ്പനി പണിയുകയായിരുന്നല്ലോ. പൈപ്പിടാൻ ചാലുവെട്ടല്.
ദെവസം പന്ത്രണ്ടണ കൂലി. കുശാലായിരുന്ന് മോനെ."

അയാളുടെ തടിമിടുക്കുകണ്ട കമ്പനി അധികാരികൾ പിന്നീടയാളെ
സെക്യൂരിറ്റി വിഭാഗത്തിൽ ഗാർഡ് ആയി നിയമിച്ചു. ആ തൊഴിൽ വളരെ
കാലം അയാൾ കൊണ്ടുനടന്നു.

ഒരിക്കൽ കമ്പനിയുടെ ഏതോ പൊതുപരിപാടിക്ക് പുറത്തേക്കു
കൊണ്ടുപോകാൻ യൂട്ടിലിറ്റിയിൽ നിന്നു ഗേറ്റ്പാസ് വാങ്ങി ഒരുജീവന
ക്കാരൻ ടേബിൾഫാനുമായി ഗേറ്റിൽവന്നു. വില്യം ഡിക്രൂസ് ആയിരുന്നു
ഗേറ്റിലെ കാവൽക്കാരൻ. അയാൾ പാസ്സു വാങ്ങിനോക്കി. ടേബിൾഫാൻ
എന്നെഴുതിയിരിക്കുന്നു. കൊണ്ടുവന്നവന്റെ കൈയിൽ ഫാൻ മാത്രം!
ടേബിൾ ഇല്ല. വില്യം ഡിക്രൂസ് തട്ടിക്കയറി.

"ഈ പണി എന്റടുത്ത് നടപ്പില്ല. രണ്ടും കൂടെ ഒരുമിച്ചു കൊണ്ടുപൊ
ക്കോണം. ഇപ്പോ ഫാൻ, പിന്നെ ടേബിൾ. അതൊന്നും പറ്റില്ല."

ജീവനക്കാരൻ ഓഫീസിൽ തിരിച്ചുചെന്ന് തനിക്കെടുക്കാവുന്ന ഒരു
മേശകൂടി കൊണ്ടുവന്നപ്പോൾ വില്യം ഡിക്രൂസ് ഫാനുമായി അയാളെ
പുറത്തുകടക്കാൻ അനുവദിച്ചുള്ളൂ.

വില്യം ഡിക്രൂസിന്റെ അമിതമായ ഈ കൃത്യനിഷ്ഠ കണ്ട് കമ്പനി
അയാളെ തൽസ്ഥാനത്തുനിന്നു മാറ്റി കുറേക്കൂടി ഉത്തരവാദിത്വമുള്ള
പണിയേല്പിച്ചു. ക്രെയിൻ ഓപ്പറേറ്റർ. അയാൾക്ക് പണ്ട് കൊക്കുകളു
മായി അടുത്ത സമ്പർക്കമുണ്ടായിരുന്നുവെന്ന് മേലധികാരികൾ മനസ്സി
ലാക്കിയിരുന്നതായി ശത്രുക്കൾ പറഞ്ഞു പരത്തി.

"അപ്പോൾ അങ്കിൾ ഈ ക്രെയിൻ ഓടിക്കാൻ തൊടങ്ങീട്ട് എത്ര
കാലായി?"

ഭരതൻ ചോദിച്ചു:

"മോനെ, ക്രെയിൻ ഓടിക്കയല്ല; ഓപ്പറേറ്റു ചെയ്കയാണ്."

ബാത്ത്റൂമിൽ നിന്നു പുറത്തുവന്ന ആനി ഡിക്രൂസ് ചുറ്റിപ്പറ്റി നടന്ന്
ഭരതന്റെ ശ്രദ്ധയാകർഷിക്കാനായി വീണ്ടും ശൃംഗാരചേഷ്ടകൾ കാണി
പ്പാൻ തുടങ്ങി.

നേരം വളരെ വൈകിയെന്നു പറഞ്ഞ് ഇടറുന്ന കാലുകളോടെ
ഭരതൻ ഇറങ്ങി. വീട്ടുകാർ മുറ്റത്തിറങ്ങിനിന്ന് അവനു ശുഭരാത്രി നേർന്നു.

തെയോഫിലോസ് ഡിക്രൂസ് കക്കൂസിൽ കയറി വാതിലടച്ചു. അവൻ

പോക്കറ്റിൽനിന്ന് ഉമയ്ക്കായി എഴുതിയ പരിമളം ചേരുന്ന കത്ത് പുറ
ത്തെടുത്ത് തലങ്ങും വിലങ്ങും കീറി. ആ നുറുങ്ങു കടലാസു തുണ്ടുക
ളെല്ലാം ചുരുട്ടിക്കൂട്ടി ചെറിയൊരു പന്തുപോലെയാക്കി ക്ലോസറ്റിൽ ഇട്ട്
വെള്ളം തുറന്നുവിട്ടു.

പതിനൊന്ന്

ഡിക്രൂസുകളിൽ നിന്നു ഭരതനെകുറിച്ച് കേട്ടറിഞ്ഞ മൂന്നു ചെറു
പ്പക്കാർ അവനെ കാണാനെത്തി. ഭരതൻ അവരെ വിനയപൂർവ്വം അക
ത്തേക്കാനയിച്ചു. ഇരിക്കാൻ പറഞ്ഞെങ്കിലും അവർ ഇരുന്നില്ല. ഭരതന്റെ
മുന്നിൽ ബഹുമാനപൂർവ്വം നിന്നു, അവരിലൊരുവൻ പറഞ്ഞു:

"ഞങ്ങൾ മാധവൻ നായരുടെ മക്കളാണ്. ഏലൂർ ദ്വീപിൽ, ഞങ്ങ
ളുടെ കൈവശമുള്ള കണക്കനുസരിച്ച്, മാധവൻ നായരുടെ മക്കളായി
എഴുപത്തിയൊന്നു യുവാക്കളുണ്ട്. അതിശയകരമായിട്ടുള്ളത് എല്ലാവരും
ആണുങ്ങളാണെന്നതാണ്. ഞങ്ങൾ ആഗ്രഹിക്കുന്നത്, അല്ലെങ്കിൽ ചിന്തി
ക്കുന്നത് നമുക്കൊരു സംഘടിത ശക്തിയാവുകയാണു വേണ്ടതെന്നാണ്.
നീ ഞങ്ങളുടെ നേതാവാകണം. ഒരു യഥാർത്ഥ നേതാവിനെ കണ്ടെ
ത്താൻ കാത്തിരിക്കുകയായിരുന്നു ഞങ്ങൾ എഴുപതുപേരും."

അവർ സംഘത്തിന്റെ സ്വഭാവത്തെക്കുറിച്ചും ലക്ഷ്യത്തെക്കുറിച്ചും
വിശദമായി ചർച്ച ചെയ്തു. യാതൊരുകാരണവശാലും, ഒരവസരത്തിലും
പ്രത്യക്ഷമായോ പരോക്ഷമായോ മാധവൻ നായർക്ക് അനുകൂലവും
പ്രതികൂലവുമായി പ്രവർത്തിക്കുകയില്ലെന്ന ദൃഢനിശ്ചയത്തിന്റെ
അസ്തിവാരത്തിലാണ് സംഘം കെട്ടിപ്പടുക്കുകയെന്നു തീരുമാനിച്ചു.
സംഘാംഗങ്ങളാരും തങ്ങളുടെ പിതാവിനെക്കുറിച്ച് പരാമർശിക്കുകയി
ല്ലെന്നുള്ള സത്യപ്രതിജ്ഞ ചെയ്യാൻ നിർബ്ബന്ധിതരായിരിക്കും. നിലവി
ലുള്ള കണക്കിൽപ്പെടാതെ പിതൃത്വത്തെ ഗോപ്യമാക്കി വെച്ചിട്ടുള്ളവരു
ണ്ടെങ്കിൽ അങ്ങനെയുള്ളവരെ കണ്ടുപിടിക്കാനും സംഘത്തിൽ
ചേർക്കാനും വേണ്ട നടപടികൾ കൈക്കൊള്ളാമെന്നുവർ സമ്മതിച്ചു.

ഭരതൻ അവരുടെ ആഗ്രഹത്തെ മാനിച്ചുകൊണ്ട്, തനിക്കു മൂന്നു
മാസത്തെ അവധി നല്കണമെന്നാവശ്യപ്പെട്ടു. അവർ അവന് അവധി
അനുവദിച്ചു പുറത്തിറങ്ങി. ദ്രുതകാംക്ഷയേറെ വഴിയരികിൽ കാത്തുനി
ന്നിരുന്ന സംഘാംഗങ്ങളോടൊപ്പം അപ്രതീക്ഷിതമായി കൈവന്ന മഹാ
ഭാഗ്യത്തിൽ ആഹ്ലാദം പൂണ്ട് പലവഴിയായി പിരിഞ്ഞു.

അന്നുരാത്രി ഏലൂരിലെ മതിലുകളായ മതിലുകളിലെല്ലാം പുതിയ
സംഘത്തിന്റെ വർണ്ണശബളിമയാർന്ന പോസ്റ്ററുകൾ പ്രത്യക്ഷപ്പെട്ടു.
സംഘത്തിന്റെ പേരിന്റെ ആദ്യക്ഷരങ്ങളായ എസ് ഒ എം കൂട്ടിച്ചേർത്ത്
സോം എന്ന ചുരുക്കപ്പേരിലാണ് പ്രസിദ്ധീകരണങ്ങൾ പുറത്തുവന്നത്.
സോമിന്റെ പോസ്റ്ററുകളിലെല്ലാം വലിയ അക്ഷരങ്ങളിൽ ഭരതൻ

സിന്ദാബാദ് എന്ന് ആലേഖനം ചെയ്തു. ചുണ്ണാമ്പുകൊണ്ടും കാവി കൊണ്ടും ഒഴിഞ്ഞ ഭിത്തികളിലെല്ലാം സോം മോചനത്തിന്റെ പാത തുറ ക്കുകയും രക്ഷകനായ ഭരതന് അഭിവാദ്യങ്ങൾ നേരുകയും ചെയ്തു.

നേരം പുലർന്നപ്പോൾ ഏലൂർ നിവാസികൾ പുതിയൊരു സംഘ ശക്തിയെയും അതിന്റെ അദ്ധ്യക്ഷനായ നേതാവിനെയും കുറിച്ചുള്ള ചുവ രെഴുത്തുകളും പോസ്റ്ററുകളും കൗതുകത്തോടെ നോക്കിക്കണ്ടു. സോം എന്ന സംഘവും ഭരതനും വ്യവസായ മേഖലയിലാകെ പ്രസിദ്ധമായി.

ഭരതനു സോമിന്റെ നേതൃത്വം ഏറ്റെടുക്കാൻ, അവൻ പറഞ്ഞിരു ന്നതു പോലെ മൂന്നു മാസത്തേക്കു കഴിഞ്ഞില്ല. അവനു പിടപ്പതു പണി യുണ്ടായിരുന്നു. ഏഴു നോവലുകൾ അവന് എഴുതിത്തീർക്കേണ്ടതുണ്ടാ യിരുന്നു. ഏഴു വാരികകളുടെ പത്രാധിപന്മാരിൽ നിന്ന് ആയിരം രൂപ വീതം അഡ്വാൻസ് വാങ്ങിക്കാൻ അവൻ നിർബ്ബന്ധിതനായി. അവരത് അവനെ കെട്ടിയേല്പിക്കയാണുണ്ടായത്. അവന്റെ രചനകളുടെ സവി ശേഷമാധുര്യം എങ്ങനെയോ മണത്തറിയാനിടയായ അവർ മത്സരബുദ്ധി യോടെ കാറുകളിൽ പാഞ്ഞുവന്ന് അവന് എന്തെങ്കിലും തടസം പറ ഞ്ഞൊഴിയാനാകും മുൻപ്, പോക്കറ്റിൽ പണം നിറച്ച കവറുകൾ കുത്തി ത്തിരുകുകയാണു ചെയ്തത്. അവന്റെ കുപ്പായത്തിന്റെ പോക്കറ്റ് ഏഴാ യിരം ഉറുപ്പികയുടെ കറൻസിനോട്ടുകൾ കൊണ്ടു നിറഞ്ഞു വീർത്തു. അവർ പോയിക്കഴിഞ്ഞപ്പോൾ അവൻ നോട്ടുകെട്ടുകൾ എടുത്ത് മേശ പ്പുറത്തേയ്ക്കെറിഞ്ഞു ലോകത്തിലെ സകല പത്രാധിപന്മാരും നശിച്ചു പോകട്ടെയെന്നു പ്രാകി. മൂന്നുദിവസം ആ നോട്ടുകെട്ടുകൾ അവിടെ ത്തന്നെ കിടന്നു. നാലാം ദിവസം അവന്റെ അമ്മായി അതെല്ലാം വാരി യെടുത്ത് പഴയ ബിസ്ക്കറ്റ് ടിന്നിലാക്കി കലവറ മുറിയിൽ കൊണ്ടുവെച്ചു.

ഭരതന് എഴുതാതിരിപ്പാൻ വയ്യാതായി. തുടർച്ചയായി പതിനാറു മണി ക്കൂർവീതം പണിയെടുത്തു. ഏഴു നോവലുകളും ഒരേസമയത്ത് എഴു തുകയെന്ന സാഹസ സംരംഭത്തിലാണവൻ ഏർപ്പെട്ടത്. വിചാരിച്ചിരു ന്നതുപോലെ എഴുത്തുനീങ്ങാതായപ്പോൾ ഒരവസരത്തിൽ എല്ലാം ഇട്ടെറിഞ്ഞ് എവിടേക്കെങ്കിലും ഒളിച്ചുപോയാലോ എന്നുവരെ അവൻ വിചാരിച്ചു. അവന്റെ അമ്മായി വലിയ ഫ്ലാസ്കിൽ പാലും പഞ്ചസാ രയും ചേർക്കാത്ത കടുപ്പംകൂടിയ ചായ നിറച്ച് എഴുത്തു മേശയ്ക്കരികെ വച്ചു. അവനെ അകത്താക്കി പുറത്തു നിന്നു മുറിപൂട്ടി താക്കോൽ അവൾ കൈയിൽ തന്നെ കൊണ്ടുനടന്നു. ഭരതൻ എഴുതിയ കടലാസുകൾ ഒരിക്കൽപ്പോലും വായിച്ചു നോക്കാൻ അവസരം കിട്ടും മുൻപേ അതത് വാരികകളുടെ ഓഫീസിലേക്കു പറന്നു. അവ സ്വയം അച്ചുനിരത്തുകയും മനോഹരമായി മുദ്രണം ചെയ്യപ്പെട്ട് പുറത്തുവരികയും ചെയ്തു.

രണ്ടുമാസവും ഇരുപത്തിയൊന്നു ദിവസവും കഴിഞ്ഞപ്പോൾ ഏഴു നോവലുകളും എഴുതിത്തീർന്നതായി അവൻ പ്രഖ്യാപിച്ചു. മിക്ക കഥാ പാത്രങ്ങളും കൊല്ലപ്പെടുകയോ മരിച്ചുപോകയോ ചെയ്തിരുന്നു. ശേഷിച്ച

വർ എന്തുചെയ്യണമെന്നറിയാതെ അമ്മായിയുടെ അടുക്കളയിലും കുളി
മുറിയിലും കുട്ടികളുടെ പുസ്തകസഞ്ചികളിലും അലഞ്ഞുനടന്നു.
അമ്മായി ഒരു ചൂലെടുത്ത് അവയെ ആട്ടിയോടിച്ച് വീട്ടിൽ സ്വസ്ഥതയും
സ്വച്ഛതയും വരുത്തി. എന്നിട്ടും അവിഹിത ഗർഭം ധരിച്ച ഒരു പെൺകുട്ടി
കഥാന്ത്യത്തിൽ സ്വന്തം വീട്ടുകാരാൽ നിഷ്കാസിതയും നാട്ടുകാരാൽ
അപവാദശരവ്യയുമായതിനാൽ പോകാൻ മറ്റൊരിടമില്ലാത്തതുമൂലം
അമ്മായിയുടെ കണ്ണുവെട്ടിച്ച് കുളിമുറിയിൽ കടന്നുവന്നുതൂങ്ങിമരിച്ചു.
അവൾ കുളിക്കാൻ കയറിയപ്പോൾ ജഡം തൂങ്ങി നില്ക്കുന്നതുകണ്ട്
ഉറക്കെ നിലവിളിച്ച് അടിവസ്ത്രം മാത്രമായി പുറത്തേക്കോടി. ഭരതനും
അവളുംകൂടി ശവം താഴത്തിറക്കി ജഡം പോസ്റ്റുമോർട്ടം ചെയ്തു. മര
ണകാരണം നിരൂപകഖഡ്ഗം മൂലമുണ്ടായ മുറിവുകൊണ്ടല്ലെന്നും തിരി
ച്ചറിയാനാകാത്ത മറ്റെന്തോ കാരണം കൊണ്ടാണെന്നും അവർ തീർപ്പു
കല്പിച്ചു. ജഡം, ബന്ധുക്കളാരും ഇല്ലാതിരുന്നതിനാൽ അവർതന്നെ
സ്വന്തം മനസ്സുകളിൽ കുഴിവെട്ടി മറവുചെയ്തു.

മൂന്നുമാസത്തെ അവധി തീരാൻ ഒൻപതുദിവസം ബാക്കിയുണ്ടാ
യിരുന്നത് ഭരതൻ വിശ്രമത്തിനുവേണ്ടി വിനിയോഗിച്ചു. മുറിയിൽ അടച്ചി
രുന്നുള്ള എഴുത്തുമൂലം കൂറേക്കൂടി വെളുത്തു. നേരിയ വിളർച്ച ബാധി
ച്ചപോലെ തോന്നിച്ചു. അവന് വണ്ണംവർദ്ധിക്കുകയും അല്പം കുടവയർ
ഉണ്ടാവുകയും ചെയ്തു. അവന്റെ പെരുമാറ്റങ്ങളിലും സംസാരങ്ങളിലും
പക്വതയും വിനയവും ഏറി. പ്രായം തികഞ്ഞ ഒരു മനുഷ്യനായി ഭര
തൻ.

താൻ വലിയൊരാളായിക്കഴിഞ്ഞുവെന്നു ഭരതനു മനസ്സിലായി. ഈ
ലോകത്തിനു തന്നെക്കൊണ്ട് ആവശ്യമുണ്ടെന്നും തനിക്ക് ഒരുപാട് കാര്യ
ങ്ങൾ ചെയ്തുതീർക്കാനുണ്ടെന്നും അവനറിഞ്ഞു. ഗൗരവം നിറഞ്ഞ ഭാവ
ത്തോടെ തല ഉയർത്തിപ്പിടിച്ച് അവൻ ലോകത്തെ നോക്കിക്കണ്ടു.

ഉമ ഭരതനെ കാണാൻ പലവട്ടം വന്നിരുന്ന കാര്യം അമ്മായി പറഞ്ഞ്
അവൻ അറിഞ്ഞു. അവളെ തന്റെ മുറിയിലേക്കു കടത്തി വിടാതിരുന്ന
തിൽ അവൻ പരിഭവിച്ചു.

"നിനക്കെന്തൊ അവളുടെ കാര്യം പറയുമ്പോൾ മാത്രം ഇത്ര
വെപ്രാളം?"

"മറ്റുള്ളവരെപ്പോലെയല്ല അവൾ."

"ഞാൻ ഇതിനു മുൻപും നിന്നോടു പറഞ്ഞിട്ടുണ്ട്, അവളുടെ കാര്യ
ത്തിൽ നീ ശ്രദ്ധിക്കരുതെന്ന്. ഇപ്പോഴും അതുതന്നെ പറയുന്നു. അന്നു
നീ അവളെക്കാൾ എത്രയോ താഴെയായിരുന്നു. ഇന്നു നീ എത്രയോ
മുകളിൽ. അവളോടുള്ള അഭിനിവേശം നിനക്കു നാശത്തിനു കാരണമാകും."

"ഇതൊരു സൂചനയോ മറ്റോ ആണോ?"

അമ്മായിയുടെ പ്രവചനങ്ങളെക്കുറിച്ചറിയാമായിരുന്ന ഭരതന് ഭയ
മായി.

"അല്ല, എന്റെ ഊഹം മാത്രം."

ഭരതനു സമാധാനമായി. അമ്മായിക്ക് അസൂയയാണ്. എല്ലാ പെണ്ണു ങ്ങൾക്കും അതുണ്ടാവും. അവൻ വിചാരിച്ചു.

വിശ്രമ ദിവസങ്ങളിൽ ഒരിക്കൽ ഭരതൻ ഉമയുടെ വീട്ടിൽച്ചെന്നു പക്ഷേ, അവൾ അവിടെ ഉണ്ടായിരുന്നില്ല. അമ്മയോടും അനുജനോടു മൊപ്പം എറണാകുളത്തു സിനിമ കാണാൻ പോയിരിക്കുകയായിരുന്നു. വീട്ടിൽ ശിവാനന്ദൻ മാത്രമേ ഉണ്ടായിരുന്നുള്ളൂ. അയാൾ ചാരുകസേര യിൽ കിടന്ന് റേഷൻ കാർഡ് വായിക്കുകയായിരുന്നു.

ഭരതനെ കണ്ടപ്പോൾ സന്തോഷമൊന്നും തോന്നിയില്ലെങ്കിലും അയാൾ ആഹ്ലാദഭാവം നടിച്ച് അവനെ സ്വീകരിച്ചിരുത്തി.

സംഭാഷണത്തിനിടയിൽ ശിവാനന്ദൻ പറഞ്ഞു:

"കേട്ടോ ഭരതാ അവിടെ എന്റെ മകൾക്കും ഭാര്യയ്ക്കും ഭരതനെക്കു റിച്ചു പറയാനേ നേരമുള്ളൂ. ഇവിടെയെന്നല്ല മിക്ക വീടുകളിലും ഇതു തന്നെയായിരിക്കും സ്ഥിതിയെന്നു കൂട്ടിക്കോളൂ. ഭരതന്റെ കഥകൾ, കഥാ പാത്രങ്ങൾ, അവരുടെ സന്തോഷങ്ങളും സന്താപങ്ങളും അതാണവരുടെ സംസാരവിഷയം. എന്റെ മോൾ, ഉമ ഭരതന്റെ കഥകൾ വായിച്ച് പൊട്ടി ക്കരയാറുണ്ട്, അവളെ സാന്ത്വനിപ്പിക്കാൻ ശ്രമിക്കുന്ന അവളുടെ അമ്മയും. പിന്നെ എഴുത്തെല്ലാം എവിടം വരെയായി?"

ഭരതൻപറഞ്ഞു:

"എഴുതിക്കഴിഞ്ഞു. എല്ലാകാലത്തേക്കുമായി ഞാനതു പൂർത്തിയാക്കി."

"കഷ്ടായി."

പുതിയ സംഘത്തെക്കുറിച്ചും അതിന്റെ പ്രവർത്തനങ്ങളെക്കുറിച്ചും ഉദ്ദേശ്യങ്ങളെപ്പറ്റിയും ശിവാനന്ദൻ ചോദിച്ച ചോദ്യങ്ങൾക്കൊന്നും മറുപടി പറയാൻ ഭരതൻ തയാറായില്ല. അവൻ സമർത്ഥമായി അവയിൽ നിന്ന് ഒഴിഞ്ഞുമാറി. ഉമയെ പിന്നെ വന്നു കാണാമല്ലോ എന്നു കരുതി അവൻ ശിവാനന്ദനെ അയാളുടെ ഗ്രന്ഥപാരായണത്തിനു വിട്ടുകൊണ്ടു തിരിച്ചു പോന്നു.

ഭരതൻ വിശ്രമദിനങ്ങളിൽ, ഉമയുടെ വീട്ടിൽപോയ കുറച്ചു സമയം ഒഴിവാക്കിയാൽ, ഉറങ്ങുകയായിരുന്നു. ഭക്ഷണം തയ്യാറാക്കി അമ്മായി അവന്റെ കിടപ്പുമുറിയിലുള്ള മേശപ്പുറത്തു കൊണ്ടുവച്ചു. എപ്പോ ഴെങ്കിലും ഉണർന്നാൽ അതു വാരിത്തിന്ന് വീണ്ടും കിടന്നുറങ്ങി. അവന്റെ ഏഴ് നോവലുകളും പുസ്തകമാക്കാൻ അനുവദിക്കണമെന്ന് അപേക്ഷി ച്ചുകൊണ്ടുള്ള പ്രസാധകരുടെ കത്തുകൾ തുറന്നുപോലും നോക്കാതെ കിടന്നു. അവനെ ഒന്നു കാണാൻ മാത്രമായി വന്ന ആരാധകരെ അമ്മായി ആട്ടിയോടിച്ചു. അഭിമുഖ സംഭാഷണത്തിനു വന്ന പത്രലേഖകരെയും ഫോട്ടോഗ്രാഫർമാരെയും പടിക്കുപുറത്തുനിറുത്തി ശകാരിച്ച് തിരിച്ചയച്ചു.

പത്താംദിവസം രാവിലെ അവൻ ഉണർന്നെഴുന്നേറ്റു.

മൂന്നുമാസത്തെ കാലാവധി പൂർത്തിയാവാൻ കാത്തിരുന്ന സോമിന്റെ പ്രവർത്തകർ അവൻ ഉണരുന്നതും നോക്കി ഇറയത്തിരിക്കു

കയായിരുന്നു.

അന്നു വൈകുന്നേരം ഇരുൾ പരന്നു തുടങ്ങിയപ്പോൾ മാധവൻ നായ രുടെ എഴുപത്തിയൊന്നു പുത്രന്മാരും ഹൈസ്കൂളിന്റെ പുറകിലുള്ള ഒരൊഴിഞ്ഞ സ്ഥലത്ത് ഒത്തുകൂടി. അതായിരുന്നു ആദ്യത്തെ ജനറൽ ബോഡിയോഗം. എല്ലാ അംഗങ്ങൾക്കും ഭരതൻ സത്യവാചകം ചൊല്ലി ക്കൊടുത്തു. സ്വന്തം ജീവനെക്കാൾ വിലപ്പെട്ടതാണ് സംഘം എന്ന് ഓരോ അംഗവും ഉറപ്പിച്ചു പ്രതിജ്ഞ ചെയ്തു.

"പണം ഒരു പ്രശ്നമല്ല. പ്രവർത്തനമാണു നമുക്കാവശ്യം. എല്ലാം വേഗം വേണം. നമുക്കു സമയമില്ല."

ഭരതന്റെ പ്രഖ്യാപനങ്ങളെ അംഗങ്ങൾ കൈയടിച്ച് അംഗീകരിച്ചു.

അവൻ കൃത്യമായ നിർദ്ദേശങ്ങൾ നല്കി.

പിറ്റേന്ന് ഏഴ് ദിവസത്തെ കാലാവധി നല്കിക്കൊണ്ട് കമ്പനി മേല ധികാരികൾക്ക് സോം മെമ്മോറാണ്ടത്തിന്റെ കോപ്പികൾ വിതരണം ചെയ്തു. കമ്പനിയിൽ ഒഴിവു വരുന്ന തസ്തികകളിൽ പത്തിനൊന്ന് എന്ന അനുപാതത്തിൽ, വിദ്യാഭ്യാസ യോഗ്യതയുടെ മാനദണ്ഡം വെച്ച് സോം അംഗങ്ങൾക്കു തൊഴിൽ നല്കണമെന്നതായിരുന്നു പ്രഥമവും പ്രധാനവുമായ ആവശ്യം. ഹെൽപ്പർ തസ്തികകളിലേക്കു നടത്തുന്ന ടെസ്റ്റുകൾ വെറും ജാടയാണെന്നും സ്വന്തക്കാരെ കുത്തിത്തിരുകാനുള്ള വേലയാണെന്നും കുറ്റപ്പെടുത്തി. ആയതിനാൽ തെരഞ്ഞെടുക്കപ്പെടുന്ന വരിൽ ഒൻപതുപേർ സോം അംഗങ്ങളായിരിക്കണം.

കമ്പനി മാനേജ്മെന്റ് വേറെ നൂറുകൂട്ടം കുഴപ്പങ്ങളിൽപ്പെട്ട് ഉഴലു കയായിരുന്നതുമൂലം ഭരതൻ സോമിനു വേണ്ടി സമർപ്പിച്ച മെമ്മോറാണ്ടം വായിച്ചു നോക്കാൻ പോലും ശ്രമിച്ചില്ല.

എട്ടാം ദിവസം രാവിലെ ഒൻപത് മുപ്പതിന് ക്വാർട്ടേഴ്സിൽ നിന്നും കാർ ഓടിച്ച് കമ്പനിയിലെ ഓഫീസിലേക്കു പുറപ്പെട്ട ജനറൽ മാനേജർ ജി ആർ സി പിള്ളയെ വഴിയിൽവെച്ച് ഒരു ചെറുപ്പക്കാരൻ കൈകാണിച്ചു നിർത്തി.

"സാർ മുന്നോട്ടു പോകരുത്. കുറച്ചപ്പുറത്ത് ഒരു ഇലട്രിക് ലൈവ് ലൈൻ പൊട്ടിക്കിടപ്പുണ്ട്."

പരിഭ്രാന്തനായ ജനറൽ മാനേജർ വണ്ടി പുറകോട്ടു തിരിക്കാൻ ശ്രമിച്ചു. പെട്ടെന്ന് എവിടെനിന്നോ പാഞ്ഞുവന്ന സോമിന്റെ പ്രവർത്തക രായ യുവാക്കൾ ജി എമ്മിന്റെ വാഹനം വളഞ്ഞു. സ്റ്റിയറിങ് വീലിനു പിന്നിൽ അമളിപ്പറ്റിയപോലെ വിളറിയിരുന്ന അയാൾക്കുമാത്രം കേൾക്കാ വുന്ന സ്വരത്തിൽ ഒരു ചെറുപ്പക്കാരൻ പറഞ്ഞു.

"ഞങ്ങൾ സോമിന്റെ പ്രവർത്തകരാണ്. ഒരു മെമ്മോറാണ്ടം തന്നി രുന്നു. ഓർമ്മ കാണുമല്ലോ. അതിന്റെ കാലവധി ഇന്നലെ രാത്രി അവ സാനിച്ചു. ഇനി എന്തുചെയ്യണമെന്നു ഞങ്ങൾ തീരുമാനിക്കും."

ജി എമ്മിനു കാര്യത്തിന്റെ യഥാർത്ഥ രൂപം മനസ്സിലായി വരുകയാ

യിരുന്നു. പക്ഷേ, അയാളെ അത്ഭുതപ്പെടുത്തുകയും അരിശം കൊള്ളി
ക്കുകയും ചെയ്തത്, ആ യുവാക്കൾ കാണിച്ച അസാധാരണമായ അച്ചട
ക്കവും നിശ്ശബ്ദതയുമായിരുന്നു. അവർ മുദ്രാവാക്യം വിളിക്കുകയോ വാഹ
നത്തിൽ മുഷ്ടിചുരുട്ടിയിടിക്കുകയോ പുലഭ്യം പറയുകയോ ചെയ്തില്ല.

അയാൾ ആ പെരുവഴിയിൽ കാറിന്നുള്ളിൽ കൂട്ടിൽപ്പെട്ട പുലിയെ
പോലെ, കാഴ്ചക്കാരായ ചെറുപ്പക്കാരുടെ നടുവിൽ അകപ്പെട്ടു. അയാൾ
ഒരു സിഗരറ്റു കൊളുത്താൻ പുറപ്പെട്ടപ്പോൾ ഒരുത്തൻ പാക്കറ്റ് തട്ടിയെ
ടുത്തു കൊണ്ടുപറഞ്ഞു:

"ആയിട്ടില്ല. ഞങ്ങൾ പറയുമ്പോൾ സിഗരറ്റുവലിക്കാം."

ജി എമ്മിനു കലശലായ ശുണ്ഠി വന്നു. തന്റെ വ്യക്തിസ്വാതന്ത്ര്യ
ത്തിനുമേലുള്ള കടന്നാക്രമണം കുറച്ചധികമായിപ്പോയെന്ന് അയാൾക്കു
തോന്നി. പക്ഷേ, അയാൾ ഒന്നും മിണ്ടാതെ മുന്നോട്ടു നോക്കിയിരുന്നു.

ജനറൽ മാനേജർ വഴിയിൽ കെണിയിൽപ്പെട്ടു കിടക്കുകയാണെന്ന്
ആരോ ചെന്ന് പോലീസ് സ്റ്റേഷനിൽ അറിയിച്ചു. തന്നോട് ഒട്ടും മാന്യത
കാണിച്ചിട്ടില്ലാത്ത അയാൾ കുറേനേരം കൂടി അവിടെ കിടക്കട്ടെ എന്നു
ഇൻസ്പെക്ടർ കരുതി. ഒരു മണിക്കൂർ കഴിഞ്ഞ് അയാൾ കുറേ കോൺസ്റ്റ
ബിൾമാരെകൂട്ടി ഒരു ജീപ്പിൽ കയറ്റി ജനറൽ മാനേജരെ മോചിപ്പിക്കാ
നായി വളഞ്ഞ വഴികളിലൂടെ ഓടിച്ചെത്തി.

വാഹനം വളഞ്ഞിട്ട യുവാക്കളെ കണ്ടപ്പോൾ പതിവുപോലെ
സന്ദർഭത്തിനൊത്തു കലികയറിയ ഇൻസ്പെക്ടർ ജീപ്പിൽ നിന്നു ചാടി
യിറങ്ങി:

"എന്താ കാര്യം? എല്ലാവരും മാറി നില്ക്കിൻ."

ചെറുപ്പക്കാരിൽ ഒരുവൻ മുന്നോട്ടുവന്നു പറഞ്ഞു:

"ഞങ്ങൾ സോം എന്ന സംഘത്തിന്റെ പ്രവർത്തകരാണ്. ഞങ്ങൾ
ഒരു മെമ്മോറാണ്ടം കൊടുത്തിരുന്നു. ഒരു മറുപടി തരാൻ പോലും കമ്പനി
മാന്യത കാണിച്ചില്ല."

"ഓ! നിങ്ങളീ കാണിക്കുന്നത് മാന്യതയായിരിക്കും!"

ഇൻസ്പെക്ടറുടെ ശബ്ദം പരിഹാസം കൊണ്ടുപതഞ്ഞു.

"ഉന്നതനായ ഒരുദ്യോഗസ്ഥനെ കൃത്യനിർവ്വഹണത്തിൽനിന്ന്
തടഞ്ഞ് നടുറോട്ടിൽ വളഞ്ഞിടുക. ഘൈരാവോ കുറ്റകരമാണ്. വഴി മാറ്.
അദ്ദേഹത്തിനു പോകാൻ വഴികൊടുക്ക്."

"ആദ്യം ഒരു മറുപടി തരട്ടെ."

"മറുപടി കിട്ടിയാലേ വഴിമാറുകയുള്ളുവോ?"

"അതെ."

"നീയാണോ നേതാവ്?"

"അല്ല."

"പിന്നെ? നിങ്ങളുടെ നേതാവാരാണ്? അവൻ എവിടെ?"

"ഭരതനാണു ഞങ്ങളുടെ നേതാവ്. അവൻ വരത്തക്ക പ്രാധാന്യ

മൊന്നും ഈ സംഭവത്തിനില്ല."

ഇൻസ്പെക്ടർക്ക് രംഗം നീട്ടിക്കൊണ്ടുപോകുന്നത് ശരിയല്ലെന്നു തോന്നി. അയാൾ ജി എമ്മിനോട് മാപ്പു ചോദിച്ചു കൊണ്ട് കോൺസ്റ്റെ ബിൾമാരോടു കണ്ണുകാട്ടി. അവർ ലാത്തികളുമായി വാഹനത്തിൽ നിന്നു ചാടിയിറങ്ങി മർദ്ദനം അഴിച്ചുവിടാൻ തയ്യാറെടുത്തു നിന്നു.

"സ്വയം പിരിഞ്ഞു പോവുക. ഇല്ലെങ്കിൽ ബലം പ്രയോഗിക്കേണ്ടി വരും."

ചെറുപ്പക്കാർ അനങ്ങിയില്ല.

പെട്ടെന്നു കരിങ്കൽ ചീളുകൾ മൂളിപ്പറന്നു. നൂറുഗ്രാം തൂക്കം വരുന്ന മുന കൂർത്ത ഒരു കല്ല് ഇൻസ്പെക്ടറുടെ കൈത്തണ്ടയിൽ വീണു തെറിച്ചു.

കോൺസ്റ്റബിൾമാർ അലറിപ്പാഞ്ഞ് ലാത്തിവീശിയടിച്ചു. വടികളുടെ മൂളിച്ചയും ബൂട്സുകൊണ്ട് ചവിട്ടുന്നതിന്റെ ഒച്ചയും മനുഷ്യന്റെ വേദന യാർന്ന സ്വരങ്ങളിൽ മുങ്ങിപ്പോയി. അടികൊണ്ട ചെറുപ്പക്കാർ തലങ്ങും വിലങ്ങും ഓടി.

മുൻപിലെ വഴി വിജനമായിക്കണ്ടപ്പോൾ ജനറൽമാനേജർ കാർ ഓടി ച്ചുപോയി.

അന്നു വൈകുന്നേരം ഒരു പകലുറക്കത്തിന്റെ ആലസ്യത്തിലായി രുന്ന ഭരതനെ അമ്മായി വിളിച്ചുണർത്തി:

"നിന്നെക്കാണാൻ കുറെ പോലീസുകാരു വന്നിട്ടുണ്ട്."

കാര്യം ഏതാണ്ട് ഊഹിച്ചറിഞ്ഞ അവൻ തിടുക്കം കാണിച്ചില്ല. അവൻ മൂത്രമൊഴിച്ച്, മുഖം കഴുകി, മുടി ചീകി ഉമ്മറത്തേക്കുവന്ന് തിടുക്കം കൊണ്ട് അസ്വസ്ഥരായിരുന്ന കോൺസ്റ്റബിൾമാരെ നോക്കി ച്ചിരിച്ചു. അവന്റെ അസാമാന്യമായ ആത്മവിശ്വാസവും കൂസലില്ലായ്മയും കണ്ട് അവർ കിടുങ്ങി. അവനോട് ക്ഷമാപണം ചെയ്ത് തിരിച്ചു പോയാലോ എന്നാണ് അവർക്ക് ആദ്യം തോന്നിയത്. പക്ഷേ, ഇൻസ്പെ ക്ടറെ പേടിച്ച് അവർ പറഞ്ഞു:

"നിന്നെ സ്റ്റേഷനിലേക്കു കൂട്ടിക്കൊണ്ടു പോകാനാണു ഞങ്ങൾ വന്നത്."

"അതിനെന്താ! നമുക്ക് ചായ കുടിച്ചിട്ടുപോകാം. പോരെ?"

അമ്മായി അവർക്ക് ചായ ഉണ്ടാക്കി കൊടുത്തു. ചൂടുള്ള ചായ അവർ ഊതിയൂതി കുടിക്കുന്നത് ഭരതൻ അനുകമ്പയോടെ നോക്കിയി രുന്നു. എല്ലാവരും കപ്പുകൾ താഴെ വെച്ചുകഴിഞ്ഞപ്പോൾ അവൻ പറഞ്ഞു.

"ശരി. വൈകിക്കണ്ട. നമുക്കു പോകാം."

ഇൻസ്പെക്ടർ അവനോട് ഇരിക്കാൻ പറഞ്ഞു:

"നീയാണോ ഭരതൻ?"

"അതെ."

"നീ പറഞ്ഞിട്ടാണോ ഇന്നുരാവിലെ തൊഴിലില്ലാത്ത കുറെ ചെറു പ്പക്കാർ ജനറൽ മാനേജറുടെ കാറ് വളഞ്ഞിട്ടത്?"

"അതെ."

"നീയെന്തു ഭാവിച്ചിട്ടാ നായിന്റെ മോനെ?"

ഇൻസ്പെക്ടർ ചാടിയെഴുന്നേറ്റ് അവന്റെ തലമുടി കുത്തിപ്പിടിച്ച് പൊക്കി. അയാളുടെ വിരലുകൾ നിവരുമ്പോൾ അവയ്ക്കിടയിൽ ഭരതന്റെ തലയിലെ കറുത്തു നീണ്ടമുടിനാരുകൾ പിടച്ചു. അയാൾ അവന്റെ കുപ്പായം വലിച്ചുകീറി നെഞ്ചത്ത് കൈചുരുട്ടി ഇടിച്ചു. അവനെ ചുമരി ലേക്കു തള്ളി വീഴ്ത്തി. പൊക്കിയെടുത്ത് ചാരി നിർത്തി കാല്മുട്ടുകൊണ്ട് നാഭിയിൽ തൊഴിച്ചു. അവന്റെ മൂക്കും വായയും പൊത്തിപ്പിടിച്ച് തല പുറ കോട്ടു തള്ളി. പരുത്ത ഭിത്തിയിൽ തലയുടെ പിൻഭാഗം ചെന്നിടിച്ചു. കുഴഞ്ഞുവീണ അവന്റെ നെഞ്ചിലും നാഭിയിലും തുടകളിലും അയാൾ അരിശംകൊണ്ടു കിതച്ച് ആഞ്ഞാഞ്ഞു ചവിട്ടി "നായിന്റെ മോനേ, നിന്നെ ഞാൻ കൊല്ലും. നിന്റമ്മേടെ" – അയാൾക്ക് ഒടുവിൽ തന്നോടുതന്നെ അരിശം തോന്നി. അവനെ ഒരു മൂലയിലേക്കു വലിച്ചുനീക്കിയിട്ട് അയാൾ കസേരയിൽ വന്നുവീണ് ശക്തിയായി കിതച്ചു. അയാളുടെ കാക്കിക്കു പ്പായം വിയർപ്പുകൊണ്ടു നനഞ്ഞൊട്ടി. സിഗരറ്റിനു തീകൊളുത്തുമ്പോൾ കൈകൾ വിറകൊണ്ടു. പണ്ടാരടങ്ങാൻ! അയാൾ സ്വയം പ്രാകിക്കൊണ്ട് സിഗരറ്റ് ആഞ്ഞുവലിച്ച് പുകയൂതി. മേശപ്പുറത്തുണ്ടായിരുന്ന ഒരുപാത്രം വെള്ളം ഒരൊറ്റവലിക്കു കുടിച്ച് തീർത്ത്. ക്യാപ്പും ബാറ്റണും എടുത്ത് ആരോടും ഒരക്ഷരം ഉരിയാടാതെ അയാൾ ജീപ്പ് ഓടിച്ച് പുറത്തേക്കു പോയി.

തീരുമ്പോഴൊക്കെ ഭരതന്റെ ഗ്ലാസിലേക്കു ചാരായം പകർന്നു കൊടുത്ത കോൺസ്റ്റബിൾ അവനേല്ക്കേണ്ടി വന്ന പീഡനങ്ങളെച്ചൊല്ലി കരഞ്ഞു. അവൻ വിറയാർന്ന കൈകൾകൊണ്ട് അയാളെ തടവി ആശ്വ സിപ്പിച്ചു.

പിറ്റേന്നു വൈകുന്നേരം കൃത്യം അഞ്ചുമുപ്പത്തിയഞ്ചിന് ഏഴേഴ് പേർ അടങ്ങുന്ന യുവാക്കളുടെ ചെറു സംഘങ്ങൾ ടൗൺഷിപ്പിലെ വിവിധ ഭാഗങ്ങളിൽവെച്ച് കമ്പനിയിലെ മുതിർന്ന പത്ത് ഉദ്യോഗസ്ഥന്മാരെ അവ രുടെ വാഹനങ്ങളോടൊപ്പം വഴിയിൽ തടഞ്ഞിട്ടു. അത്ഭുതംകൊണ്ട് അന്ധാളിച്ചുപോയ പോലീസുകാരും കമ്പനി അധികാരികളും ഭരതന്റെ നിശ്ചയ ദാർഢ്യത്തിനു മുന്നിൽ പതറി. വല്ലപാടും ഉദ്യോഗസ്ഥന്മാരെ മോചിപ്പിച്ച് വീടുകളിൽ എത്തിക്കാൻ അവർ നടത്തിയ ശ്രമങ്ങൾ ഒടു വിൽ വിജയിച്ചു.

ഇൻസ്പെക്ടർ ചീന്തിയ ചോരക്കറയുള്ള കുപ്പായമണിഞ്ഞ് ചിത റിയ മുടിയോടെ, ശ്മശ്രുക്കൾ വളർന്ന് ഭീതമായ മുഖഭാവത്തോടെ ഭരതൻ കമ്പനിപ്പടിക്കൽ ചേർന്ന വമ്പിച്ച പൊതുയോഗത്തിന്റെ മുൻപിൽ പ്രത്യ ക്ഷപ്പെട്ടു. സിന്ദാബാദ് വിളികൾകൊണ്ട് ഇരമ്പുന്ന ജനാവലിയുടെ നേരെ അവൻ കൈകൂപ്പി നിന്നു.

ഒരുമിനിട്ട് നേരത്തെ കനത്ത നിശ്ശബ്ദതയെ കീറിമുറിച്ചുകൊണ്ട്

അവന്റെ ശബ്ദം മൈക്കിലൂടെ ഇടിവാൾപോലെ ചീറിപ്പുളഞ്ഞു:
"സ്നേഹിതരേ, നമുക്കു കാത്തിരിക്കാൻ സമയമില്ല."
അവന്റെ സ്വരത്തിന്റെ മാന്ത്രിക ചാലകശക്തിയിൽ ജനങ്ങൾ കോരി
ത്തരിച്ചു.

ജനറൽ മാനേജരുമായി കൂടിക്കാഴ്ചയ്ക്കുള്ള ക്ഷണം കിട്ടുമ്പോൾ
ഭരതൻ അമ്മായിയോടൊത്ത് കാരംസ് കളിക്കുകയായിരുന്നു. മൂന്നാ
മത്തെ കളിയിലും അവനെ തോല്പിക്കാറായ സന്തോഷത്തിലായിരുന്നു
അവൾ. അവളോടു പരാജയപ്പെടുന്നതിൽ ആഹ്ലാദം തോന്നിയ ഭരതൻ
ക്ഷണപത്രം കളിക്കിടയിൽ തലകീഴായിപ്പിടിച്ചു വായിച്ചു.

അവൾ തയ്യാറാക്കിക്കൊടുത്ത ഭക്ഷണപ്പൊതിയുമേന്തി ഏഴുകടലു
കളും ഏഴ് പർവ്വതങ്ങളും താണ്ടി ഭരതൻ ജനറൽ മാനേജരുടെ ഓഫീ
സുമുറിയിൽ എത്തിച്ചേർന്നു. വിശാലമായ എയർകണ്ടീഷൻ മുറിയിൽ
ജനറൽ മാനേജരെ കൂടാതെ ആവശ്യമെങ്കിൽ അയാളെ സഹായിക്കാൻ
നിയുക്തരായ നാല് ഉദ്യോഗസ്ഥന്മാർ ഉണ്ടായിരുന്നു.

അവരുടെ മുന്നിൽ ഭരതൻ ഒറ്റയ്ക്ക് ഒരു കസേരയിൽ നിറഞ്ഞു.
"മിസ്റ്റർ ഭരതൻ, താങ്കൾക്ക് എന്താണു പറയാനുള്ളത്?"
ജി എം ചോദിച്ചു:
അയാൾക്ക് ഇംഗ്ലീഷിലും മലയാളവുമല്ലാതെ മറ്റൊരു ഭാഷയും വശ
മല്ലെന്നറിയാമായിരുന്ന ഭരതൻ തന്റെ ആദ്യത്തെ നിറയൊഴിച്ചു.

"ബഹുമാന്യനായ ജനറൽ മാനേജർ, താങ്കൾ ഇംഗ്ലീഷ് ഒഴികെ
ലോകത്തിലെ ഏതു ഭാഷയിൽ സംസാരിച്ചാലും എനിക്കു തൃപ്തിയാണ്.
എന്റെ അഭ്യർത്ഥന മാനിക്കുമല്ലോ."

ജനറൽ മാനേജർ സ്തബ്ധനായി. തന്റെ മുന്നിലിരിക്കുന്നവൻ ഒരു
ബഹുഭാഷാ പണ്ഡിതനാണെന്നും അക്കാര്യത്തിൽ താൻ എത്രയോ ദരി
ദ്രനാണെന്നും അയാൾ വിചാരിച്ചു.

ജി എം വിനയപൂർവ്വം ഒച്ച താഴ്ത്തി പറഞ്ഞു:
"ദയവു ചെയ്ത് ഞാൻ നാട്ടുഭാഷയിൽ സംസാരിക്കുന്നതിൽ ക്ഷമി
ക്കണം."

അങ്ങനെയാവാമെന്ന ഭാവത്തിൽ അവൻ ഇരുന്നു.

സോം എന്ന സംഘടനയ്ക്കുവേണ്ടി ഭരതൻ സമർപ്പിച്ചിരുന്ന മെമ്മോ
റാണ്ടം കഴിഞ്ഞ രാത്രി ജി എം വായിച്ച് ഹൃദിസ്ഥമാക്കിയിരുന്നു. അതിൽ
ആവശ്യപ്പെട്ടിരുന്ന എല്ലാ കാര്യങ്ങളും അയാൾ ധ്വ്യത്തിൽ അംഗീക
രിച്ചു. പ്രായോഗികതലത്തിൽ വരുമ്പോൾ ഉണ്ടായേക്കാവുന്ന ചില ചില്ലറ
പ്രയാസങ്ങൾ ചൂണ്ടിക്കാട്ടി. ഉദാഹരണത്തിന് സോം എന്ന സംഘ
ത്തിലെ അംഗസംഖ്യ ഇനിയും വർദ്ധിക്കാനുള്ള സാദ്ധ്യത തള്ളികളയാ
വുന്നതല്ല. പത്തിനൊന്ന് എന്ന ക്രമവും വിദ്യാഭ്യാസയോഗ്യതയുടെ മാന
ദണ്ഡവും തമ്മിലുള്ള പൊരുത്തക്കേട് വരുത്തിവെക്കാവുന്ന ബുദ്ധിമുട്ടു
കൾ, പക്ഷേ, അവയെ തരണം ചെയ്യാനുള്ള മാർഗ്ഗങ്ങൾ കൂടി അന്നേരം

കണ്ടെത്തിയിരുന്നത് വെളിപ്പെടുത്തി. ഭരതന് ഒന്നും മനസ്സിലായില്ല. അവൻ ദിവ്യമായ ഒരു പുഞ്ചിരിയോടെ അയാളുടെ ശബ്ദം കേട്ടുകൊണ്ടിരുന്നു.

"നമുക്കൊരു കരാറിൽ എത്തിച്ചേരുകയയല്ലേ നല്ലത്?"

ജി എം ആരാഞ്ഞു.

"അതെ."

ഭരതൻ പറഞ്ഞു:

അഞ്ഞൂറുവർഷം കഴിഞ്ഞാലും ഭരതന്റെ സംഘത്തിൽപ്പെട്ട ഒരു ത്തനുപോലും തൊഴിൽകിട്ടാൻ സാദ്ധ്യതയില്ലെന്നു വരത്തക്കവണ്ണം വാക്യങ്ങൾ വളച്ചൊടിച്ചും വ്യത്യസ്ത അർത്ഥങ്ങൾ എങ്ങനെ വേണോ മെങ്കിലും വ്യാഖ്യാനിച്ചെടുക്കാവുന്ന പദങ്ങൾ തിരുകിക്കയറ്റിയും നീണ്ടു നീണ്ടുപോകുന്ന വാക്യങ്ങളിൽ തയ്യാറാക്കിയ കരാർ ടൈപ്പു ചെയ്യു മ്പോൾ ജനറൽ മാനേജർ അവന്റെ താമസ സൗകര്യത്തെക്കുറിച്ചും മറ്റും ചോദിച്ചു. ഭരതൻ പറഞ്ഞു:

"ഞാൻ അമ്മായിയുടെ കൂടെയാണു താമസം."

"ആരാണത്?"

ഭരതൻ അമ്മായിയുടെ പേരു പറഞ്ഞു.

അവളുടെ പേരുകേട്ടപ്പോൾ ജനറൽ മാനേജർ നടുങ്ങി.

"നമ്മുടെ മരിച്ചുപോയ...?"

"അതെ. അതെന്റെ അമ്മാവനായിരുന്നു."

"ആ മഹതിയെ എന്റെ അന്വേഷണങ്ങൾ അറിയിക്കാൻ മറക്കരുത്. ഒരു പരിചാരകൻ മനോഹരമായ വെള്ളിത്താലത്തിൽ ഒരു സ്വർണ്ണപാ ത്രത്തിൽ ചായയും ആറുസ്വർണ്ണക്കപ്പുകളുമായെത്തി. ഒരു ആഭിചാര കർമ്മം പോലെ അവൻ കപ്പുകളിൽ ചായ പകർന്നു. ഭരതന്റെ മുന്നിൽ സ്വർണ്ണകപ്പിലെ ചായ ചിരിച്ചു.

"ചായ കഴിക്കൂ."

ജി എം പറഞ്ഞു:

"വേണ്ട അമ്മായി തന്നയച്ച ഭക്ഷണമുണ്ട് എന്റെ കൈയിൽ. അത് കഴിക്കാൻ എന്നെ അനുവദിക്കുക."

"താങ്കളുടെ സന്മനസ്സ്."

ഭരതൻ പ്ലാസ്റ്റിക് ബാഗിൽനിന്ന് പൊതി പുറത്തെടുത്തു. സ്വർണ്ണക പ്പിലെ ചായ പതുക്കെ ആസ്വദിച്ചുകൊണ്ട് ജനറൽ മാനേജർ അവൻ ചെയ്യുന്നത് കൗതുകപൂർവ്വം നോക്കിയിരുന്നു.

അവൻ വിലയേറിയ ബെൽജിയം ഗ്ലാസു പതിച്ച ഓഫീസ് മേശപ്പു റത്ത് വെച്ച് തന്റെ പൊതിയഴിച്ചു.

വർത്തമാനപത്രം കൊണ്ടുള്ള പൊതി മാറ്റിയപ്പോൾ വാട്ടിയ തൂശ നിലയിൽ പൊതിഞ്ഞപൊതി. അവൻ അത് സാവധാനം വിടർത്തി. അമ്മായി സ്വന്തം കൈകൊണ്ട് പാകപ്പെടുത്തി തൈരും ഉപ്പും ചേർത്തു കുഴച്ച ചോറ്. അവൻ കസേരയിൽ ചമ്രം പടിഞ്ഞിരുന്ന് ചോറ് വാരിവാരി ഉണ്ടു.

പന്ത്രണ്ട്

ഏലൂരിലെ അനുഭവങ്ങളെക്കുറിച്ചുള്ള ഭരതന്റെ കുറിപ്പുകളിൽ പല ഭാഗങ്ങളും അവ്യക്തങ്ങളും അപൂർണ്ണങ്ങളുമാണ്. പരസ്പര വിരുദ്ധങ്ങ ളായ പ്രതിപാദ്യങ്ങളും ആവർത്തനങ്ങളും അവയിൽ കണ്ടെത്തിയിട്ടുണ്ട്. എന്നിരുന്നാലും ഒരു വ്യവസായിക കേന്ദ്രത്തിന്റെ ഭൂതകാല ഗാഥകളോ ടുള്ള ചരിത്രപരമായ സമീപനമായി അതിനെ ആദരിച്ചു പോരുന്നു.

കുറിപ്പുകളിൽ ഇങ്ങനെ രേഖപ്പെടുത്തിയിട്ടുണ്ട്:

കൂടിക്കാഴ്ചയുടെ വിശദാംശങ്ങളിലേക്കൊന്നും കടക്കാതെ ഭരതൻ അമ്മായിയുടെ പേരുപറഞ്ഞപ്പോൾ ജനറൽ മാനേജർ നടുങ്ങിയ രംഗം അവളെ പറഞ്ഞുകേൾപ്പിച്ചു. അവൾക്കതിൽ അതിശയമൊന്നും തോന്ന യില്ല. ഹൃദ്യമായി ചിരിച്ചുകൊണ്ട് അവൾ ഇത്രമാത്രം ചോദിച്ചു:

"അയാൾ എന്നെക്കുറിച്ചൊന്നും ചോദിച്ചില്ലേ?"

"ഉവ്വ്" അയാളുടെ അന്വേഷണങ്ങൾ അറിയിക്കാൻ മറക്കരുതെന്നു പറഞ്ഞു."

"അതെ. അയാൾക്കെന്നെ വിസ്മരിക്കാനാവില്ല. അയാൾക്കെന്നെല്ല. കമ്പനിയുടെ ചെയർമാനടക്കമുള്ള അധികാരികൾക്കും,"

അമ്മായിയെ സംബന്ധിച്ചുള്ള ഏതു വാർത്തയും വിസ്മയങ്ങൾക്ക് അതീതമായിക്കഴിഞ്ഞിരുന്നു ഭരതന്. അവൾ അമേരിക്കൻ പ്രസിഡന്റിനെ കൈകൊട്ടികളി പഠിപ്പിച്ചുവെന്നു കേട്ടാൽപ്പോലും അവൻ അത്ഭുതപ്പെ ടുകയില്ല. എന്നിട്ടും അമ്മായിയെപ്പറ്റിയുള്ള വീരഗാഥകൾ കേൾക്കാനുള്ള ശൈശവ കൗതുകത്തോടെ അവൻ ചോദിച്ചു:

"എന്തുകൊണ്ടാണവർ അമ്മായിയെ ഓർക്കുന്നത്?"

വർഷങ്ങൾക്കു മുൻപ് ഒരുദിവസം ഉച്ചയോടടുത്ത നേരത്ത് അവൾ അടുക്കളപ്പണിയെല്ലാം കഴിഞ്ഞ് കുളിക്കാൻ തുടങ്ങുകയായിരുന്നു. ഷവർ തുറന്നിട്ട് അതിനടിയിൽ നഗ്നയായി നിന്നു. ക്ലോറിന്റെ മണം കലർന്ന ജലം അവളുടെ ശരീരത്തിന്റെ നിമ്നോന്നതങ്ങളിൽ ചീറിപ്പടർന്നു. വീട്ടിൽ മറ്റാരുമില്ലാതിരുന്നതിനാൽ മുൻവശത്തെ വാതിൽ അകത്തുനിന്നു പൂട്ടിയാണ് കുളിമുറിയിൽകടന്നു വാതിലടച്ചത്. ചീറ്റുന്ന വെള്ളത്തിന്റെ ഇരമ്പലുകൾക്കിടയിൽ കോളിങ് ബെൽ മുഴങ്ങുന്ന നേരിയ ഒച്ച അവൾ കേട്ടു.

ഒട്ടകപ്പുഖ്ഖിയുടെ വർണ്ണചിത്രം പതിച്ച അവളുടെ ക്വാർട്ടേഴ്സിന്റെ പടിക്കൽ ഇബ്രാലുകാർ വന്നു നിന്നു. അതിൽ കമ്പനിയുടെ ചെയർമാൻ ആയിരുന്നു. അയാൾ ഒറ്റയ്ക്കു വണ്ടിയോടിച്ച് അവളുടെ വീട്ടിൽ എത്തി യതാണ്.

കമ്പനിയിലെ ആറായിരത്തി അഞ്ഞൂറ്റിയെഴുപതു തൊഴിലാളിക ളിൽ മൂന്നോ നാലോ പേർക്കു മാത്രമേ പെയർമാനെ ജീവനോടെ നേരിൽ കാണാൻ കഴിഞ്ഞിട്ടുള്ളൂ. ബാക്കിയുള്ളവർ അയാളെ ചിത്രങ്ങളിലൂടെയും

അതിശയകരങ്ങളായ കഥകളിലൂടെയുമാണ് മനസ്സിലാക്കിയത്.

ഇമ്പാലയിൽ നിന്നിറങ്ങിയ അയാൾ ക്വാർട്ടേഴ്സിന്റെ പടികടന്ന്, തുളസിത്തറചുറ്റി, മുറ്റം താണ്ടി, രണ്ട് ഒതുക്കുപടികൾ കയറി, ഇറയ ത്തെത്തി, വലത്തെ കൈ ഉയർത്തി, ചൂണ്ടുവിരൽ കോളിങ് ബെല്ലിന്റെ ബട്ടണിൽ അമർത്തി.

അകത്ത് സംഗീതാത്മകമായി അത് ശബ്ദിക്കുന്നത് അയാൾ കേട്ടു.

അയാളുടെ മുഖം അഗാധമായ അന്തക്ഷോഭംകൊണ്ടും നിരാശ കൊണ്ടും ഉദ്വേഗത്താലും മനുഷ്യേതരമായ ഒരു ഭാവത്തിലായിരുന്നു. അവസാനത്തെ അഭയകേന്ദ്രം തേടിയാണ് അയാൾ അവിടെ വന്നത്.

ഒന്നരമണിക്കൂർ നേരം ചെയർമാൻ ആ ഇറയത്തുനിന്നു. അയാൾ പതിനേഴു സിഗരറ്റുകൾ വലിച്ചുതീർത്തു.

അവൾ കുളികഴിഞ്ഞ്, വസ്ത്രം മാറി, പൊട്ടുതൊട്ട്, കണ്ണെഴുതി, പൗഡർ പൂശി, മുട്ടോളമെത്തുന്ന മുടിയഴിച്ചിട്ട് കതകു തുറക്കുമ്പോൾ കൈകെട്ടി വാനിലേക്കു നോക്കി അനങ്ങാതെ നില്ക്കുന്ന ചെയർമാനെ കണ്ടു.

അയാൾ തന്നെത്തേടിയെത്തുമെന്ന് മൂന്നു ദിവസംമുൻപ് അവൾ മനസ്സിലാക്കിയിരുന്നു; അയാൾ വരുന്നതെന്തിനാണെന്നും.

"എന്നെ രക്ഷിക്കണം."

അയാൾ കെഞ്ചി.

അവൾക്ക് അയാളെ രക്ഷിക്കാതിരിപ്പാൻ വയ്യ. അത് അവളുടെ കർമ്മമായിരുന്നു.

അവൾ അയാളെ അകത്തേക്കാനയിച്ച് ഒരു കസേരയിൽ ഇരുത്തി. ഫ്രിഡ്ജ് തുറന്ന് ഒരു പാത്രം നിറയെ തണുത്ത വെള്ളം കൊടുത്തു. അതു മുഴുവൻ കുടിച്ചുതീർത്ത് അയാൾ അടുത്ത സിഗരറ്റ് കൊളുത്തിക്കൊണ്ട് വളരെപ്പതുക്കെ പറഞ്ഞു:

"ഞാൻ വന്നത്."

അവൾ ഇടയ്ക്കു കയറിപ്പറഞ്ഞു:

"എനിക്കറിയാം."

അവൾക്കെല്ലാം അറിയാമായിരുന്നു.

ഫാക്ടറിക്ക് ആവശ്യമുള്ള അസംസ്കൃത പദാർത്ഥം നിറച്ച ഒരു പടുകൂറ്റൻ കപ്പൽ പതിവുപോലെ ചിലിയിൽ നിന്നു പുറപ്പെട്ടു. ഇരുപ ത്തിയെണ്ണായിരം ടൺ റൊമെറ്റീരിയൽ പസഫിക് ഇന്റർ നാഷണൽ എന്ന ഏജൻസി കപ്പലിൽ എത്തിച്ചുകഴിഞ്ഞുവെന്നും ചരക്കുമായി കപ്പൽ തുറ മുഖം വിട്ടുകഴിഞ്ഞുവെന്നും ഉള്ള ടെലക്സ് സന്ദേശങ്ങൾ കമ്പനിയുടെ ബോംബെയിലും കൊച്ചിയിലുമുള്ള ഓഫീസുകളിൽ എത്തി. അവർ സന്ദേശങ്ങൾ അപ്പോൾത്തന്നെ സ്വീകരിച്ച് നമ്പർ ചേർത്ത് ഫയൽ ചെയ്തു. കൊച്ചി തുറമുഖത്ത് കപ്പൽ എത്തുന്ന കൃത്യമായ ദിവസത്തെ കുറിച്ചുള്ള അറിയിപ്പ് വീണ്ടും ടെലക്സ് സന്ദേശമായി ബോംബെയിൽ

നിന്നു കമ്പനിയുടെ ഉദ്യോഗമണ്ഡലത്തിലുള്ള ഹെഡ് ഓഫീസിൽ ലഭിച്ചു. ഹെഡ് ഓഫീസ് സന്ദേശം നമ്പർ ചേർത്ത് ഫയൽ ചെയ്തു. കപ്പൽ തുറമുഖത്ത് എത്തിക്കഴിഞ്ഞാൽ ചരക്കു വള്ളങ്ങളിൽ നിറച്ച് ബാർജിൽ കെട്ടിവലിച്ചു കൊണ്ടുപോരേണ്ട സംവിധാനത്തിന് നിയുക്ത രായവരെ വിവരം അറിയിച്ചു.

പക്ഷേ, കപ്പൽ വന്നില്ല.

ആ കപ്പൽ ഒരിക്കലും വന്നെത്തിയില്ല.

മൂന്നരമാസത്തെ നിരന്തരമായ അന്വേഷണങ്ങൾക്കുശേഷം ചരക്കൊ ഴിഞ്ഞ കപ്പലിനെയും കുടിച്ചു പൂസായ കപ്പൽ ജോലിക്കാരെയും ഒരു വിദേശതുറമുഖത്തുവെച്ച് കേന്ദ്ര രഹസ്യാന്വേഷണ സംഘത്തിൽപ്പെട്ട വർ കണ്ടെത്തി.

"ഈ പെട്ടകത്തിൽ നിറച്ചിരുന്ന സാധനമെവിടെ?"

അന്വേഷണസംഘം തിരക്കി.

"വിറ്റു" എന്നായിരുന്നു മറുപടി.

"നായിന്റെ മക്കളെ. ആർക്കാണ് നിങ്ങളതു വിറ്റത്?"

"വിറ്റത് ഞങ്ങളല്ല. വിറ്റു എന്നു മാത്രം അറിയാം. ആണുങ്ങൾ വിറ്റു; ആണുങ്ങൾ വാങ്ങി."

കപ്പൽപണിക്കാരെ തിരിച്ചും മറിച്ചും ചോദ്യം ചെയ്തിട്ടും ഒരു തുമ്പും കിട്ടാതെ അന്വേഷണസംഘം ബോംബെയ്ക്കു മടങ്ങി. കമ്പനി യുടെ ബോംബെയിലെ ഏരിയാ ഓഫീസിൽ നിന്നുകിട്ടിയ ചില കടലാ സുകളിലെ വരികൾക്കിടയിലൂടെ വായിക്കാൻ ശ്രമിച്ച അവർക്ക് അസം സ്കൃത പദാർത്ഥത്തിന്റെ തിരോധാനത്തെക്കുറിച്ചുള്ള ചരടിന്റെ അറ്റം കൈയിൽ കിട്ടി. ആ ചരടിന്റെ മറുതലയ്ക്കൽ എന്താണുള്ളതെന്നു കണ്ടെ ത്താൻ സംഘത്തലവൻ ഏലൂരിലെ കമ്പനിയിൽത്തന്നെ എത്തുമെന്നുള്ള ടെലക്സ് സന്ദേശം ഉണ്ടാക്കിയ നടുക്കത്തിൽ നിന്നു മുക്തനാകാതെ മൂന്നു ദിവസം ചെയർമാൻ ഉറങ്ങിയില്ല. അയാൾ ബോംബെയിലെ ഏരിയാ മാനേജരുമായി ഫോണിലൂടെ സമ്പർക്കം പുലർത്താൻ തുടങ്ങിയപ്പോൾ അത് ടാപ്പ് ചെയ്യപ്പെടുന്നുണ്ടോ എന്നു സംശയിച്ച് ഇടയ്ക്കു വെച്ചു സംസാരം നിർത്തിക്കളഞ്ഞു. മറ്റൊരു വഴിയും കണ്ടെത്താനാകാതെ ആകെ വിവശനായി, തളർന്നമ്പി, തനിയേ കാറോടിച്ച് അയാൾ ഭരതന്റെ പ്രച്ഛന്നമായിയെ അഭയം പ്രാപിച്ചു.

സംഘത്തലവൻ വന്നാൽ താൻ നേരിട്ട് അയാളെ ഗസ്റ്റ് ഹൗസിൽ ചെന്നുകണ്ടുകൊള്ളാമെന്ന് അവൾ സമ്മതിച്ചപ്പോഴാണ് ചെയർമാൻ ശ്വാസം വിട്ടത്.

സംഘനേതാവു താമസിച്ചിരുന്ന അതിഥി മന്ദിരത്തിൽ ഒരു നട്ടുച്ചയ്ക്ക് അവൾ കയറിച്ചെന്നു. അപ്രതീക്ഷിതമായി, അനുവാദം ചോദി ക്കാതെ സുന്ദരിയായ ഒരു സ്ത്രീ തന്റെ മുറിയിലേക്കു കടന്നുവരുന്നതു കണ്ട് അയാൾ പതറി. തന്നെ കെണിയിൽ വീഴ്ത്താൻ ചെയർമാൻ ഒരു

വേശ്യയെപ്പറഞ്ഞയച്ചിരിക്കയാണെന്നു അയാൾ തെറ്റിദ്ധരിച്ചു.

"നിനക്കെന്തു വേണം?"

ധിക്കാരപൂർണ്ണവും വിഷയലമ്പടത്തം നിറഞ്ഞതുമായ സ്വരത്തിൽ അയാൾ ഇംഗ്ലീഷിൽ ചോദിച്ചു:

അവൾ ഒരക്ഷരം ഉരിയാടാതെ അയാളുടെ മേശയ്ക്കു മുന്നിലുള്ള കസേരയിലിരുന്ന് ഒരു കഷണം കടലാസ് ചീന്തിയെടുത്ത് അതിൽ ഹരിശ്രീ ഗണപതയേ നമഃ എന്നു മലയാളത്തിൽ എഴുതി അയാളുടെ മുന്നിലേക്കു നീക്കിവെച്ചുകൊടുത്തു. മലയാള ലിപികൾ ആദ്യമായി കാണുകയായിരുന്നു, സംഘത്തലവൻ. അതെന്താണെന്ന് അയാൾക്ക് ഒരു പിടിയും കിട്ടിയില്ല. പിന്നെ അവൾ ശുദ്ധമായ ഹിന്ദിയിലും അയാളുടെ മാതൃഭാഷയായ ഗുജറാത്തിയിലും പതിനഞ്ചുമിനിറ്റ് നിറുത്താതെ സംസാരിച്ചു. ഒരക്ഷരംപോലും മനസ്സിലാവാതെ അമ്പരന്ന് അയാൾ മുറി തുറന്ന് പുറത്തേക്കോടി. ചെയർമാനെ ആളയച്ചുവരുത്തി തന്നെ അടുത്ത ഫ്ളൈറ്റിന് ദൽഹിയിലേക്കു തിരിച്ചയക്കണമെന്നു കെഞ്ചി. കാണാതായ ചരക്കിനെക്കുറിച്ചുള്ള എല്ലാ അന്വേഷണങ്ങളും അവസാനിപ്പിക്കുകയാ ണെന്നും അസൗകര്യം വരുത്തിവെച്ചതിൽ ക്ഷമിക്കണമെന്നും പറഞ്ഞു. ചെയർമാൻ അയാളെ കൊച്ചിയിൽ കൊണ്ടുപോയി ആദ്യം പറന്ന വിമാ നത്തിൽ കയറ്റിവിട്ടു തിരിച്ചുപോന്നു. കുളിച്ച്, ഊണുകഴിച്ച് സുഖമായി കിടന്നുറങ്ങി.

വിവരണം അവസാനിപ്പിച്ചപ്പോൾ ഭരതൻ അവളെ നോക്കി പൊട്ടി ചിരിച്ചുകൊണ്ടുപറഞ്ഞു:

"ഞാൻ അവിശ്വസിച്ചു ചിരിച്ചതല്ല; അയാളുടെ ഓട്ടത്തെക്കുറി ച്ചോർത്തിട്ടാണ്."

അവളും അതോർത്ത് ചിരിച്ച് അത്താഴം തയ്യാറാക്കാൻ അടുക്കള യിലേക്കുപോയി.

അവളുടെ ഒൻപതും ആറും വയസ്സുള്ള കുട്ടികളെ, അവരുടെ ഗൃഹ പാഠങ്ങളിൽ നിന്നു വിളിച്ചുണർത്തി അടുത്തിരുത്തി ഭരതൻ കഥകൾ പറഞ്ഞുകൊടുത്തു. അവന്റെ കഥകളിൽ ചിറകില്ലാത്ത പക്ഷികളും പറക്കുന്ന ആമകളും വനങ്ങളിൽ വെടിവെച്ചു പരിശീലനങ്ങളിലേർപ്പെട്ട മത്സ്യങ്ങളും അണ്വായുധങ്ങളുമുണ്ടാക്കുന്ന ശാസ്ത്രജ്ഞന്മാരായ കഴുത കളും ഉണ്ടായിരുന്നു. ഗരുഡനെക്കാൾ വലിപ്പവും മഞ്ഞനിറവുമുള്ള ഒരു പക്ഷി എല്ലാ കഥകളിലും പറന്നു നടന്നു. കഥാന്ത്യങ്ങളിൽ മുള്ളുതറച്ച് ആരെങ്കിലും മരിച്ചു. ഒരർദ്ധരാത്രി വിശന്നു പൊരിഞ്ഞ് അല്പം ആഹാരം തേടിച്ചെന്ന സാധുബ്രാഹ്മണനെ കൈയൊഴിഞ്ഞ നൂറ്റിയെട്ടു ഇല്ലങ്ങൾ ആളിക്കത്തിയെരിഞ്ഞ കഥ പറയുമ്പോൾ അവന്റെ മുഖം തീജ്വാലയേറ്റു ചുവന്നു തുടുത്തു. പടച്ചോറ് കൊത്തിത്തിന്ന പക്ഷിയുടെ തൂവൽ വീണു തകർന്ന ഗോപുര നടയിൽ നിന്ന് അഞ്ചക്കൊലമ്പാർ ശംഖ് വിളിച്ചു. കുട്ടി കൾ കഥകൾ കേട്ട് അത്താഴം കഴിക്കാതെ തന്നെ ഉറങ്ങിപ്പോയി. അവൻ

അവരെ വാത്സല്യത്തോടെ എടുത്തുകൊണ്ടുപോയി കട്ടിലിൽ കിടത്തി.

അത്താഴം കഴിക്കുമ്പോൾ അമ്മായി അവനോട് ജനറൽ മാനേജർ ജി ആർ സി പിള്ളയുടെ വീട്ടിലെ പ്രേതബാധയെക്കുറിച്ചു കേട്ടിട്ടുണ്ടോയെന്നു ചോദിച്ചു. അവന് അക്കാര്യം അറിഞ്ഞുകൂടായിരുന്നു. ആ പ്രേതം ആരുടെതാണെന്നു തനിക്കറിയാമെന്നു അവൾ പറഞ്ഞു. വർഷങ്ങൾക്കു മുൻപ് സ്കൂളിൽ നിന്നു പിരിച്ചുവിട്ട ചെറുപ്പക്കാരായ നാല് അദ്ധ്യാപകന്മാരിൽ ഒരുത്തനാണത് എന്നവൾ ഉറപ്പിച്ചു പറഞ്ഞു. അയാൾ ജോലി നഷ്ടപ്പെട്ടവനായി, മറ്റൊരു തൊഴിലും അറിയാത്തതുകൊണ്ടും ദുരഭിമാനം കൊണ്ടും, വിശന്നുപൊരിഞ്ഞ് പുനലൂരിലെ വഴികളിൽ അലഞ്ഞുനടന്നു. പിന്നെ ഭ്രാന്തായി. തന്റെ ഉല്പാദനാവയവത്തിന്റെ പുറത്ത് ഒരു ചിരട്ട കമിഴ്ത്തിക്കെട്ടിവെച്ച് കോലുകൊണ്ട് കൊട്ടി അയാൾ പാഠപുസ്തകങ്ങളിലെ ഇംഗ്ലീഷ് കവിതകൾ ഉറക്കെ പാടി നടന്നു.

"പിരിച്ചുവിടാൻ പാകത്തിന് അവൻ ചെയ്ത കുറ്റമെന്തായിരുന്നു?" ഭരതൻ ചോദിച്ചു:

ജനറൽ മാനേജരുടെ മകളെ പ്രൈമറി ക്ലാസിൽ ഇംഗ്ലീഷ് പഠിപ്പിച്ചിരുന്നത് അയാളായിരുന്നു. ഒരു വാക്കിന്റെ സ്പെല്ലിങ് തെറ്റായിട്ടാണ് അയാൾ പഠിപ്പിച്ചത്. മകളുടെ നോട്ടുപുസ്തകം യാദൃച്ഛികമായി കാണാനിടയായ ജി ആർ സി പിള്ള അത് തിരുത്തിക്കഴിഞ്ഞ് സ്കൂൾ മാനേജർക്കു ഫോൺ ചെയ്തു.

അയാൾക്ക് കൊട്ടിനടക്കാൻ ഒരു ചെറിയ ചെണ്ടയാണു നല്ലതെന്നു കരുതി പുനലൂരിലെ സാമൂഹ്യപ്രവർത്തകർ സഹായനിധി സ്വരൂപിക്കാൻ പണപ്പിരിവു നടത്തി. ഒരാഴ്ചകൊണ്ട് പതിനേഴായിരം രൂപ അവർ പിരിച്ചെടുത്തു. അയാൾക്ക് അരയിൽ കെട്ടി നടക്കാൻ പാകത്തിനുള്ള ഒരു ചെണ്ട ഉണ്ടാക്കാൻ സഹായധനസമ്പാദനകമ്മിറ്റി വിദഗ്ദ്ധന്മാർക്ക് ഓർഡർ നല്കി. ചെണ്ട തയ്യാറായി വരുന്നതിന്നു മുൻപ് അയാൾ കൊട്ടാൻ ഉപയോഗിച്ചിരുന്ന കോല് ഒടിഞ്ഞുപോയി. ചിരട്ട അഴിച്ചുപറിച്ച് വലിച്ചെറിഞ്ഞ് അയാൾ അഗാധമായ കിണറ്റിലേക്കു ചാടി ആത്മഹത്യ ചെയ്തു.

ഭരതന്റെ അമ്മായിയെ വിവാഹം ചെയ്ത് ഏലൂരിൽ കൊണ്ടുവന്നു താമസിപ്പിച്ച ആദ്യകാലങ്ങളിൽ അയാൾ ക്വാർട്ടേഴ്സിന്റെ മുമ്പിലൂടെ പലവട്ടം വെറുതെ നടന്നു. അയാൾക്ക് അവളോടു പ്രേമമായിരുന്നു. അതിന്നുള്ള കാരണമുണ്ടാക്കിയത് അവൾ തന്നെയാണ്. സ്കൂൾ വാർഷികഘോഷങ്ങൾ കാണാൻ അയൽപക്കത്തെ സ്ത്രീകളുമൊത്ത് അവൾ പോയി. അതിഥികളെ സ്വീകരിച്ചിരുത്തുന്ന കമ്മിറ്റിയുടെ കൺവീനർ ആയിരുന്നു അയാൾ. അവളെ മുന്നിലേക്കാനയിച്ച് ഒരു കസേര ചൂണ്ടിക്കാട്ടി ഇരിക്കാൻ ക്ഷണിച്ചു. അയാളുടെ ആകാരസൗന്ദര്യത്തിൽ ആകൃഷ്ടയായ അവൾ ലജ്ജയോടെ അയാളെ നോക്കി മന്ദഹസിച്ചു.

പിന്നീട് അയാൾക്കു തന്നോടു ദിവ്യപ്രേമമാണെന്നു സ്ത്രീസഹജ

മായ സിദ്ധികൊണ്ട് അവൾ മനസ്സിലാക്കി. ഒരുദിവസം യാദൃച്ഛികമായി അയാളെ വഴിയിൽ വെച്ചു കണ്ടുമുട്ടിയപ്പോൾ താൻ ഭർത്യമതിയാണെ ന്നും വെറുതെ സമയം കളയേണ്ടെന്നും അവൾ പറഞ്ഞു. കനത്ത ഇച്ഛാ ഭംഗത്തോടെ അയാൾ താൻ താമസിച്ചുപോന്ന പീടിക മുറിയിൽച്ചെന്ന് ചങ്ങമ്പുഴയുടെ കവിതകൾ വെളുക്കുവോളം വായിച്ചുകരഞ്ഞു.

"അവൻ എല്ലാവിധത്തിലും മണ്ടനായിരുന്നു."

ഭരതൻ പറഞ്ഞു.

അവൾ ചൊടിച്ചുകൊണ്ടുപറഞ്ഞു:

"നിന്റെ അഹന്തയാണ്. മറ്റുള്ളവരൊക്കെ വിഡ്ഢികളാണെന്നു ധരി ക്കത്തക്കവിധം നിന്റെ അഹന്ത അത്രയ്ക്കു വളർന്നുകഴിഞ്ഞു."

പുറത്തു രാത്രി തൊഴുതു നിന്നു. ആകാശത്ത് കാർമേഘങ്ങൾ നിരന്നു. ഇടിമിന്നലുണ്ടായി. പെട്ടെന്ന് വിളക്കുകളെല്ലാം അണഞ്ഞു. ഘോരമായ അന്ധകാരത്തിൽ തമ്മിൽ കാണാനാകാതെ അവർ അഭിമുഖമായി അടു ത്തിരുന്നു. ജനലിലൂടെ പാളിവന്ന ഇടിമിന്നലിന്റെ നിമിഷാർദ്ധത്തിന്റെ പ്രകാശത്തിൽ ഒരു ശിലാവിഗ്രഹം പോലെ കസേരയിൽ നിവർന്നിരി ക്കുന്ന ഭരതന്റെ രൂപം അവൾ കണ്ടു. അവന് പക്ഷിയുടെ മുഖമാണെന്ന് അവൾക്കു തോന്നി.

കുറെകഴിഞ്ഞ് വീണ്ടും വിളക്കുകൾ തെളിഞ്ഞപ്പോൾ ഭരതൻ, താൻ ഉറങ്ങാൻ പോകയാണെന്നു പറഞ്ഞു. അവൾ ഒന്നും മിണ്ടിയില്ല. അവൾ അപ്പോഴും അവന്റെ മുഖത്തു ഒരു പക്ഷിയെ കാണുകയായിരുന്നു. അവൻ അവളെ നോക്കി പുച്ഛമായി ചിരിച്ചു. താൻ എന്തിനാണ് അങ്ങനെ ചിരിച്ച തെന്ന് അവനു മനസ്സിലായില്ല. അവൾ, അത് അവന്റെ അഹന്തയുടെ ബഹിർസ്ഫുരണമാണെന്നു തിരിച്ചറിഞ്ഞു പല്ലുഞെരിച്ചു.

അവൻ, താൻ ഉറങ്ങാറുള്ള മുറിയിൽച്ചെന്ന് കിടക്കവിരികൾ കുടഞ്ഞു വിരിച്ചു. തലയണ രണ്ടു കൈകൊണ്ടും മർദ്ദിച്ച് ഉരുട്ടിവെച്ചു. വിളക്കണച്ച് ഉറങ്ങാൻ കിടന്നു. ഉറക്കംവരാതെ ഇരുട്ടിലേക്കു തുറിച്ചു നോക്കി.

ഇരുളിന്റെ അർദ്ധസുതാര്യതയിലൂടെ അവ്യക്തമായ കോലങ്ങൾ ചലിക്കുന്നത് അവൻ കണ്ടു. അവയിൽ ഒരു രൂപത്തെ തിരിച്ചറിയാൻ അവനു കഴിഞ്ഞു. ഗുഹ്യാവയവത്തിനു മീതെ ചിരട്ട കമിഴ്ത്തിവെച്ച് കോലുകൊണ്ടു കൊട്ടി ഇംഗ്ലീഷ് പദ്യശകലങ്ങൾ ഉറക്കെപ്പാടി നൃത്തം ചെയ്യുന്ന പ്രാകൃതമായ മനുഷ്യാകാരം ഇളിച്ചുകാട്ടി. അമ്മായിയുടെ ഹ്രസ്വകാല കാമുകന്റെ നൈരാശ്യത്തിന്റെ തേങ്ങലുകൾ അവൻ കേട്ടു. ഒടുവിൽ എല്ലാ രൂപങ്ങളും അലിഞ്ഞലിഞ്ഞു മായുകയും വർണ്ണരാജി വിരിയുന്ന ഒരു താഴ്വാരത്തിലൂടെ അവൻ ഉറക്കത്തിലേക്കു വഴുതി യിറങ്ങുകയും ചെയ്തു.

പെട്ടെന്ന് അവൻ ഞെട്ടിയുണർന്നു. മുറിയിലാകെ പകൽപോലെ പ്രകാശം നിറഞ്ഞലച്ചു. അവന്റെ അമ്മായി നിശ്ശബ്ദയായി അവന്റെ

അരികിൽ നില്ക്കുകയായിരുന്നു.

"എന്താണ്? എന്താണ്?"

ഉറക്കത്തിനും ഉണർവിനും ഇടയ്ക്കുള്ള നൂലിഴയിൽ തൂങ്ങിക്കിട നാടുകയായിരുന്നു അവൻ.

അവൾ വലത്തെ കൈപ്പത്തി വിരുത്തിപ്പിടിച്ച് അവന്റെ മുഖത്തിനു നേരെ മൂന്നു പ്രാവശ്യം മുകളിൽ നിന്നു താഴേയ്ക്കും താഴെ നിന്നും മുകളിലേക്കും ശൂന്യതയിൽ തടവി. അവന്റെ കണ്ണുകൾ അടഞ്ഞുപോവു കയായിരുന്നു. അവളിൽ നിന്നു വെരുകിന്റെ ഗന്ധവും തീയിന്റെ ചൂടുള്ള ഉച്ഛ്വാസവായുവും തന്നിൽ വന്നു നിറയുന്നതായി അവനറിഞ്ഞു. അവൾ വസ്ത്രങ്ങളെല്ലാം ഊരിഞ്ഞെറിഞ്ഞ് അവന്റെ അഹന്തയുടെ പത്തിയിൽ കയറിയിരുന്ന് മൂത്രമൊഴിച്ചു. ഇളം മഞ്ഞനിറമാർന്ന ആ ദ്രാവകത്തിന് സൾഫർ ഡയോക്സൈഡിന്റെയും അമോണിയായുടെയും ഗന്ധമുണ്ടാ യിരുന്നു. അത് മുകളിലേക്ക് ഇരച്ചുപടർന്നുകയറി അവന്റെ ശിരസ്സിലൂടെ കുത്തിയൊഴുകി. കൺതടങ്ങളിൽ വഴിഞ്ഞ് മൂക്കിന്റെ പാർശ്വത്തിലൂടെ ഒലിച്ചിറങ്ങി വായിൽ വന്നു നിറഞ്ഞു.

പതിമൂന്ന്

മാധവൻനായർ പതിനഞ്ചു ദിവസത്തെ അവധിയെടുത്ത് ഭാര്യ യെയും കുട്ടികളെയും കൂട്ടി ഭാര്യാഗൃഹത്തിൽപ്പോയി താമസിച്ചു. കോട്ട യത്തെ വീട്ടിലിരുന്ന് അവർ ടെലിവിഷൻ കാണുകയും ചൂടാറാത്ത വാരി കകളിലെ നോവലുകൾ വായിക്കുകയും അയല്പക്കത്തെ വീടുകളിൽ പ്പോയി പൊങ്ങച്ചം പറയുകയും ചെയ്തുകൊണ്ട് ദില്ലിയിലെയും ആഗ്ര യിലെയും   മധുരയിലെയും കാഴ്ചകൾ കണ്ടുനടന്നു. കമ്പനി രേഖക ളിൽ അയാളും കുടുംബവും അവിടങ്ങളിൽ വിനോദപര്യടനത്തിലായി രുന്നു.

എൽ ടി സി പ്രകാരം എറണാകുളത്തുനിന്നു ദില്ലിവരെയും ദില്ലി യിൽ നിന്നു എറണാകുളം വരെയുമുള്ള നാല് ഒന്നാം ക്ലാസ് റെയിൽവെ ടിക്കറ്റിനുള്ള പണത്തിന്റെ എൺപതുശതമാനം വരുന്ന തുക അയാൾ കൈപ്പറ്റിയിരുന്നു, തിരിച്ചെത്തിയപ്പോൾ ശേഷിച്ച ഇരുപതു ശതമാനത്തി ന്നുള്ള അപേക്ഷയും അയാളും കുടുംബവും സഞ്ചരിച്ച ടിക്കറ്റുകളുടെ നമ്പറുകളും ബന്ധപ്പെട്ട ഓഫീസിലേക്കയച്ചു. കോട്ടയത്തുകാരനായ ഡെപ്യൂട്ടി ഫൈനാൻസ് മാനേജർ ഒരു ലഘുകുറിപ്പോടു കൂടി അത് ഫൈനാൻസ് മാനേജർക്ക് അയച്ചുകൊടുത്തു. പച്ചമഷികൊണ്ട് മൂന്നു കുരിശു വരച്ച് അയാളത് ജനറൽ മാനേജർ ജി ആർ സി പിള്ളയുടെ മേശപ്പുറത്തെത്തിച്ചു.

ഓഫീസ് ട്രേയുടെ അടിയിൽ കിടന്നിരുന്ന മാധവൻ നായരുടെ അപേക്ഷഫോറം നാലാം ദിവസം അയാൾ കണ്ടെത്തി. കാര്യങ്ങുന്നതുറ

ചാരികിടക്കാവുന്നതുമായ വിലയേറിയ കസേരയിൽ ഒരു അർദ്ധവൃത്താ കൃതിയിൽ കുറങ്ങി, ചാഞ്ഞുകിടന്ന് അയാൾ ആ കടലാസ് വളരെനേരം നോക്കി. ഡി എഫ് എമ്മിന്റെ കുറിപ്പും എഫ് എമ്മിന്റെ മൂന്നു കുറി ശുകളും അർത്ഥമാക്കുന്നത് എന്തെന്ന് അയാൾക്കു മനസ്സിലായി. ഇന്റർ കോമിലൂടെ പി എ യുമായി ബന്ധപ്പെട്ട്, വിജിലൻസ് ഓഫീസറോട് ഉടനെ തന്റെ മുറിയിൽ വരണമെന്നാവശ്യപ്പെടാൻ നിർദ്ദേശിച്ചു. ഏതാനും മിനി ട്ടുകൾക്കു ശേഷം ജലൂസിൽ എന്ന ടാബ്‌ലറ്റ് ചവച്ച്, തുടരെ ഏമ്പക്കം വിട്ടുകൊണ്ട് ദീനമായ ഭാവത്തിൽ വിജിലൻസ് ഓഫീസർ ജി എമ്മിന്റെ മേശയ്ക്കു മുന്നിലെത്തി.

ഒരു വിരലാംഗ്യംകൊണ്ട് അയാളെ ഇരുത്തി ജി എം പറഞ്ഞു:

"കുറിച്ചെടുക്കൂ. ചില റെയിൽവെ ടിക്കറ്റു നമ്പറുകളാണ്. ഈ നമ്പ റുകളിൽ, അവയിൽ രേഖപ്പെടുത്തിയ ദിവസം ദില്ലിയിലേക്കും തിരിച്ചും യാത്ര ചെയ്തവരുടെ പേരുവിവരമാണു എനിക്കു കിട്ടേണ്ടത്" നമ്പറുകൾ കുറിച്ചെടുത്ത് ഓഫീസർ പോയി.

മൂന്നാം ദിവസം അയാളിൽ നിന്നുള്ള റിപ്പോർട്ട് ജനറൽ മാനേജ റുടെ മേശപ്പുറത്തെത്തി. ആ നമ്പറുകളിലുള്ള ടിക്കറ്റുകളിൽ യാത്ര ചെയ്ത മാധവൻ നായരും കുടുംബാംഗങ്ങളും ആയിരുന്നില്ല.

വിശദീകരണം ആവശ്യപ്പെട്ടുകൊണ്ടുള്ള ഡെപ്യൂട്ടി ജനറൽ മാനേ ജരുടെ മെമ്മോ ഒപ്പിട്ടുകൊടുത്തു സ്വീകരിക്കുമ്പോൾ മാധവൻ നായരുടെ കൈവിറച്ചു. അയാൾക്ക് തൊണ്ടയിലൂടെ സൾഫ്യൂറിക് ആസിഡ് കുത്തി യൊഴുകിപ്പടരുന്നതുപോലെ തോന്നി.

"ഞാൻ നശിച്ചു." അയാൾ വിലപിച്ചു.

അയാളുടെ ഉള്ളിലുറഞ്ഞ വിലാപസ്വരത്തിന് പതിമ്മൂന്നു കൊല്ലത്തെ പഴക്കമുണ്ടായിരുന്നു. കൃത്യമായിപ്പറഞ്ഞാൽ, ഇളയമകൾ ജനിക്കുന്നതിനു ഏഴുമാസം മുൻപുമുതൽ അയാൾ നിശ്ശബ്ദനായി കരയു കയായിരുന്നു.

അയാളുടെ ഭാര്യ മനീഷ പഠിച്ചുകൊണ്ടിരുന്ന കാലത്ത് കോട്ടയത്തെ മികച്ച സ്പോർട്സ് താരമായിരുന്നു. ജാവലിൻ ത്രോയിൽ അക്കാലത്ത് അവൾ അത്ഭുതങ്ങൾ സൃഷ്ടിച്ചു. ഒരിക്കൽ അവൾ തിരുനക്കര മൈതാ നത്തു നിന്നെറിഞ്ഞ ജാവലിൻ മെഡിക്കൽ കോളേജിന്റെ മുൻപിലുള്ള മൈതാനത്തിലാണ് ചെന്നു തറച്ചത്. ആകാശത്തു നിന്ന് ജാവലിൻ പറന്നുവരുന്നതുകണ്ട് ജനങ്ങൾ അന്തം വിട്ട് നോക്കിനിന്നു. വിവാഹിത യായതിനുശേഷം ഏലൂരിൽ വന്ന് താമസമാക്കിയപ്പോൾ ഹൈസ്കൂൾ ഗ്രൗണ്ടിൽ വർഷത്തിൽ ഏഴുപ്രാവശ്യം നടത്താറുള്ള അന്തർ സംസ്ഥാന കായികമേളകൾ കാണാൻ പോകുമ്പോഴൊക്കെ ജാവലിൻ അവളെ കോരിത്തരിപ്പിച്ചു.

എപ്പോഴും ചിരിക്കാൻ കഴിഞ്ഞിരുന്ന അവൾ ഒരു ദിവസം കരഞ്ഞു. അവളുടെ സാനിറ്ററി നാപ്കിൻസ് അതിന്റെ പാക്കറ്റിൽത്തന്നെയിരുന്നു.

ആദ്യത്തെ ഘട്ടത്തിൽ എന്താണു വൈകുന്നത് എന്ന ഉല്ക്കണ്ഠയായി രുന്നു. പിന്നെ അസ്വസ്ഥതയായി. ഒരു മാസം മുഴുവൻ അങ്ങനെ കഴി ഞ്ഞുപോയി. അടുത്ത മാസത്തിലും നിശ്ചിത ദിവസങ്ങൾ വരികയും കടന്നുപോകുകയും ചെയ്തപ്പോൾ അവൾക്കു വേവലാതിയായി. പിന്നെയും രണ്ടാഴ്ച കാത്തിരുന്നു.

ആരോടും പറയാതെ മനീഷ ലേഡീ ഡോക്ടറെ ചെന്നുകണ്ടു.

"എനിക്കെന്തോ കുഴപ്പമുണ്ട് ഡോക്ടർ!"

എല്ലാ പരിശോധനയും കഴിഞ്ഞപ്പോൾ അവൾ വീണ്ടും ചോദിച്ചു:

"ഡോക്ടർ എനിക്കെന്താണു കുഴപ്പം?"

"നിങ്ങൾക്കു കുഴപ്പമല്ല; ഗർഭമാണ്."

വീഴാതിരിപ്പാൻ അവൾ കസേരയുടെ കൈ മുറുകെ പിടിച്ചു. അവ ളുടെ പാരവശ്യം കണ്ട് ഡോക്ടർ പറഞ്ഞു:

"എന്തിനാണു വേവലാതി ഈ സന്ദർഭത്തിൽ അതൊട്ടും അരുത്."

പക്ഷേ, മനീഷയുടെ വേവലാതിക്ക് മതിയായ കാരണമുണ്ടായിരുന്നു. ഒരു അഡീഷണൽ ഇംക്രിമെന്റിന്റെ പ്രലോഭനത്തിൽ ഒരുവർഷം മുൻപ് മാധവൻ നായർ വന്ധീകരണ ശസ്ത്രക്രിയയ്ക്കു വിധേയനായി. മൂന്നു മാസം കഴിഞ്ഞ് പരിശോധനയ്ക്കുശേഷം, അയാളുടെ പ്രത്യുല്പാദന ശേഷിയെ മുറിച്ചു മാറ്റിയ ഡോക്ടർ സന്തുഷ്ടനായി പറഞ്ഞു:

"കൊള്ളാം. പുനർജ്ജന്മത്തിൽ വിശ്വസിക്കുന്നുണ്ടെങ്കിൽ, അടുത്ത ജന്മത്തിൽപ്പോലും നിങ്ങൾ വന്ധ്യനായിരിക്കും."

മാധവൻ നായർ തനിക്കു വൈദ്യശാസ്ത്രം സമ്മാനിച്ച വന്ധ്യത ത്തിലും കമ്പനി നല്കിയ അഡീഷണൽ ഇംക്രിമെന്റിലും ആഹ്ലാദിച്ചു. അയാൾ തൊഴിലാളികൾക്കു നിശ്ചയിച്ചിരുന്ന പരമാവധി ഗ്രേഡുകൾക്ക് അപ്പുറത്തെത്തുകയും മാനേജർ പദവിയിൽ തളയ്ക്കപ്പെടുകയും ചെയ്തു. മറ്റൊന്നും ചെയ്യാനില്ലാതിരുന്നതുമൂലം അയാൾ മാനേജർമാ രുടെ യൂണിയനിൽ അംഗമായി ചേർന്നു. തെരഞ്ഞെടുപ്പുവന്നപ്പോൾ പെറ്റി ബുർഷ്വാ മനഃസ്ഥിതിമൂലം എക്സിക്യൂട്ടീവ് കമ്മിറ്റിയിൽ അംഗമാകാൻ പലരും മടിച്ചു നിന്നതുമൂലം ആരോ ഒരാൾ മാധവൻ നായരുടെ പേര് അതിലേക്കു നിർദ്ദേശിച്ചത് കനത്ത കൈയടിയോടെ സ്വീകരിക്കപ്പെട്ടു. അയാൾ സജീവമായി യൂണിയൻ പ്രവർത്തനങ്ങളിൽ പങ്കെടുക്കാൻ തുടങ്ങി. കമ്മിറ്റിയെന്നും ജനറൽ ബോഡിയെന്നും ചർച്ചയെന്നും മറ്റും പറഞ്ഞ് അയാൾ രാപകൽ അലഞ്ഞുതിരിഞ്ഞു. വീട്ടിലിരിക്കാൻ സമയ മില്ലാതായി. അയാൾ ക്ഷീണിക്കുകയും വിളറുകയും ചെയ്തു, നിദ്രാ ലസ്യം ബാധിച്ചമിഴികളോടെ തനിക്കില്ലാത്ത മാന്യപദവി സ്വപ്നം കണ്ട് അയാൾ വേണ്ടാത്തിടങ്ങളിൽ വലിഞ്ഞുകയറിച്ചെന്ന് ഏവരുടെയും പരി ഹാസത്തിനു പാത്രമായി. പക്ഷേ, അതയാൾ മനസ്സിലാക്കിയിരുന്നില്ല.

പുലർകാലത്ത് നിയന്ത്രിച്ചിട്ടും ആകാതെ മനീഷ വാഷ്ബേസിനു മുഖലിൽ കുനിഞ്ഞുനിന്ന് ഛർദ്ദിച്ചു.

"എന്താണ്? നിനക്കെന്താണ്? വണ്ടിവിളിക്കാം. ഹോസ്പിറ്റലിൽ പോകാം. കാറ് വിളിക്കട്ടെ?"

അയാളുടെ വെപ്രാളം കണ്ട് മനീഷ കൂടുതൽ വിവശയായി.

ഭാര്യ ഗർഭിണിയാണെന്നറിഞ്ഞപ്പോൾ അയാൾ നിശ്ശബ്ദനായി കരഞ്ഞു. അയാളുടെ കരച്ചിൽ ആരും കേട്ടില്ല. ഭാര്യ പ്രസവിക്കാൻ പോകുന്ന കുഞ്ഞിന്റെ പിതാവാരാണെന്ന് അയാൾ അന്വേഷിച്ചില്ല. സ്വന്തം വീട്ടിൽ ഒരന്യനെപ്പോലെ ജീവിച്ചുകൊണ്ട് ഭാര്യയുടെയും കുട്ടികളുടെയും സന്തോഷത്തിനു വേണ്ടി അയാൾ അദ്ധ്വാനിച്ചു. മനീഷയുടെ ഇഷ്ടാനി ഷ്ടങ്ങൾക്കനുസരിച്ചല്ലാതെ എന്തെങ്കിലും ചെയ്യാൻ അയാൾക്കു വയ്യെ ന്നായി. ഒടുവിൽ അയാളതിൽ ജന്മസാഫല്യം കണ്ടെത്തി തൃപ്തനായി.

ടിക്കറ്റിന്റെ തിരിമറിയിൽ താൻ പിടിക്കപ്പെട്ടതുതന്നെയെന്നു മാധവൻ നായർ തീരുമാനിച്ചു. ഒരു രക്ഷാമാർഗ്ഗവും കാണാതെ കുഴങ്ങി. ഒരാത്യ ന്തികഘട്ടത്തിൽ നിന്നും കമ്പനിയെ രക്ഷപ്പെടുത്താൻ താനാണല്ലോ മുൻകൈയെടുത്തു സഹായിച്ചതെന്ന് അയാൾക്ക് ഓർമ്മവന്നു. ജനറൽ മാനേജർ അയാളോടു പ്രകടിപ്പിച്ച സൗഹൃദത്തിനു എന്തെങ്കിലും അർത്ഥ മുണ്ടെങ്കിൽ അത് ഉപയോഗപ്പെടുത്താനുള്ള നിർണ്ണായക സന്ദർഭമായി രുന്നു അത്.

ജി എമ്മിനെ നേരിട്ടു കാണാനുള്ള മൂന്നു ശ്രമങ്ങൾ പരാജയപ്പെട്ടു. നാലാമത്തെ തവണ അയാൾ അതിന്റെ വക്കുവരെ എത്തിയതാണ്. ജി എം അടിയന്തിരമായി ദൽഹിക്കുപോയി എന്ന വാർത്ത അയാളുടെ പ്രതീക്ഷയ്ക്കേറ്റ ആഘാതമായി.

അഞ്ചാമത്തെ പ്രാവശ്യം അയാൾ ജി എമ്മിന്റെ മുന്നിലേക്ക് ആനയി ക്കപ്പെട്ടു.

അഞ്ചുമിനിട്ടുനേരത്തേക്ക് ജനറൽമാനേജർ മാധവൻനായരെ കണ്ട തായി നടിച്ചില്ല. തിരക്കിട്ട് ഫയലുകൾ നോക്കുകയായിരുന്നു. പിന്നീട് മുഖമുയർത്തി വിരൽത്തുമ്പുകൊണ്ട് ഇരിക്കാൻ നിർദ്ദേശിച്ചു.

"എന്താണ് മിസ്റ്റർ നായർ നിങ്ങൾക്കുപറയാനുള്ളത്?"

ജി എമ്മിന്റെ ശബ്ദം പരുക്കനായിരുന്നു.

മാധവൻ നായർ ഏറെ വിഷമിച്ച് ഒരു രഹസ്യം പോലെ പറഞ്ഞു:

"സാർ, എനിക്ക് വിശദീകരണം ആവശ്യപ്പെട്ടുകൊണ്ട് ഒരു കടലാസ് കിട്ടിയിട്ടുണ്ട്."

ജി എം ഒന്നും മിണ്ടിയില്ല.

ഇനി എങ്ങനെ തുടങ്ങണമെന്നറിയാതെ അയാൾ കുഴങ്ങി. ഒടുവിൽ അയാൾ വിക്കി:

"സാർ, ഞാൻ അത്' എനിക്ക്"

"മിസ്റ്റർ നായർ നിങ്ങൾക്കു പോകാം."

കൂടിക്കാഴ്ച അവസാനിപ്പിച്ചതായി സൂചിപ്പിച്ചുകൊണ്ട് ജി എം തന്റെ ഫയലുകളിലേക്കു മടങ്ങി.

മാധവൻ നായർ കരഞ്ഞു. അയാളുടെ ഏങ്ങിക്കരച്ചിൽ മുറിയിൽ നിറഞ്ഞു. തൊഴിൽ നഷ്ടപ്പെട്ടാൽ താൻ ആത്മഹത്യ ചെയ്യുമെന്നു അയാൾ പറഞ്ഞു. കമ്പനിയെ താൻ എന്നും സേവിച്ചു പോന്നിട്ടുണ്ടെന്നും ടിക്കറ്റിന്റെ തിരിമറി കാറു വാങ്ങിച്ച വകയിൽ പണം പോരാതെ വന്ന പ്പോൾ ചെയ്തുപോയ തെറ്റാണെന്നും ക്ഷമിക്കണമെന്നും കെഞ്ചി.

ക്ഷമകെട്ട് ജനറൽ മാനേജർ അലറി:

"വായടയ്ക്ക്. ഇറങ്ങിപ്പോ."

ഒടിഞ്ഞുവീണ ശിരസ്സൊട്ടി മാധവൻ നായർ തിരിച്ചുപോന്നു.

ഒരു നിയമ പണ്ഡിതനെക്കൊണ്ട് തയ്യാറാക്കിപ്പിച്ച് നല്കിയ വിശദീ കരണ കുറിപ്പ് മാനേജ്മെന്റ് തള്ളിക്കളയുകയും അയാളെ കമ്പനി യിൽനിന്ന് പിരിച്ചുവിടാനുള്ള ഉത്തരവുനല്കുകയും ചെയ്തു.

ആസിഡ് പ്ലാന്റിലെ ഓഫീസിൽവെച്ച് കമ്പനിയുടെ മുദ്രയുള്ള നീണ്ട കവർ തുറന്ന് തന്റെ പിരിച്ചുവിട്ടുകൊണ്ടുള്ള ഉത്തരവ് വായിക്കു മ്പോൾ വളരെ കാലത്തിനുശേഷം മാധവൻ നായർ ഉത്തേജിതനായി. രതിക്രീഡയുടെ ചാരവൃത്തിലെന്നപോലെ അവ്യക്തവും അസാധാരണ വുമായ ഒരു ശബ്ദം അയാളിൽ നിന്നു പുറപ്പെട്ടു.

അരദിവസത്തെ കാഷ്വൽ ലീവെടുത്ത് അയാൾ വീട്ടിൽച്ചെന്ന് പൊട്ടി ചിരിച്ചുകൊണ്ട് ഭാര്യയെ കെട്ടിപ്പിടിച്ച് ഉമ്മവെച്ചു. ഗാരേജിൽ ഓടിക്കയറി കാറിനു ചുറ്റും ഓടിനടക്കുകയും എഞ്ചിൻ സ്റ്റാർട്ട് ആക്കുകയും ചെയ്തു. അയാൾ അടുക്കളയിൽച്ചെന്ന്, മനീഷ കുട്ടികൾക്കു കരുതി വെച്ചിരുന്ന നൂഡിൽസ് കുറെ വാരിത്തിന്നുകയും ഒരുപാത്രം തയിർ തട്ടിമറിച്ചുകള യുകയും ചെയ്തു. അയാൾക്ക് വട്ടാണെന്ന് അവൾ വിചാരിച്ചു. അന്നു വൈകുന്നേരം അയാൾ പുറത്തിറങ്ങി, പരിചയമുള്ളവരെയെല്ലാം, മഹ ത്തരമായ പുരസ്കാരം ലഭിച്ചാലെന്നപോലെ, ആഹ്ലാദഭരിതനായി തന്നെ പിരിച്ചുവിട്ടകാര്യം അറിയിച്ചു. അവരത് മുൻപേ അറിഞ്ഞിരുന്നതുമൂലം ഉദാസീനരായിരുന്നു.

നാലു മാസത്തിനുശേഷം മാധവൻ നായർ മനീഷാ ട്രാൻസ്പോർ ട്ടിങ് കമ്പനി എന്ന പേരിൽ ഒരു സ്ഥാപനം രജിസ്റ്റർ ചെയ്ത് പ്രവർത്ത നമാരംഭിച്ചു. വളരെ ചുരുങ്ങിയ ദിവസങ്ങൾക്കുള്ളിൽ അത്ഭുതകരമായ പുരോഗതിയാണുണ്ടായത്. അയാൾക്ക് പതിനാലു ലോറികൾ ഉണ്ടായി രുന്നു. കമ്പനിയുടെ ഉല്പന്നങ്ങൾ ഫാക്ടറിയിൽനിന്ന് ഏറ്റവും അടു ത്തുള്ള റെയിൽവേസ്റ്റേഷനിൽ എത്തിക്കുന്ന കരാറുപണി ഒരു വർഷ ത്തേക്ക് അയാൾ ഏറ്റെടുത്തു. മനീഷാ വണ്ടികൾ പ്രഭാതം മുതൽ പ്രഭാതം വരെ ഇരമ്പിപ്പാഞ്ഞു. കരാറുപണി ഏറ്റെടുത്ത് പതിമ്മൂന്ന് ആഴ്ച കഴിഞ്ഞപ്പോൾ കളമശ്ശേരിയിൽ ദേശീയ പാതയ്ക്കരികെ തന്നെ ഒരു വലിയ കെട്ടിടം പണികഴിപ്പിച്ചു. തറയും ചുമരുകളും മാർബിൾ ആയിരുന്നു. മുറ്റത്ത് കമനീയമായ ഉദ്യാനവും ജലധാരായന്ത്രങ്ങളും ഉണ്ടായിരുന്നു. ഇരുപത്തിനാറടി നീളമുള്ള ഒരു കൂറ്റൻ ജാവലിൻ കെട്ടിടത്തിന്റെ മുക

ലിൽ ആകാശത്തേക്കുയർന്ന് ഒരത്ഭുതചിഹ്നംപോലെ നിന്നു. അയാൾ അതുവരെ താമസിച്ചിരുന്ന ചെറിയ വാടക വീട് ഒഴിഞ്ഞുകൊടുത്ത് പുതിയ ബംഗ്ലാവിൽ താമസമാരംഭിച്ചു.

കോട്ടയത്തുനിന്ന് മനീഷ കൗതുകകരമായ ഒരു കൊച്ചുനായയെ കൊണ്ടുവന്നു വെളുത്ത രോമങ്ങൾ തിങ്ങിനിറഞ്ഞ ഓമനത്തമുള്ള ഒരു ജന്തു. അവർ അതിന്, അതിന്റെ ജന്മനാടിന്റെ സ്മരണ നിലനിർത്താൻ വേണ്ടി മനു എന്നു പേരിട്ടു. നായയ്ക്ക് റബ്ബറിന്റെ മണമായിരുന്നു. അതിനെ എല്ലാ ദിവസവും സോപ്പുതേച്ചു കുളിപ്പിച്ചു. പിന്നെയും ആ ഗന്ധം വിട്ടുമാറാതെ നിന്നു. പകൽ സമയങ്ങളിൽ മനു ന്യൂസ് പ്രിന്റ് കടലാസുകളിൽ ഉറങ്ങിക്കിടന്നു. ആരെങ്കിലും വരുന്നതു കണ്ടാൽ കണ്ണു തുറന്ന് തലപൊക്കി നോക്കി വീണ്ടും കിടന്നുറങ്ങി. രാത്രിയായാൽ അത് മണിനാദം പോലുള്ള ശബ്ദത്തിൽ കുരച്ചുകൊണ്ട് വീടും തൊടിയും ഉഴറി നടന്നു.

മാധവൻനായർക്ക് മറ്റെന്തിനെയുമെന്നപോലെ ആ നായക്കുട്ടി യെയും ഇഷ്ടമായി. അയാൾ അതിനോട്, ഒഴിവു കിട്ടുമ്പോഴൊക്കെ സംസാരിച്ചു. അത് മനുഷ്യനെപ്പോലെ ചിരിക്കുകയും അയാളുടെ കാലു കൾ നക്കുകയും ചെയ്തു. നഷ്ടപ്പെട്ടുവെന്നു കരുതിയിരുന്ന, നിറയെ തമാശകളുള്ള ഒരു ചിത്രമാസിക മനു എവിടെനിന്നോ കടിച്ചുകൊണ്ടു വന്നതോടെ അവനെ കുറിച്ചുള്ള കഥകൾക്ക് നിറമേറി.

ഡെപ്യൂട്ടി ഫൈനാൻസ് മാനേജർ ഒരിക്കൽ കുടുംബസമേതം അയാ ളുടെ വീട് സന്ദർശിച്ചു. ഭാര്യയുടെ നാട്ടുകാരനായതുകൊണ്ടും തന്റെ ബില്ലുകൾ കഴിയുന്നതും വേഗം പണമാക്കി മാറ്റാൻ സഹായിച്ചിരുന്ന കമ്പനി ഉദ്യോഗസ്ഥനായതുകൊണ്ടും അതിഥിയോട് അളവറ്റ സ്നേഹവും ബഹുമാനവും പ്രകടിപ്പിച്ച് മാധവൻ നായർ അകത്തേക്കു കൂട്ടിക്കൊണ്ടുവന്നു. വൈദ്യുത ശരറാന്തലുകൾകൊണ്ടു അലംകൃതമായി സ്വീകരണമുറിയിൽ കമനീയമായ ചപ്രമഞ്ചത്തിൽ ഇരുത്തി.

അവർ ഒരുപാട് തമാശകൾ പറഞ്ഞ് ഏറെ ചിരിച്ചു. മാധവൻനായർ കമ്പനിയിൽ ഉണ്ടായിരുന്ന കാലത്തെ ചില രസകരങ്ങളായ അനുഭവ ങ്ങൾ സ്നേഹിതനെ ചൊല്ലിക്കേൾപ്പിച്ചു. മാധവൻ നായർക്ക് ജോലി നഷ്ട പ്പെടാതിരിക്കാൻ താൻ ചെയ്ത സാഹസപ്രവർത്തികളെക്കുറിച്ച് ഡെപ്യൂട്ടി ഫൈനാൻസ് മാനേജർ വിവരിച്ചതുകേട്ട് അടുത്തിരുന്ന ഭാര്യ അയാളുടെ മഹാമനസ്കതയെ വാഴ്ത്തി. എല്ലാവരും ജനറൽ മാനേജരെ കുറ്റപ്പെടുത്തി.

മനീഷയുടെ നെഞ്ചിന്റെ ചൂടേറ്റ്, അവളുടെ വാത്സല്യപൂർവ്വമായ കരപരിലാളനയിൽ ലയിച്ച് അർദ്ധസുഷുപ്തിയിലാണ്ടിരുന്ന മനു പെട്ടെന്ന് കുതറിച്ചാടി ഡി എഫ് എമ്മിന്റെ മടിയിൽച്ചെന്നിരുന്നു. അയാൾക്കത് തീരെ ഇഷ്ടപ്പെട്ടില്ല. അയാൾ ആകെ അസ്വസ്ഥനാവുകയും തല പിന്നി ലേക്കു വലിക്കുകയും മനുവിനെ പറിച്ചെറിയാൻ ശ്രമിക്കുകയും ചെയ്തു.

ആ ജന്തുവാകട്ടെ, അയാളുടെ മടിയിൽ അള്ളിപ്പിടിച്ചിരുന്നു. മനീഷയും മാധവൻ നായരും മനൂ, മനൂ എന്നു വിളിച്ചുകൊണ്ട് കയറിപ്പിടിക്കാൻ പുറപ്പെട്ടപ്പോൾ നായ കുറേക്കൂടി ചുരുണ്ടു കൂടി. കുട്ടികളും വേലക്കാരും ഡി എഫ് എമ്മിന്റെ ഭാര്യയും മാറി മാറി ശ്രമിച്ചു. ഒടുവിൽ മാധവൻനായർ ക്ഷമകെട്ട് മനുവിനെ ഡി എഫ് എമ്മിന്റെ മടിയിൽ നിന്നു വലിച്ചെടുത്ത് ചുമരിൽ ആഞ്ഞടിച്ചു. മനുവിന്റെ തല കോഴിമുട്ട ഉടയുന്നതുപോലെ തകർന്നു. പരിദീനമായി മോങ്ങിക്കൊണ്ട് ആ വെളുത്ത കൊച്ചുജന്തു കാർപ്പെറ്റിൽ കിടന്നു പിടഞ്ഞു മരിച്ചു.

ഭിത്തിയിൽ മനുവിന്റെ തല ചിതറിയ ഭാഗത്തുണ്ടായ ചോരപ്പാടിന് മനുഷ്യശിരസ്സിന്റെ ആകൃതിയുണ്ടായിരുന്നു.

പതിനാല്

ഭരതന്റെ കഥാരചനാ വേളകളിൽ അവനെക്കണ്ടു സംസാരിക്കാ നുള്ള ഉമയുടെ എല്ലാ ശ്രമങ്ങളെയും അമ്മായി പരാജയപ്പെടുത്തി. അവൾ ഉമയെ അവനിരുന്നെഴുതുന്ന മുറിയുടെ അരികത്തുപോലും എത്താൻ അനുവദിച്ചില്ല "അവൻ എഴുതുകയാണ് അവനെ ശല്യപ്പെടു ത്തരുത്," അവൾ ആവർത്തിച്ചുപറഞ്ഞു.

ഉമ കെഞ്ചി: "എനിക്കൊന്നു കണ്ടാൽ മതി. ഞാനൊന്നും മിണ്ടില്യ."

"പറ്റില്യ. പറ്റില്യ. അവൻ തിരക്കിട്ടെഴുതുകയാണ്. കുട്ടിക്കെന്താ പറഞ്ഞാ മനസ്സിലാവില്യേ?" അമ്മായി അവളെ മൃദുവായിതള്ളി മാറ്റി. ഉമ ഭരതൻ ഇരുന്ന് എഴുതുന്നുവെന്നു കരുതിയ മുറിയുടെ ജനാലക ളിൽ പതുങ്ങിച്ചെന്നു. പക്ഷേ, അവ ശക്തമായി അടച്ചിട്ടിരിക്കയായിരുന്നു. ഒരീച്ചപോലും അകത്തേക്ക് എത്തിനോക്കാനായില്ല. എങ്കിലും അകത്തു നിന്ന് അവന്റെ അട്ടഹാസങ്ങളും തേങ്ങിക്കരച്ചിലുകളും പിറുപിറുക്കലു കളും അവൾ കേട്ടു. അവൻ അകത്തുതന്നെയുണ്ട്. പക്ഷേ, അവന് ഭ്രാന്താണ് അവൾ വിചാരിച്ചു. കഴിയുന്നതും വേഗം ഭരതന്റെ ഭ്രാന്ത് മാറി ക്കിട്ടുന്നതിനുവേണ്ടി അവൾ തന്റെ വീട്ടിലെ എല്ലാ ദൈവങ്ങളോടും അപേ ക്ഷിച്ചു. വീട്ടിലെ ദൈവങ്ങളുടെ കഴിവുകളിൽ വിശ്വാസം പോരാഞ്ഞിട്ട് ഏലൂരിലെ ക്ഷേത്രങ്ങളിൽ വഴിപാടുകൾ നേർന്നു. വൈകുന്നേരങ്ങളിൽ ദീപാരാധന തൊഴാൻ അയൽപക്കത്തെ പെൺകുട്ടികളെയോ അനുജ ത്തിയോ കൂട്ടി അവൾ പോയി. അവളുടെ അസ്വസ്ഥതയും നെടുവീർപ്പു കളും അവളിൽ ഔത്സുകൃമുണർത്തി. അവൾക്ക് ആരോടോ അനുരാഗമു ണ്ടെന്ന് കൂട്ടുകാരികൾ വിചാരിച്ചു. പക്ഷേ, ഉമ ആരോടും ഒന്നും പറ ഞ്ഞില്ല. അവൾ തനിക്കു പഠിക്കാനുണ്ടായിരുന്ന ബന്ധനസ്ഥനായ അനി രുദ്ധനിലെ ബാണആത്മജ താനാണെന്നും മൺകുടത്തിലെരിയുന്ന മണി പ്രദീപം ഭരതനാണെന്നും സങ്കല്പിച്ചു.

അക്കാലത്ത് ഒരിക്കൽ ഉമ ദയാമയിയായ യക്ഷി എന്ന നാടകം

കാണുകയുണ്ടായി.

അവളുടെ വീട്ടിൽ രണ്ട് ടിക്കറ്റ് ഉണ്ടായിരുന്നു. മൂന്നുമാസത്തേക്ക് ഉപയോഗിക്കാവുന്ന ടിക്കറ്റിൽ രണ്ടു തുള വീണു കഴിഞ്ഞിരുന്നു. കമ്പനിയുടെ കലാപോഷണത്തിന്റെ ഭാഗമായി ഏർപ്പെടുത്തിയ കലാസമിതി മാസം തോറും ഓരോ നാടകം കളിപ്പിച്ചു. ജീവനക്കാരെ മുഴുവൻ അംഗങ്ങളാക്കി, അവരിൽ നിന്നു മുൻകൂർ കാശുവാങ്ങി പരിപാടി നടത്തുകയായിരുന്നു ഏർപ്പാട്. നാടകങ്ങൾ തെരഞ്ഞെടുക്കുന്നതിനായി മൂന്ന് അംഗങ്ങളുള്ള ഒരു വിദഗ്ദ്ധ സംഘം കന്യാകുമാരി മുതൽ കാശ്മീർ വരെ സഞ്ചരിച്ച് നാടകങ്ങൾ കാണുകയും അവയിൽ ഏറ്റവും മികച്ചവ തെരഞ്ഞെടുത്ത് കളിപ്പിക്കുകയുമാണ് പതിവ്. ടൗൺഷിപ്പിൽ നാടകത്തെകുറിച്ചുള്ള അവബോധം അധികമുണ്ടായിരുന്നത് സ്ത്രീകൾക്കായിരുന്നു. തീയേറ്ററിലേക്കു പോകാൻ ഉച്ചകഴിഞ്ഞാൽ അവർ ഒരുക്കം തുടങ്ങി. അടുക്കളയിൽ എന്തെങ്കിലും പണിയുണ്ടെങ്കിൽ വളരെ വേഗം അത് ചെയ്തുതീർത്തു. വൈകുന്നേരമായാൽ ദുരിശമായി. ക്ഷൗരംചെയ്ത്, കുളിച്ച്, ലോകത്തിലെ സകല സൗന്ദര്യവർദ്ധക സാധനങ്ങളുപയോഗിച്ച് അണിഞ്ഞൊരുങ്ങി. പാശ്ചാത്യരീതിയിലുള്ള വസ്ത്രങ്ങൾ ധരിച്ചു. കണ്ടാൽ വിലപിടിച്ചവയെന്നു തോന്നിക്കുന്ന താണതരം മുത്തുമാലകളും കർണ്ണാഭരണങ്ങളും കെട്ടിത്തൂക്കി. നാടകം തുടങ്ങുന്നതിന് ഒരു മണിക്കൂർ മുൻപേ അവർ തിയേറ്ററിലേക്കു ഒഴുകിപ്പരന്നു നിറഞ്ഞുവഴിഞ്ഞു. കൂടെവരാൻ വിധിക്കപ്പെട്ട ചില പുരുഷന്മാർ കുഞ്ഞുങ്ങൾക്ക് പീപ്പിയും ട്രോഫികളും ഐസ്ക്രീമും വാങ്ങിച്ചുകൊടുത്ത് അവരെ കൈപിടിച്ചു നടത്തുകയോ ഒക്കത്ത് എടുക്കുകയോ ചെയ്തു. അവർ തിയേറ്ററിനു ചുറ്റും നടക്കുകയും സിഗരറ്റുകൾ വലിച്ചുകൊണ്ട്, സുഹൃത്തുക്കളോട് പൊങ്ങച്ചം പറയുകയും കമ്പനി മേലധികാരികളെ കുറ്റം പറയുകയും ചെയ്തു.

ദയാമയിയായ യക്ഷി വടക്കുംനാഥ ക്ഷേത്രത്തെച്ചുറ്റിപ്പറ്റിയുള്ള ഒരു യക്ഷിയുടെ ദുരന്തത്തിന്റെ കഥയായിരുന്നു. ജീവിച്ചിരുന്ന ഒരു പുരുഷനോടു തോന്നിയ ലൈംഗികാസക്തി ഒടുവിൽ അയാളോടുള്ള ആരാധനയായിത്തീരുന്നതാണ് ആവിഷ്കരിക്കപ്പെട്ടത്. ആ മനുഷ്യന്റെ, മനുഷ്യസ്ത്രീയായ ഭാര്യയിൽ ജനിച്ച കുട്ടിയോടുള്ള വാത്സല്യത്തികവു കൊണ്ട് യക്ഷിക്ക് അനുഭവിക്കേണ്ടിവന്ന ദുരന്തത്തിന്റെ ചോരയിൽ നാടകത്തിന്റെ തിരശ്ശീല വീണു നനഞ്ഞു.

ഉമയ യക്ഷിയെ സ്വാംശീകരിക്കുകയും അവളുടെ ഉള്ളിൽ യക്ഷിയായിത്തീരണമെന്ന ആഗ്രഹം അങ്കുരിക്കുകയും ചെയ്തു. ഭരതനോടുള്ള വ്യവച്ഛേദിക്കാനൊവാത്ത വികാരം പോലെ അവളതിനെ മനസ്സിന്റെ ചിമിഴുകളിൽ ഒളിപ്പിച്ചുവെച്ചു.

ഉമയുടെ ഭാവിവരനെന്നു നിശ്ചയിക്കപ്പെട്ടിരുന്ന മനുഷ്യൻ, അച്ഛന്റെ അനന്തിരവൻ വിജയാനന്ദൻ ഗൾഫിൽ ആയിരുന്നു. അവൻ എട്ടുവർഷമായി പോയിട്ട്. ഉമ അവനെ കണ്ടതായി ഓർക്കുന്നില്ല. അവൻ ഒരിക്കലും

ഏലൂരിൽ വരുകയോ ശിവാനന്ദനെയോ ഉമയെയോ കുറിച്ച് അന്വേഷി
ക്കുകയോ ചെയ്തില്ല. എന്നിട്ടും അവനെക്കുറിച്ച് ഇടയ്ക്കിടയ്ക്ക് ശിവാ
നന്ദൻ പറയാറുണ്ട്. അവൻ വന്നു കഴിഞ്ഞാൽ ഉമയുടെ വിവാഹം ഉടനെ
നടത്തണമെന്ന് അയാൾ നിശ്ചയിച്ചു.

ഭരതൻ ബാഹ്യലോകവുമായുള്ള ബന്ധം വിച്ഛേദിച്ച് അടച്ചിട്ട മുറി
ക്കുള്ളിലിരുന്ന് ഏഴു നോവലുകൾ എഴുതുകയും ദയാമയിയായ യക്ഷി
എന്ന ദുരന്തനാടകം കണ്ട് യക്ഷിയായിത്തീരണമെന്ന് ഉമ ആഗ്രഹിക്കു
കയും ചെയ്ത കാലത്ത് ഒരു വൈകുന്നേരം ശിവാനന്ദന്റെ അനന്തിര
വൻ വിജയാനന്ദൻ ഏലൂരിൽ ബസ്സിറങ്ങി. താമരപ്പൂവിന്റെ ചിത്രം പതിച്ച
ശിവാനന്ദന്റെ നൂറ്റിപ്പതിനെട്ടാം നമ്പർ ക്വാർട്ടേഴ്സിൽനിന്നു മുന്നൂറു മീറ്റർ
അകലെയാണ് അവൻ ബസിറങ്ങിയത്. പക്ഷേ, അത് അവനു അറിഞ്ഞു
കൂടായിരുന്നു. ബസ് സ്റ്റോപ്പിൽ നിന്നും അകലെയായിരിക്കും വീട് എന്ന്
എങ്ങനെയോ ധരിച്ചുവശായ അവൻ അറുനൂറുമീറ്റർ പടിഞ്ഞാറു നടന്ന്,
ഇരുന്നൂറുമീറ്റർ ഇടത്തോട്ടു തിരിഞ്ഞ് ഒരു ടാക്സി കാറിൽ കയറിയി
രുന്ന് ശിവാനന്ദൻ എന്നയാളുടെ വീട്ടിലേക്ക് എന്നുപറഞ്ഞു. വണ്ടിയോ
ടിക്കുന്നവൻ വീടിന്റെ നമ്പറും അടയാളവും ചോദിച്ചപ്പോൾ അതൊന്നും
തനിക്കറിഞ്ഞു കൂടെന്നു വിജയാനന്ദൻ പറഞ്ഞു. ഡ്രൈവർ അവനെ
കാറിൽ നിന്നു ഇറക്കിവിട്ടു. ഡി ഡി റ്റി പൊടി കൊണ്ട് പലനിറത്തി
ലുള്ള പലഹാരങ്ങൾ ഉണ്ടാക്കി വില്ക്കാൻ വെച്ചിരുന്ന ഒരു പീടികയിൽ
കയറി അവൻ മധുരം ചേർക്കാത്ത ചായയും മഞ്ഞ നിറത്തിലുള്ള ഒരു
പലഹാരവും വാങ്ങിച്ചു കഴിച്ചു. ശിവാനന്ദന്റെ ക്വാർട്ടേഴ്സ് ഏതാണെന്ന്
അവൻ അന്വേഷിച്ചു. അവന്റെ കഷ്ടകാലത്തിന്, പറയുന്നതൊന്നും
കേൾക്കാൻ പറ്റാത്ത വിധത്തിൽ പെട്ടെന്ന് കമ്പനിയിൽനിന്ന് ഒരു ഇര
മ്പൽ ഉണ്ടായി. അരമണിക്കൂർ നേരത്തേക്ക് ആ ശബ്ദമല്ലാതെ ലോകത്ത്
മറ്റൊന്നും ഇല്ലാതായി. ദീനമായ ഒരു രോദനം പോലെ ശബ്ദം അടങ്ങിയ
പ്പോൾ അവൻ തന്റെ ചോദ്യം ആവർത്തിച്ചു. ടൗൺഷിപ്പിൽ പതിനേഴ്
ശിവാനന്ദന്മാരുണ്ടായിരുന്നതിൽ അവൻ ഏതു ശിവാനന്ദനെയാണ്
അന്വേഷിക്കുന്നതെന്ന് പീടികക്കാരനു മനസിലായില്ല. രണ്ടു മൂന്നു പേർ
കടന്നു വന്നതിനാൽ അവനെ കഴിയുന്നതും വേഗം ഒഴിവാക്കാൻ വേണ്ടി
നൂറ്റിപ്പതിനെട്ടാം നമ്പർ എന്ന് കച്ചവടക്കാരൻ പറഞ്ഞു. അവൻ ഒരു
ടാക്സി കാർ വിളിച്ച് നൂറ്റിപ്പതിനെട്ട് എന്നു പറഞ്ഞു. ഡ്രൈവർ ഏലൂ
രിൽ പുതിയ ആളായിരുന്നതുകൊണ്ട് അവനെ കയറ്റിധിധ്രുത്തി നൂറ്റിപ്പ
ധികനെട്ടാം നമ്പർ വീടുതേടിയോടി. ആദ്യം കണ്ടെത്തിയ നൂറ്റിപ്പതിനെ
ട്ടിന്റെ മുമ്പിൽ വണ്ടി നിറുത്തി വിജയാനന്ദൻ പണം കൊടുത്ത് വണ്ടി
ക്കാരനെ പറഞ്ഞയച്ച് അവൻ സൂട്ട്കേസും തൂക്കിപ്പിടിച്ച് കോളിങ്
ബെല്ലിന്റെ സ്വിച്ച് അമർത്തിയപ്പോൾ വാതിൽതുറന്നത് അവനു തീരെ
പരിചയമില്ലാത്ത ഒരു കിഴവനായിരുന്നു. വിശപ്പില്ലായ്മ എന്ന വ്യാധി
യുടെ അന്ത്യത്തിൽ നുണപറയുക എന്ന മഹാരോഗം പിടിപെട്ട് ആളധു

പത്രിയിലായിരുന്നു അയാൾ. രണ്ടു ദിവസം മുൻപാണ് വീട്ടിൽ തിരിച്ചെ
ത്തിയത്.

"ശിവാനന്ദൻ എന്നയാളുടെ വീടില്ലേ ഇത്?"

വിജയാനന്ദൻ ചോദിച്ചു.

"അതെ."

വൃദ്ധൻ പറഞ്ഞു.

"ഒന്നു വിളിക്കൂ."

"എങ്ങനെ വിളിക്കാനാ മോനേ! അയാൾ മരിച്ചുപോയല്ലോ."

വിജയാനന്ദൻ കിടുങ്ങി. അവന് അമ്മാവൻ മരിച്ചുപോയ വിവരം
അറിയില്ലായിരുന്നു. അങ്ങനെ വരാൻ സാദ്ധ്യതയില്ലെന്ന് ഉടനെ അവനു
തോന്നി. ഏലൂർക്ക് പുറപ്പെടുമ്പോൾ അമ്മ അമ്മാവനെ കുറിച്ച് വിശദ
മായി പറഞ്ഞിരുന്ന കാര്യങ്ങൾ അവൻ ഓർത്തു. ഉമയെക്കുറിച്ചും അവളെ
വിവാഹം ചെയ്യേണ്ട കാര്യത്തെക്കുറിച്ചും അച്ഛൻ സൂചിപ്പിച്ചതും അവൻ
മറന്നിരുന്നില്ല.

"ഇവിടെ വേറെയാരുമില്ലേ?"

വിജായനന്ദൻ ചോദിച്ചു:

"ഒണ്ടായിരുന്നു മോനേ. എല്ലാരും ചത്തുപോയി. ഇപ്പം ഞാൻ മാത്ര
മേയുള്ളൂ."

അപ്പോൾ കിളവന്റെ മകന്റെ ഭാര്യ വന്നുചോദിച്ചു:

"നിങ്ങൾക്ക് ആരെയാണു കാണേണ്ടത്?"

"ശിവാനന്ദനെ."

"നേരെ കിഴക്കോട്ടു പോകൂ. വളവുതിരിയുമ്പോൾ ഇടതുവശത്ത്
നാലാമത്തെ വീട്."

വീണ്ടും ഒരു നൂറ്റിപ്പതിനെട്ടാം നമ്പർ ക്വാർട്ടേഴ്സിന്റെ മുന്നിൽ
അവൻ എത്തിച്ചേർന്നു. മുൻവശത്തുതന്നെ കുരിശും യേശുവിന്റെയും
ശ്രീനാരായണഗുരുവിന്റെയും കാറൽ മാർക്സിന്റെയും ചിത്രങ്ങൾ കണ്ട്,
അത് ശിവാനന്ദന്റെ വീടായിരിക്കാൻ തരമില്ലെന്നു കരുതി അവൻ മുന്നോട്ടു
നടന്നു. വളവും ഇടത്തോട്ടുതിരിയലും വീണ്ടുമുണ്ടായി. നാലാമത്തെ
വീടു കണ്ടെത്തി. നമ്പർ നൂറ്റിപ്പതിനെട്ടുതന്നെ. ആകാശത്തിലൂടെ മല
ചുമന്നുകൊണ്ടുവരുന്ന ഹനുമാന്റെ ചിത്രത്തിനു താഴെ ശിവാനന്ദൻ
എന്നെഴുതി വെച്ചിരിക്കുന്നതുകണ്ട് അവൻ സന്തോഷിച്ചു. ഒടുവിൽ ഞാൻ
എത്തിച്ചേർന്നു.

പക്ഷേ, അവന്റെ സന്തോഷത്തിനു അല്പായുസ്സായിരുന്നു.

വാതിൽ തുറന്നു പുറത്തു വന്നത് കറുത്തു തടിച്ച മദ്ധ്യവയസ്ക
യായ സ്ത്രീയും പല പ്രായത്തിലുള്ള ഏഴ് കുട്ടികളുമായിരുന്നു.

കുട്ടികൾ അവന്റെ ചുറ്റുംകൂടി സൂട്കെയ്സ് തട്ടിയെടുക്കാനുള്ള ശ്രമ
ത്തിലായി. വല്ലപാടും രക്ഷപ്പെട്ട് അവൻ ഗേറ്റ് കടന്നുവേഗം നടന്നു.
അവനു ദേഷ്യവും സങ്കടവും വന്നു.

അയഞ്ഞ വസ്ത്രങ്ങൾ ധരിച്ച് കഴുത്തിൽ കറുത്ത ചരടും ഒറ്റക്കാ
തിൽ കുണുക്കും അണിഞ്ഞ നാലഞ്ചു ചെറുപ്പക്കാർ എതിരെ വന്നപ്പോൾ
വിജയാനന്ദൻ അവരോട് ശിവാനന്ദന്റെ വീട് എവിടെയാണെന്നു ചോദിച്ചു.
അവർ അവനെ പുച്ഛത്തോടെ നോക്കി അറിയില്ലെന്നു പറഞ്ഞു. ഉമ എന്ന
പെൺകുട്ടിയുടെ അച്ഛനാണു ശിവാനന്ദൻ എന്നവൻ അറിയിച്ചപ്പോൾ
അവരെല്ലാവരും തങ്ങൾക്കറിയാം വീട് എന്നു ഒന്നിച്ചുപറഞ്ഞ് അവനെ
കൂട്ടിക്കൊണ്ടുപോയി താമരപ്പൂവിന്റെ ചിത്രമുള്ള നൂറ്റിപ്പതിനെട്ടാം നമ്പർ
വീട്ടിൽ എത്തിച്ചു.

ശിവാനന്ദനു അവനെ തീരെ മനസ്സിലായില്ല. പറഞ്ഞറിയിച്ചപ്പോൾ
എല്ലാം മനസ്സിലാവുകയും ചെയ്തു. അയാളുടെ വീട്ടിലെ ദൈവങ്ങളുടെ
പെരുപ്പം കണ്ട് വിജയാനന്ദൻ അമ്പരന്നു. അവരെല്ലാവരും കൂട്ടി ഒരു
മിച്ച് അനുഗ്രഹിച്ചാൽ ഉണ്ടാകാനിടയുള്ള ഐശ്വര്യ സമൃദ്ധിയെക്കുറി
ച്ചോർത്ത് അവൻ അസ്വസ്ഥനായി. ഗൾഫിൽ ഇന്ത്യൻ ദൈവങ്ങൾ കുറവാ
യിരുന്നതു കൊണ്ട് പലരുടെയും പേരുപോലും അവൻ മറന്നുപോയിരുന്നു.

അത്താഴം കഴിഞ്ഞ് എല്ലാവരും ടെലിവിഷൻ കാണാനിരുന്നപ്പോൾ
വിജയനന്ദൻ പ്രഖ്യാപിച്ചു.

"ഞാൻ അടുത്തമാസം തിരിച്ചുപോകും. അതിനുമുൻപ് ഉമയെ
കല്യാണം കഴിക്കണം."

ആരും ഒന്നും പറഞ്ഞില്ല, കുറേക്കഴിഞ്ഞ് ശിവാനന്ദന്റെ ഭാര്യ
ചോദിച്ചു:

"നിനക്കവിടെ എന്താണു പണി?"

അവൻ തനിക്കവിടെ മഹാരാജാവിന്റെ പണിയാണെന്നു പറഞ്ഞു.

ഗൾഫിൽ മഹാരാജാവില്ലെന്നു മൈനാകം പറഞ്ഞപ്പോൾ പാഠ
പുസ്തക വിജ്ഞാനം തെറ്റാണെന്നു വിജയാനന്ദൻ തിരുത്തി. അവൻ പറ
ഞ്ഞു.

"അവിടെ മഹാരാജാവില്ല. ഞാൻ മഹാരാജാവാണ് എന്നു പറ
ഞ്ഞതുമില്ല. മഹാരാജാവിന്റെ പണിയെന്താണോ അതാണെനിക്ക്."

"അപ്പോൾ നിനക്ക് പിടിപ്പതു പണിയുണ്ടാകുമല്ലോ അല്ലേ?"

ഉമയുടെ അമ്മ ചോദിച്ചു.

"കാര്യമായ പണിയെന്നുമില്ല. ചില കടലാസുകളിൽ ഒപ്പുവെക്കണം.
പ്രജകളുടെ പരാതിയുണ്ടെങ്കിൽ അവ കേൾക്കണം. മൃഗയാ വിനോദവും
വേണ്ടിവരും."

"അതിനവിടെ എന്തുതരം മൃഗങ്ങളാണുള്ളത്?"

മൈനാകം പരിഹസിച്ചു ചിരിച്ചുകൊണ്ട് ചോദിച്ചു:

"കടുവകൾ."

കൂസലില്ലാതെ വിജയനന്ദൻ പറഞ്ഞു:

"തോക്കോ അമ്പോ കുന്തമോ ആയുധം?"

"നാക്ക്."

അതുവരെ മിണ്ടാതിരുന്ന ഉമ പൊടുന്നനെ പറഞ്ഞു.

കുറെ നേരത്തേക്ക് ആരും ഒന്നും മിണ്ടിയില്ല. സന്ദർഭത്തിന്റെ ഗൗര വത്തിനു ശൈഥില്യം സംഭവിച്ചപ്പോൾ ശിവാനന്ദൻ ചോദിച്ചു:

"കല്യാണം കഴിഞ്ഞ് നീ ഇവളെ ഗൾഫിലേക്കു കൊണ്ടുപോ കുമോ?"

"ഉടനെ ഇല്ല. എനിക്കവിടെ കൊട്ടാരം പുതുക്കിപ്പണിയേണ്ടതുണ്ട്. പിന്നെ വിസ."

അവനെ കല്യാണം കഴിച്ചാലുണ്ടാകാവുന്ന നേട്ടങ്ങളെക്കുറിച്ച് അമ്മ ഉമയെ പറഞ്ഞു മനസ്സിലാക്കി. അവൻ മാതാപിതാക്കൾക്ക് ഒരേയൊരു മകനായിരുന്നു. അറ നിറയെ നെല്ലും മുറ്റം നിറയെ നാളികേരവും. നെല്ലു വിറ്റും തേങ്ങവിറ്റും പണം മണ്ണെണ്ണ ടിന്നുകളിൽ നിറച്ചു നിറച്ചുവെച്ചിരി ക്കയാണ്. തൊഴുത്തിൽ എട്ടുപശുക്കളും മൂന്ന് എരുമകളും തിന്നുകൊ ഴുത്ത് നിറഞ്ഞുനിന്നു. മൂന്നു ലോറിയും രണ്ടു ബസും ഒരു ബൻസ് കാറും നാല് ഓട്ടോറിക്ഷകളും നിരത്തുകളിൽ ഇരമ്പിപ്പാഞ്ഞു.

"എല്ലാ ചെക്കന്റെ.... ചെറുക്കനെന്താ കൊറവ്! നല്ല പൊക്കവും തൂക്കവും. നിറവും കൊള്ളാം. സ്വഭാവം ദേ നമ്മൾ കണ്ടല്ലോ. മോളേ, ഒക്കെ നിന്റെ ഭാഗ്യം."

അമ്മ പറഞ്ഞുതീർന്നപ്പോൾ ഉമ ചോദിച്ചു:

"എന്താ അച്ഛന്റെ തറവാട്ടിലെ എല്ലാവർക്കും പേരിനോടു കൂടെ ആനന്ദൻ എന്നു ചേർക്കുന്നത്? അപ്പൂപ്പന്റെ പേര് രാമാനന്ദൻ ചെറിയ ച്ഛന്റെ പേര് സദാനന്ദൻ അച്ഛൻ ശിവാനന്ദൻ ഇപ്പൊ ഇയാളുടേത് വിജയാ നന്ദൻ."

അമ്മ രഹസ്യംപോലെ പറഞ്ഞു:

"എടീ അവരെല്ലാം എപ്പോഴും ആനന്ദിക്കുന്നവരാണ്. പോരാഞ്ഞ തിന് സന്യാസത്തിന്റെ അസ്കിതയും."

"അമ്മ ഒടുവിൽ പറഞ്ഞതാണു ശരി. അച്ഛന്റെ തറവാട്ടിലെ എല്ലാ വർക്കും വട്ടാണ്."

"പതുക്കെപ്പറ. നിന്റച്ഛനും ആ ചെക്കനും ഒറങ്ങീട്ടുണ്ടാവില്ല്യ."

അമ്മയും മകളും താന്താങ്ങളുടെ ലോകങ്ങളിലേക്കു മടങ്ങി. മകളെ വിവാഹം ചെയ്തയയ്ക്കുന്നതിലുള്ള ആഹ്ളാദത്തിലായിരുന്നു ഉമയുടെ അമ്മ. എത്രയോ കാലമായി അവൾക്ക് ചിന്തിക്കാൻ മറ്റൊന്നുമില്ലായി രുന്നു. മൈനാകത്തിന്റെ ജനനത്തിനുശേഷം ഭർത്താവുമായുള്ള അവ ളുടെ ലൈംഗികബന്ധം അവസാനിച്ചുപോയി. അയാൾക്ക് അതൊരു പാപകർമ്മമായിട്ടാണു തോന്നിയത്. ഉറക്കം വരാത്ത രാവുകളിൽ മകൾ വളർന്നു വലുതായി വിവാഹം ചെയ്തുകൊടുക്കുന്നതിനെക്കുറിച്ചു ചിന്തിച്ചു കിടന്നു അവൾ. ആ ചടങ്ങിന്റെ ഓരോ വിശദാംശവും അവൾ വിശകലനവും ചെയ്തു. ഇനി അത് നടക്കുകയേ വേണ്ടൂ.

ഉമ ഭരതനെക്കുറിച്ചോർത്തു. അടച്ചിട്ട മുറിക്കുള്ളിലിരുന്ന് അവൻ

എഴുതുകയാണെന്ന് അവന്റെ അമ്മായി പറഞ്ഞത് അവൾ വിശ്വസിക്കാൻ ശ്രമിച്ചു. അവൻ അട്ടഹസിക്കുകയും കരയുന്നതിന്റെയും കാര്യത്തി ലാണു ഉമയ്ക്കു സംശയം. അവന്റെ ഭ്രാന്ത് തന്റെ പ്രാർത്ഥന കൊണ്ടും വഴിപാടുകൾകൊണ്ടും മാറിക്കഴിഞ്ഞിട്ടുണ്ടാവുമെന്ന് അവൾ ആശ്വസി ച്ചു. ഒരു ദിവസം അവനോട് തന്റെ ആശയങ്ങൾ തുറന്നുപറയണമെന്നും അച്ഛനടക്കമുള്ള എല്ലാ ആനന്ദന്മാരിൽ നിന്നും മോചനം നേടണമെന്നും അവൾ തീരുമാനിച്ചു. തന്റെ ആശയങ്ങൾ നടപ്പിലാക്കുന്നതിന്റെ ജയാപ ചയങ്ങളെക്കുറിച്ച് ചിന്തിച്ചു. നൂറുശതമാനവും വിജയം തന്നെയായിരി ക്കുമെന്ന് ഒടുവിലവൾ സ്വയം കണ്ടെത്തി.

നേരം പുലരും മുൻപേ ശിവാനന്ദന്റെ മണികിലുക്കം കേട്ട് വിജയാ നന്ദൻ ഉണർന്നു. എണ്ണപ്പാടങ്ങൾക്കകലെ ഒരു മക്കനയിൽ ചായയടിച്ചു കൊണ്ടു നിന്ന് അവൻ കണ്ണുതുറക്കുമ്പോൾ അപരിചിതമായ ഏലൂരിലെ ക്വാർട്ടേഴ്സിലാണെന്നറിഞ്ഞ് ഇളിഭ്യനായി.

പൂജകഴിഞ്ഞ് ശിവാനന്ദൻ പുറത്തുവന്നപ്പോഴേക്കും പ്രഭാതകൃത്യ ങ്ങൾക്കു ശേഷം ചായയും പലഹാരവും കഴിച്ച് പെട്ടിയും തൂക്കിപ്പിടിച്ച് വിജയാനന്ദൻ പോകാനൊരുങ്ങി നില്ക്കുകയായിരുന്നു.

"ഞാൻ അച്ഛനെയും അമ്മയെയും അയയ്ക്കാം. നിങ്ങൾ തീരുമാ നിക്കിൻ. എനിക്ക് കുറച്ചൂസേ ലീവുള്ളൂ."

വിജയാനന്ദൻ പോയിക്കഴിഞ്ഞപ്പോൾ ഉമയുടെ അമ്മ അവൻ സമ്മാ നിച്ച സാധനങ്ങൾ വിതരണം ചെയ്തു. എല്ലാം വിദേശ നിർമ്മിതങ്ങളാ യിരുന്നുവെന്നതാണ് അവളെ ആഹ്ലാദിപ്പിച്ചത്. അലക്കു സോപ്പുകൾ,. കൺമഷിക്കൂട്ടുകൾ, പ്ലാസ്റ്റിക് വളകൾ, ചുവന്ന നിറത്തിലുള്ള ഒരു തുണി, പെൻസിൽ, ബ്ലേഡുകൾ എന്തിനാണെന്നറിയാത്തതും നിറമില്ലാത്തതു മായ ദ്രാവകം നിറച്ച കുപ്പി ഒരു ചെറിയ കുപ്പി തുടങ്ങിയ സാധനങ്ങൾ കണ്ട് തന്റെ അനന്തിരവനെകുറിച്ച് കൂടുതൽ മതിപ്പു തോന്നിയ ശിവാന ന്ദൻ പറഞ്ഞു:

"ഒക്കെ നമ്മുടെ മോൾടെ ഭാഗ്യം."

ഉമ കൺമഷിക്കൂടു തുറന്ന് ചൂണ്ടുവിരൽ കൊണ്ട് എടുക്കാവുന്ന ത്രയും കൺമഷി കോരിയെടുത്ത് മൂക്കിനു താഴെ കനത്ത മീശ വരച്ച് കണ്ണാടിയിൽ നോക്കി പൊട്ടിച്ചിരിച്ചു. മൈനാകം തനിക്കും അതുപോ ലൊരു മീശ വേണമെന്നാവശ്യപ്പെട്ടു. അവൾ മഷി മുഴുവൻ കോരിയെ ടുത്ത് അവനു മീശയും താടിയും പുരികവും വരച്ചു ഫൊടുത്തു. അവൻ ഗദയായി സങ്കല്പിച്ച് ക്രിക്കറ്റ് ബാറ്റെടുത്ത് ഉയർത്തി താൻ രാക്ഷസ നാണെന്നു പറഞ്ഞ് അലറി. എല്ലാവരെയും തിന്നുമെന്നു പറഞ്ഞു. തന്നെ തിന്നാനാവുകയില്ലെന്നും താൻ യക്ഷിയാണെന്നും ഉമ പറഞ്ഞു. യക്ഷി കൾക്കു മീശയില്ലല്ലോ എന്ന് മൈനാകം ഓർമ്മിപ്പിച്ചപ്പോൾ അത് ശരി യാണെന്നു കണ്ട് ഉമ വാഷ്ബേസിനിൽ ചെന്ന് മുഖം നല്ലപോലെ സോപ്പു തേച്ചു കഴുകി വെടിപ്പാക്കി.

അവൾ ആഹ്ലാദം കൊണ്ടാണ് അങ്ങനെയൊക്കെ ചെയ്യുന്നതെന്നു ധരിച്ച ശിവാനന്ദൻ സംതൃപ്തിയോടെ ചിരിച്ചു. അയാളുടെ ഭാര്യയ്ക്ക് കാര്യങ്ങളുടെ പോക്ക് അത്ര പന്തിയായി തോന്നിയില്ല. അവൾ ഉമയെ ശാസിക്കുകയും അടങ്ങിയൊതുങ്ങി ജീവിക്കണമെന്ന് ഉപദേശിക്കുകയും ചെയ്തു.

ഉമയ്ക്കു നിർവേദമായി. അവൾ അമ്മയോടു പിണങ്ങി കുളിമുറി യിൽ കയറി വാതിലടച്ച് ഏങ്ങിയേങ്ങി കരഞ്ഞു.

പതിനഞ്ച്

ലോഡിങ് തൊഴിലാളി യൂണിയന്റെ പണിമുടക്കുസമരം കൂടുതൽ കരുത്താർജ്ജിച്ച് ആഞ്ഞടിക്കാനായി വിജയകരമായ മുപ്പത്തിമൂന്നാം ദിവസം നിരുപാധികം പിൻവലിച്ചു. പ്രസിഡന്റിന്റെ മതിവിഭ്രാന്തിക്കു പുറമെ മറ്റൊരു കാരണം കൂടി അതിന്റെ പിന്നിലുണ്ടായിരുന്നു. മാധ വൻ നായർ ഉപദേശിച്ചുകൊടുത്തതും തന്റെ ബൗദ്ധിക മൂശയിൽ രൂപ പ്പെട്ടതെന്ന് ജനറൽ മാനേജർ ജി ആർ സി പിള്ള പറഞ്ഞുപര ത്തിയതുമായ തന്ത്രത്തിന്റെ മുൻപിൽ അടിയറവു പറയുകയല്ലാതെ ഗത്യ ന്തരമില്ലെന്നു ബോദ്ധ്യപ്പെടാൻ യൂണിയൻ പ്രസിഡന്റിനു ഏറെ സമയം വേണ്ടി വന്നില്ല. പക്ഷേ, അയാൾ അങ്ങനെ ഭാവിച്ചില്ല. ഒരു ഒത്തു തീർപ്പിനു ചർച്ചയൊരുക്കാൻ ലേബർ കമ്മീഷണറെങ്കിലും തയ്യാറാവു മെങ്കിൽ അവിടെവെച്ച് ചില ചില്ലറ വ്യവസ്ഥകളുടെ അടിസ്ഥാനത്തിൽ തലയൂരിപ്പോരാമെന്ന വ്യാമോഹത്തിൽ അയാൾ കുടുങ്ങി. തൊഴിലാളി കൾക്ക് വീറും ആവേശവും പകർന്നു കൊടുത്ത് അയാൾ മറ്റു കമ്പനി കളിൽ യൂണിയൻ പ്രസിഡന്റ് ആകാനോ എതിർ യൂണിയനുകളെ പിന്നിൽ നിന്നും കുത്താനോ പാലം വലിക്കാനോ പാഞ്ഞു നടന്നു. എന്തു കഷ്ടനഷ്ടങ്ങൾ സഹിച്ചും പണിമുടക്കു സമരം അനിശ്ചിതമായി തുടർന്നു കൊണ്ടുപോകാൻ തൊഴിലാളികൾ സന്നദ്ധരായിരുന്നു. പക്ഷേ, അതി നിടയിലാണ് അത്യാഹിതം ഉണ്ടായത്.

ലോഡിങ് തൊഴിലാളിയായ ലോന ടൗൺഷിപ്പിനു പുറത്ത്, ചന്ത യ്ക്കരികിൽ ഒരു ചെറിയ വാടകവീട്ടിലായിരുന്നു താമസം. അവൻ ഭാ ര്യയും മൂന്നാംക്ലാസിൽ പഠിക്കുന്ന, കണ്ണിനു കാഴ്ച ശക്തി കുറഞ്ഞ മകനുമൊത്ത് സന്തോഷത്തോടെ ജീവിച്ചു. അവന്റെ ഭാര്യയുടെ അപ്പൻ ചാലക്കുടിയിൽ ബ്ലേഡ് കമ്പനി നടത്തി ധാരാളം പണം സമ്പാദിക്കുന്ന ഔത എന്ന കുഞ്ഞാട് ആയിരുന്നു. അറുത്ത കൈയ്ക്ക് ഉപ്പുതേയ്ക്കാ ത്തവൻ എന്ന ദുഷ്പേരു വരാതിരിപ്പാൻ ഔത തന്റെ പണമിടപാട് പീടി കയിലെ മേശയ്ക്കടിയിൽ ഒരു കിലോഗ്രാം ഒന്നാന്തരം ഉപ്പു വാങ്ങിവെച്ചു.

പണിമുടക്കുസമരം തുടങ്ങി, ഒരാഴ്ചകഴിഞ്ഞപ്പോൾ ലോന ചാല ക്കുടിയിൽപോയി ഭാര്യാപിതാവിനെക്കണ്ട് സങ്കടം പറഞ്ഞു. പണിമുട ക്കാണ് കൈയിൽ ഒറ്റപൈസയില്ല; ചെക്കന്റെ കണ്ണട മാറ്റേണ്ട സമയമായി. പേരക്കിടാവിന്റെ കണ്ണിന്റെ കാര്യമാലോചിച്ചപ്പോൾ കണ്ണീരുവന്നത് തുട

ച്ചുകളഞ്ഞ് അപ്പൻ പെട്ടിതുറന്ന്, വളരെ മനഃപ്രയാസത്തോടെ ദൈവത്തെ പ്രാർത്ഥിച്ച് മൂന്നു നൂറിന്റെ നോട്ട് ലോനയെ ഏല്പിച്ച് ഉപദേശിച്ചു.

"നീ പണിമൊടക്കിനൊന്നും പോണ്ട ന്റെ ലോനാ."

"ഞാനല്ലാ അപ്പാ. ആ കഴുവേറീന്റെ മക്കള് ആരേം അകത്തോട്ട് കടത്തിവിടൂലാ. അദോണ്ടാ."

"ശരി. നീ പോ."

ലോന ചാലക്കുടിയിൽ പോയതും പണം വാങ്ങിയതും ഭാര്യയോടു പറഞ്ഞില്ല. അത്യാവശ്യത്തിനു അരിയും ഉപ്പും മുളകും മീനും വാങ്ങാ മല്ലോ എന്നു കരുതി പോക്കറ്റിലിട്ട് ചന്തയിലേക്കു പോയി. അവൻ ഒരു ഹോട്ടലിൽ കയറി ചായ കുടിച്ചു കൊണ്ടിരുന്നപ്പോൾ ആളുകൾ ചിരി ക്കുന്നതും സംസാരിക്കുന്നതും കേട്ട് അമ്പരന്നു. ശബ്ദം എവിടെ നിന്നാണു വരുന്നതെന്നറിയാഞ്ഞിട്ടാണ് അവൻ വിസ്മയിച്ചത്. അപ്പോൾ അവനു പരിചയമുള്ള ഒരുത്തൻ എവിടെ നിന്നോ പ്രത്യക്ഷപ്പെട്ട് ആറ് ചായ വേണമെന്നു പറഞ്ഞ് തിടുക്കത്തിൽ പോകാനൊരുങ്ങി. ലോന പരിചയക്കാരനെ നോക്കി ചിരിച്ചപ്പോൾ അവനും ചിരിക്കാൻ ശ്രമിച്ചെ ങ്കിലും അതിനു സാധിച്ചില്ല. കണ്ണിന് ചീരയില നല്ലതാണെന്ന് ആരോ പറഞ്ഞിരുന്നു, ലോന, തന്റെ പരിചയക്കാരന്റെ വീട്ടിൽ ചീരക്കൃഷിയു ണ്ടെന്നുള്ളതുകൊണ്ട് കുറച്ചു ചീര വാങ്ങാമെന്നു കരുതി പിന്നാലെ ചെന്നു. അവർ ഹോട്ടലിന്റെ പുറകിലുള്ള ഒരു മുറിയിലാണു ചെന്നു കയറിയത്. അവിടെ ഒരു മേശയ്ക്കു ചുറ്റുമിരുന്ന് അഞ്ചുപേർ ചീട്ടുകളി ക്കുന്നതാണു ലോന കണ്ടത്. പ്ലാസ്റ്റിക് കൊണ്ടുള്ള ചെറിയ തുട്ടുകൾ ഓരോ ആളിന്റെയും മുന്നിൽ കൂട്ടിവെച്ചിരിക്കുന്നതുകണ്ട് അവർ പണം വെച്ചു ചീട്ടുകളിക്കുകയാണെന്ന് അവൻ മനസ്സിലാക്കി. അവന്റെ പോക്ക റ്റിൽ ചാലക്കുടിക്കാരൻ ഔത കൊടുത്ത നൂറിന്റെ മൂന്നു കറൻസിനോ ട്ടുകൾ കിടന്നിരുന്നു.

രാത്രി പതിനൊന്ന് നാല്പത്തിയഞ്ചിന്, അടുത്തദിവസം നേരത്തേ തുടങ്ങാമെന്ന വ്യവസ്ഥയിൽ കളി നിർത്തിവയ്ക്കുമ്പോൾ ലോനയ്ക്കു നൂറ്റിപ്പതിനേഴ് ഉറുപ്പിക നഷ്ടപ്പെട്ടിരുന്നു; നൂറ്റിനാല്പ്പത്തിനാലു രൂപ അമ്പതു പൈസ ലഭിക്കയും ചെയ്തിരുന്നു. ഇരുപത്തിയേഴ് ഉറുപ്പിക അൻപതു പൈസയുടെ ലാഭത്തോടെ ലോന വീട്ടിലെത്തി. ഉറക്കത്തിൽ നിന്നു ഞെട്ടിയുണർന്ന ഭാര്യ അന്ധാളിച്ച് വാതിൽ തുറന്നു കൊടുത്തു.

"കർത്താവേ നിങ്ങ എവിട്യാർന്ന്?"

ലോന പണിമുടക്കിനെക്കുറിച്ചും ജനറൽ ബോഡിയെപ്പറ്റിയും മറ്റും പറഞ്ഞ് അവളെ കൂടുതൽ അസ്വസ്ഥയാക്കി. അവൾ വിളമ്പിക്കൊടുത്ത ഭക്ഷണം കഴിച്ച് അവൻ ഒന്നും മിണ്ടാതെ കിടന്നുറങ്ങി.

പിറ്റേന്നു രാവിലെ കമ്പനിപ്പടിക്കലെ സമരപ്പന്തലിലേക്കെന്നു പറഞ്ഞ് ലോന പോയത് ഹോട്ടലിന്റെ പിന്നിലെ മുറിയിലേക്കായിരുന്നു. ചായ മാത്രം കുടിച്ച്, തുടരെ ബീഡിവലിച്ചുകൊണ്ട് അവൻ ഇരുപത്തി യൊൻപതു മണിക്കൂർ ഇരുന്നു കളിച്ചു, അവനെകാണാഞ്ഞ് വിഷമിച്ച് ഭാര്യ സമരപ്പന്തലിലേക്ക് ആളെ പറഞ്ഞയച്ചു. പോയ ആള് തിരിച്ചു വന്ന് ലോന അവിടെ ചെന്നിട്ടേ ഇല്ല എന്നു പറയുന്നതുകേട്ട് അവൾ

കുരിശു വരച്ചു നിലവിളിച്ചു.

ലോന പുറത്തേക്കുവന്നത് പണമുണ്ടാക്കാനായിരുന്നു.

അവൻ വീട്ടിലെത്തിയപ്പോൾ ഭാര്യ അവനെ ജീവനോടെ കാണാൻ കഴിഞ്ഞതിൽ കർത്താവിനു സ്തുതി പറഞ്ഞ് കെട്ടിപ്പിടിച്ചുകരഞ്ഞു.

അവൻ പറയുന്നതെല്ലാം നുണയാണെന്നു അവൾക്കു തോന്നി തുടങ്ങി. അവൻ ഒടുവിൽ ഒന്നും പറയാതായി. കുളിച്ച് ഷർട്ടും മുണ്ടും മാറ്റി അല്പം ഭക്ഷണം കഴിച്ച് ലോന തിടുക്കപ്പെട്ട് പുറത്തേക്കുപോയി. അവൻ നാട്ടുകാരനായ ഒരാളോട് വളരെ കടുത്ത നുണപറഞ്ഞ് കുറെ പണം കടം വാങ്ങിവന്ന് ചീട്ടുകളിച്ചു.

ലോന രാപ്പകൽ ഇരുന്നു കളിച്ചു. അവൻ വല്ലപ്പോഴും പുറത്തേക്കി റങ്ങിയത് ആരോടെങ്കിലും പണം കടം വാങ്ങാനായിരുന്നു.

ഒരിക്കൽ, ഒരാഴ്ചക്കാലത്തെ തിരോധാനത്തിനുശേഷം അവൻ വീട്ടിൽ വന്നു. ഭാര്യ അവനെ കണ്ട ഭാവം നടിച്ചില്ല. അവൻ പുന്നാര വാക്കുകൾ പറയാനും ശൃംഗാരചേഷ്ടകൾ കാണിക്കാനും തുടങ്ങി. അവൾ ക്ഷമകെട്ട് കരയാനും പ്രാകാനും തുടങ്ങി. അവൻ അവളെ അനുനയി പ്പിക്കാനെന്ന ഭാവത്തിൽ അടുത്തുകൂടുകയും അവളുടെ കക്ഷത്തിലും നെഞ്ചിലും ഇക്കിളിയുണ്ടാക്കുകയും ചെയ്തപ്പോൾ അവൾ ചീറിപ്പിട ഞ്ഞെഴുന്നേറ്റ് അവന്റെ കൈ തട്ടിമാറ്റി. അവളെ കടന്നുപിടിച്ച് ചുംബി ക്കാനെന്നമട്ടിൽ അവൻ അവളുടെ കഴുത്തിലൂടെ കൈയിട്ട്, ഒന്നരപ്പവന്റെ മാല പൊട്ടിച്ച് ഓടിക്കളഞ്ഞു. ഒരു തട്ടിപ്പറിക്കാരനായ കള്ളനെപ്പോലെ തന്റെ ഭർത്താവ് മാല പൊട്ടിച്ചെടുത്ത് ഓടിപ്പോകുന്നതുകണ്ട് അവൾ അമ്പരന്നു നിന്നുപോയി.

അവൾ സ്കൂളിൽച്ചെന്ന് കുട്ടിയെ വിളിച്ചുവരുത്തി, അവനെയും കൂട്ടി അന്നു തന്നെ ചാലക്കുടിക്കു പോയി.

അപ്പൻ ഔത വീടിന്റെ മുന്നിലുള്ള പീടികയിലിരുന്ന് നോട്ടുകൾ എണ്ണി രസിക്കുമ്പോഴാണ് അവൾ കുട്ടിയോടൊപ്പം കയറിവന്നത്. വന്ന പാടേ അവൾ പൊട്ടിക്കരഞ്ഞു. ഔതയ്ക്ക് ഒന്നും മനസ്സിലായില്ല. പിന്നീട് അവൾ എല്ലാ കാര്യങ്ങളും കരഞ്ഞുകൊണ്ട് അപ്പനോട് പറഞ്ഞു.

"മോളെ, അവനെ നാല് പൊട്ടിച്ചാ നേര്യാവോ?"

"എനിക്കറിഞ്ഞുടാ അപ്പാ. എനിക്കൊന്നും അറിഞ്ഞുടാ. നിത്യോം വീട്ടില് കടക്കാർ വന്ന് കാശ് ചോദിക്ക്യാ. ഞാനെന്താ ചെയ്യാ?"

"നീ വെഷമിക്കണ്ട മോളെ. ഒക്കേത്തിനും വഴീണ്ടാക്കാം. ആ കന്നാല്യേ ഞാൻ ശരിപ്പെടുത്തും."

ഔത കുട്ടിക്ക് നാരങ്ങവെള്ളവും ജീരകമിഠായിയും വാങ്ങികൊ ടുത്തു.

പിറ്റേന്നു രാവിലെ ഔത മകളെയും കുട്ടിയെയും ആശ്രിതനായ ഒരു ചെറുപ്പക്കാരനെയും കൂട്ടി ഏലൂർക്കു വന്നു. വാതിൽ തുറന്ന് അക ത്തുകടന്ന് അവൾ വീടെല്ലാം അടിച്ചു വാരി വൃത്തിയാക്കി.

അപ്പൻ, കൂടെ കൊണ്ടുവന്ന ചെറുപ്പക്കാരനോടു പറഞ്ഞു.

"ആ കഴുവേറീടെ മോൻ ഹോട്ടലിന്റെ പിന്നിലെ മുറീല്ണ്ടാവും. പിടിച്ചോണ്ടുവാ."

ഒരു മണിക്കൂറിനുള്ളിൽ അയാൾ ലോനയെ കൊണ്ടുവന്ന് ഔത യുടെ മുന്നിൽ നിറുത്തി.

ലോന ചടച്ച്, എല്ലുന്തി, കണ്ണുകളിൽ ഒളികെട്ട്, തലമുടിയെല്ലാം പാറി പറന്ന് മുഷിഞ്ഞ ഷർട്ടും മുണ്ടുമായി ഭാര്യയുടെ അപ്പന്റെ മുന്നിൽ കുറ്റ വാളിയെപ്പോലെ കൂനിപ്പിടിച്ചു നിന്നു.

ഔത കട്ടിലിൽ കിടക്കുകയായിരുന്നു. അയാൾ സാവധാനം എഴു ന്നേറ്റു. കാലുകൾ തൂക്കിയിട്ട് അല്പനേരം ഇരുന്നു. പിന്നെ ചാടിയെഴു ന്നേറ്റ് വലതുകൈവീശി ലോനയുടെ ചെകിടത്ത് ആഞ്ഞടിച്ചു. ലോനയ്ക്ക് കണ്ണിൽ ഇരുൾ നിറയുകയും വായിൽ ചോര ചുവയ്ക്കുകയും ചെയ്തു. അവൻ രണ്ടു കൈയും കൊണ്ട് മുഖം പൊത്തി തറയിൽ കുന്തിച്ചിരുന്നു.

"എണീക്കെടാ നായേ."

ഔതയുടെ അലർച്ചയുടെ മുഴക്കം തീരും മുൻപേ ലോന എഴുന്നേറ്റു.

"നീയിവിടെ വന്നിരിക്ക്."

ഔത ആജ്ഞാപിച്ചു. ലോന വിനയത്തോടെ അയാൾ പറഞ്ഞത് അനുസരിച്ചു.

"എടാ, ദേ ഇങ്ങോട്ടുനോക്ക്. ഈ നിക്കണ ചെറുപ്പക്കാരനെ കണ്ടോ? ഇവന്റെ കൈയിലെപ്പളും കടലാസിൽ പൊതിഞ്ഞ ഒരു നീളം കുറഞ്ഞ ഒരു ചെറിയ ഇരുമ്പു ഗദയുണ്ടാകും. നീയിനി എന്നെങ്കിലും കളിക്കാൻ പോയാൽ നിന്റെ ഇടത്തെ കൈയ് ഇവൻ ഒടിക്കും. എന്നിട്ടും നീ നിർത്താൻ ഭാവോല്യെങ്കി വലത്തെകൈയ്. നീ കേക്ക്ണ്ടോടാ പന്നീ?

ബലിഷ്ഠമായ ആ ചെറുപ്പക്കാരന്റെ മുഖത്ത്, താൻ എന്തു ചെയ്യാനും മടിക്കുന്നവനല്ല എന്ന ഭാവം വായിച്ചറിഞ്ഞ് ലോന നടുങ്ങി.

താൻ അടുത്ത ഞായറാഴ്ച യുവാവിനെയും കൂട്ടിവരാമെന്ന് ഔത പറഞ്ഞു. ലോന അപ്പോഴേക്കും ഒരു ലിസ്റ്റ് ഉണ്ടാക്കി വെക്കണം. ക്രമ നമ്പർ, ആളുകളുടെ പേർ, അവർക്കു കൊടുക്കാനുള്ള പണം, ആകെ ത്തുക. കടം വാങ്ങിച്ചിട്ടുള്ളവരോടെല്ലാം അടുത്ത ഞായറാഴ്ച രാവിലെ പത്തുണിക്ക് വീട്ടിൽ വരാൻ ഏർപ്പാടുചെയ്യണമെന്നു ഔത പറഞ്ഞേല്പി ച്ചു. അത്യാവശ്യച്ചെലവിനുള്ള പണം മകളെ ഏല്പിച്ച് അയാൾ തന്റെ അംഗരക്ഷകനെയും കൂട്ടി തിരിച്ചുപോയി.

ഔത പറഞ്ഞിരുന്നതുപോലെ ഞായറാഴ്ച രാവിലെ ഒൻപതു മണിക്ക് ചെറുപ്പക്കാരനോടൊന്നിച്ച് മകളുടെ താമസസ്ഥലത്തെത്തി. അയാളുടെ കൈയിൽ ഒരു ചെറിയ സൂട്ട്കെയ്സ് ഉണ്ടായിരുന്നു.

പത്തുമണിയായപ്പോഴേയും പതിനെട്ട് ആളുകൾ വന്നെത്തി. ഔത അവരെ ഇരയത്ത് ഇരുത്തി, പേരും ഓരോരുത്തര്‍ക്കും കിട്ടാനുള്ള പണം എത്രയാണെന്നും പറയാൻ ആവശ്യപ്പെട്ടു. അവർ സംഖ്യ പറയുമ്പോൾ ലോന ഏല്പിച്ചിരുന്ന ലിസ്റ്റ് പരിശോധിച്ച് സത്യമാണെന്നു ബോദ്ധ്യം വരുത്തി. അയാൾ പെട്ടി തുറന്നു. അത് നിറയെ നൂറിന്റെയും അമ്പതിന്റ യും പത്തിന്റെയും നോട്ടുകളും ചില്ലറ നാണയങ്ങളുമായിരുന്നു.

ഓരോരുത്തനും കണക്കനുസരിച്ച് അയാൾ പണമെണ്ണിക്കൊടുത്തു.

"ഇനി ഈ നിക്കണ ലോന ആർക്കെങ്കിലും എന്തെങ്കിലും തരാ നുണ്ടോ?"

"ഇല്ല."

"ഇല്ല."

"എന്നാ നിങ്ങളിനി ഒരു കാര്യം ചെയ്യണം. ഇവന് ഒരൊറ്റ പൈസ കൊടുക്കരുത്. കൊടുക്കോ?"

"കൊടുക്കില്ല."

"എന്നാ നിങ്ങള് പോ."

എല്ലാവരും രസിച്ചു ചിരിച്ച് തിരിച്ചുപോയി.

മുപ്പത്തിമൂവായിരത്തി അഞ്ഞൂറ്റിയെഴുപതു രൂപ ഔത കൊടുത്തു തീർത്തു.

"ആ മാലയെവിടെ?"

"അതു ബാങ്കിലാണ്."

"ലോനാ, നീ നാളെച്ചെന്ന് അത് എടുത്തോണ്ടു വരണം."

"ശരിയപ്പാ."

പണയം വെച്ചിരുന്ന മാല എടുപ്പിക്കാനുള്ള പണവും അത്യാവശ്യ ച്ചെലവിനുള്ളതും മകളെ ഏല്പിച്ച് ഔത പോകാനൊരുങ്ങി.

"നാളെ പോയാപ്പോരേ അപ്പാ?"

അയാൾ മകളെ വിളിച്ച് ചില കാര്യങ്ങൾ പറഞ്ഞേല്പിച്ച് തിടുക്ക ത്തിൽ ചാലക്കുടിയിലേക്കു പോയി.

വളരെ ദിവസങ്ങളായി ചായയല്ലാതെ മറ്റൊന്നും കഴിക്കാതിരുന്ന തുമൂലം ലോനയ്ക്ക് ഭക്ഷണം കണ്ടപ്പോൾ ഓക്കാനം വന്നു. അവൻ ഒന്നും കഴിയാതെ പോയി കിടക്കുന്നതുകണ്ട് അവന്റെ ഭാര്യയ്ക്കു സങ്ക ടമായി. അവൾ പാല് കാച്ചി എന്തെല്ലാമോ പൊടികൾ കലക്കികുറുക്കി അവനു കൊടുത്തു. ലോന ഒരു വിധത്തിൽ അത് കുടിച്ചുതീർത്തു. അവനെ സന്തോഷിപ്പിക്കാനായി അവൾ മുൻകൈയെടുത്ത് ലൈംഗിക കേളിക്കൊരുങ്ങി. അപകർഷബോധം കൊണ്ടും ശാരീരികദൗർബല്യം കൊണ്ടും അവനു വിരക്തി തോന്നി. അവൻ ഒന്നും ചെയ്യാനാകാതെ കമിഴ്ന്നു കിടന്നുകരഞ്ഞു.

അവൻ ബാങ്കിൽച്ചെന്ന് മാല കൊണ്ടു വന്ന് ഭാര്യയുടെ കഴുത്തില ണിയിച്ച് തന്നോടു പൊറുക്കണമെന്നു കെഞ്ചി. അവൻ സന്തോഷമായി രിക്കുന്നതു കാണാനാണ് തനിക്ക് ആഗ്രഹമെന്ന് അവൾ പറഞ്ഞു.

പക്ഷേ, അവന് ഒരിക്കലും സന്തോഷിക്കാൻ കഴിഞ്ഞില്ല. തനിക്ക് രോഗമാണെന്നു ലോന മനസ്സിലാക്കി. ഒരിക്കലും നേരു പറയാനാകാ ത്തവിധം നുണപറയുക എന്ന മഹാവ്യാധിക്ക് അധീനനായിപ്പോവുക യാണല്ലോ എന്നോർത്ത് അവൻ അമ്പേ തകർന്നു. പക്ഷേ, അതൊന്നും അവൻ ഭാര്യയെ അറിയിച്ചില്ല. അവൾ അല്പകാലമെങ്കിലും തന്നെ സ്നേഹിക്കട്ടെ എന്നവൻ ആശിച്ചു.

ലോന പുറത്തിറങ്ങാതെ വീട്ടിൽത്തന്നെ ചടഞ്ഞുകൂടി.

പണിമുടക്കിലേർപ്പെട്ട സഹപ്രവർത്തകർ അവനെ അന്വേഷിച്ച് വീട്ടിൽ വന്നു.

"നിന്നെ വിളിച്ചു കൊണ്ടു ചെല്ലാനാ പ്രസിഡന്റ് പറഞ്ഞത്."

"എന്തിന്! അവന്റെ ശവപ്പെട്ടിയിൽ ആണിയടിക്കാനോ?"

ലോനയുടെ ധിക്കാരപരമായ വാക്കുകൾകേട്ട് അവർ നടുങ്ങി.

"നീയാരെക്കുറിച്ചാ പറേണെന്ന് ഓർമ്മേണ്ടോ?"

ലോന അകത്തുപോയി ഒരു മടവാള് കൊണ്ടുവന്ന് എല്ലാവരെയും കൊന്നുകളയുമെന്ന് ഭീഷണിപ്പെടുത്തി. അവർ ഓടിപ്പോയി. ലോനയ്ക്ക് ഭ്രാന്താണെന്നു ഏലൂരിലെല്ലാം പറഞ്ഞുപരത്തി.

ഒരു ദിവസം വൈകുന്നേരം അവൻ ബീഡി വാങ്ങാൻ പുറത്തിറങ്ങി. അവന്റെ യൂണിയന്റെ പ്രസിഡന്റ് പതിവില്ലാത്ത വിധം ഒറ്റയ്ക്ക് നടന്നു വരുന്നത് അവൻ കണ്ടു. ലോന ചിരിച്ച്, വിനയപൂർവ്വം അയാളെ വീട്ടിൽ കൂട്ടിക്കൊണ്ടു വന്ന് കസേരയിൽ ഇരുത്തി. അവന്റെ ഭാര്യ അയാൾക്ക് ചായയും ചാലക്കുടിയിൽ നിന്നുകൊണ്ടു വന്ന അവലോസ് ഉണ്ടയും കൊടുത്തു.

ചായ കുടി കഴിഞ്ഞപ്പോൾ ലോന പറഞ്ഞു:

"നമ്മുടെ സമരം ഇന്നു മുപ്പത്തിരണ്ടു ദിവസമായി. നമുക്കതു മതി. നാളെ പിൻവലിക്കണം. ഇല്ലെങ്കിൽ, ഈശോമിശിഹ സാക്ഷിയായി ഞാൻ പറയുന്നു. നീ ഈ ലോകത്ത് എവിടെ ഒളിച്ചിരുന്നാലും നിന്നെ ഞാൻ കൊല്ലും."

ഉത്തരത്തിൽ വെച്ചിരുന്ന മൂർച്ചയേറിയ മടവാള് വലിച്ചെടുത്ത് ലോന അയ്യാളെ കാണിച്ചു. അവന്റെ ഭാവത്തിൽ നിന്നും ദൃഢമായ സ്വര ത്തിൽ നിന്നും അവൻ പറയുന്നതുപോലെ ചെയ്യുമെന്ന് അയാൾക്ക് ഉറ പ്പായി. ഒരക്ഷരം ഉരിയാടാനാകാതെ അയാൾ തലയും താഴ്ത്തി ഇറങ്ങി പ്പോയി.

പിറ്റേന്ന് മുപ്പത്തിമൂന്നാമത്തെ ദിവസം സമരം നിരുപാധികം പിൻവ ലിച്ചു.

ലോന കമ്പനിയിൽ പോയി പ്രോവിഡന്റ് ഫണ്ടിൽ നിന്ന് ഒരു സീലോണിന് അപേക്ഷ കൊടുത്തു. വീടുവെയ്ക്കുന്നതിനോ പുതുക്കി പണിയുന്നതിനോ ലഭിക്കുന്ന തിരിച്ചടക്കേണ്ടതില്ലാതെ കടമായിരുന്നു അത്. അവന്റെ ശമ്പളത്തിൽ നിന്നും പിടിച്ചതും മാനേജ്മെന്റിന്റെ തുല്യ വിഹിതവും പലിശയും ഉൾപ്പടെ നാല്പതിനായിരം രൂപ പതിനഞ്ചു ദിവ സത്തിനുള്ളിൽ കിട്ടി. ഒരു കൊച്ചുവീട് പണിയിക്കണമെന്നായിരുന്നു ലോന ആഗ്രഹിച്ചിരുന്നത്.

അവൻ ഭാര്യയോടും മകനോടുമൊപ്പം ചാലക്കുടിയിൽ പോയി. ഔതയുടെ പണമിടപാട് പീടികയിൽ കയറി അധികാരത്തോടെ ഒരു ധസേരയിൽ ചെന്നിരുന്നു. ഔത തെല്ല് അമ്പരപ്പോടെ അവിശ്വാസ ത്തോടും ദേഷ്യത്തോടും കൂടി അവനെ നോക്കി. ലോന കൈയ്യിൽ കരു തിയിരുന്ന കൊച്ചുബാഗ് തുറന്ന് നൂറിന്റ് കറൻസി നോട്ടുകെട്ടുകൾ ഔത യുടെ മേശപ്പറത്തേയ്ക്കെറിഞ്ഞു. ഔത പെരുച്ചാഴിയെപ്പോലെ അന്തം വിട്ട് നോക്കിയിരിക്കെ അവൻ പന്തംപോലെ ജ്വലിച്ച് പുറത്തേക്കിറങ്ങി നടന്നു. ദല്ഹിയിൽ നിന്നു ഓടിക്കിതച്ചലറി വരുന്ന നൂറ്റിഇരുപത്തിയാറാം നമ്പർ തീവണ്ടിയുടെ മുന്നിൽ അവൻ കണ്ണടച്ച് മുട്ടുകുത്തി.

തന്റെ കുറിപ്പുകളിൽ ലോനയുടെ ദുരന്തകഥ അവസാനിക്കുന്നിടത്ത് ടേൺ ചുവന്നു തിളങ്ങുന്ന ഒരു അദൃശ്യചിഹ്നം കുത്തിവരച്ചു വെച്ചിട്ടുണ്ട്.

പതിനാറ്

ലോഡിങ് വർക്കേഴ്സ് യൂണിയൻ ജനറൽ സെക്രട്ടറി പ്രസി
ഡന്റിനെ ഒഴിവാക്കി അടിയന്തിരമായി വിളിച്ചുകൂട്ടിയ ജനറൽ ബോഡി
യോഗം ഭരതനെ പ്രസിഡന്റായി തെരഞ്ഞെടുക്കാൻ ഏകകണ്ഠമായി
തീരുമാനിച്ചു. അവന്റെ അനുവാദം വാങ്ങാൻ നാലുപേർ ഒട്ടകപക്ഷിയുടെ
ചിത്രമുള്ള ക്വാർട്ടേഴ്സിന്റെ മുന്നിൽ കാത്തിരുന്നു. ഭരതന്റെ അമ്മായി
അവരെ അകത്തു കടക്കാൻ അനുവദിച്ചില്ല. ഒടുവിൽ അവരുടെ കരച്ചിൽ
കേട്ട് മനസ്സലിഞ്ഞ് അവൾ വാതിൽ തുറന്നുകൊടുത്തു.

ഭരതൻ ഉറങ്ങുകയായിരുന്നു. നാലരമണിക്കൂർ കഴിഞ്ഞപ്പോൾ
അവൻ ഉണർന്നു. തന്നെ കാണാൻ ചിലർ വന്നിട്ടുണ്ടെന്നു അമ്മായി
അറിയിച്ചപ്പോൾ കാത്തിരിക്കാൻ പറഞ്ഞ് അവൻ കുളിമുറിയിൽ കയറി
വാതിലടച്ചു. കുളിച്ച്, മുടി ചീകി, സുഗന്ധദ്രവ്യങ്ങൾ പൂശി, വിശിഷ്ട
വസ്ത്രങ്ങളണിഞ്ഞ് ഭരതൻ ആഗതരെ നേരിട്ടു. അവർ തങ്ങളെ രക്ഷി
ക്കണമെന്നും യൂണിയൻ പ്രസിഡന്റും ആകണമെന്നും കേണപേക്ഷിച്ചു.
ഭരതൻ ഭാവവ്യത്യാസമൊന്നും കൂടാതെ അവർ പറയുന്നതെല്ലാം പുഞ്ചി
രിച്ചുകൊണ്ട് കേട്ടിരുന്നു. അമ്മായി ഇടപെട്ടു പറഞ്ഞു:

"ഭരതൻ ഇപ്പോൾത്തന്നെ നാല് യൂണിയന്റെ പ്രസിഡന്റ് പണിയുണ്ട്.
ഇനി നിങ്ങളും കൂടി അവനെ കൊല്ലാനാണോ പുറപ്പാട്."

അവൾ പറഞ്ഞതു നേരായിരുന്നു. സോം എന്ന സംഘം കൈവ
രിച്ച നേട്ടത്തിന്റെ ശില്പി ഭരതനായിരുന്നുവല്ലോ. അത് അവനെ ഏലു
രിലെ അജയ്യനായ നേതാവായിത്തീർത്തു. യൂണിയനുകളെല്ലാം രഹസ്യ
മായും പരസ്യമായും ഭരതനെ തങ്ങളുടെ നേതാവാക്കാൻ ആഗ്രഹിച്ചു.
ചില സാങ്കേതിക തടസങ്ങൾ മൂലവും, അവന്റെ കക്ഷി രാഷ്ട്രീയത്തിന്റെ
നിറം ഉരുത്തിരിഞ്ഞു വന്നിട്ടില്ലാത്തതുകൊണ്ടും പല യൂണിയനുകൾക്കും
പരിമിതികൾ ഉണ്ടായി. അത്തരം കുടുക്കുകളിൽ നിന്നു കുതറിമാറാൻ
കഴിഞ്ഞ സ്വതന്ത്ര തൊഴിലാളി യൂണിയനുകളിൽ ചിലത് അവനെ തങ്ങ
ളുടെ യൂണിയന്റെ സ്ഥിരം പ്രസിഡന്റാക്കുന്നതിൽ വിജയിച്ചു.

ലോഡിങ് വർക്കേഴ്സ് യൂണിയന്റെ അനാഥമായ അവസ്ഥയും
പ്രവർത്തകരുടെ കരച്ചിലും മൂക്കുചീറ്റലും കണ്ട് ഭരതന്റെ മനസ്സലിഞ്ഞു.
ഒടുവിൽ അവനതു സമ്മതിക്കേണ്ടിവന്നു. മുപ്പത്തിമൂന്നു ദിവസം പണി
മുടക്കി സമരം നിരുപാധികം പിൻവലിച്ച ഒരു യൂണിയന്റെ പ്രസിഡന്റ്
സ്ഥാനം ഏറ്റെടുക്കാൻ കാണിച്ച അവന്റെ ധീരതയെയും ആർജ്ജവ
ത്തെയും കർമ്മകുശലതയെയും എല്ലാവരും പുകഴ്ത്തി.

കമ്പനിപ്പടിക്കൽ കൊടിതോരണങ്ങൾ കൊണ്ട് വിതാനിച്ച്, ചിത്രപ്പ
ണികൾ ചെയ്ത പന്തലൊരുക്കി ഭരതനു ഗംഭീരമായ ഒരു സ്വീകരണം
നല്കി. നിരവധി തൊഴിലാളി സംഘടനകളും കലാസാഹിത്യ സംഘ
ങ്ങളും കോൺട്രാക്ടർമാരും അവനെ നോട്ടുമാല അണിയിച്ച് കൃതാർത്ഥ
രായി. പതിനാറു മൈക്രോഫോൺ ഘടിപ്പിച്ച ലെക്റ്റേണിന്റെ മുന്നിൽ
നിന്നുകൊണ്ട് അവൻ തന്റെ പ്രഖ്യാതമായ വാക്കുകൾ ഉച്ചരിച്ചു: "സുഹൃ

ത്തുക്കളേ, നമുക്കു സമയമില്ല, വേഗമാകട്ടെ." ജനാവലി ഒന്നടങ്കം കോരി ത്തരിച്ച് മുദ്രാവാക്യങ്ങൾ അലറി വിളിച്ച് ഇടിമുഴക്കങ്ങൾ സൃഷ്ടിച്ചു.

ആകാശത്ത് ഇടിമുഴക്കങ്ങൾ വർഷിച്ചുകൊണ്ട് കാർമേഘങ്ങൾ കനത്തു. അന്തരീക്ഷം ഘനീഭവിക്കുകയും കമ്പനികളിൽ നിന്നു തുപ്പിയ കറുത്തിരുണ്ട പുകപടലങ്ങൾ മുകളിലേക്കുയരാൻ കഴിയാതെ ഏലൂരി ലെങ്ങും തങ്ങി നില്ക്കുകയും ചെയ്തു. അർദ്ധരാത്രിയിലെന്നപോലെ വാഹനങ്ങൾ വിളക്കുകൾ തെളിയിച്ച് ഓടിച്ചു. വഴികളിൽ ആളുകൾ തമ്മിൽ കൂട്ടിമുട്ടാതിരിപ്പാൻ നന്നേ പണിപ്പെട്ടു. ചുമച്ചും തുപ്പിയും ഏങ്ങിയും എരിയുന്ന കണ്ണുകൾ തിരുമ്മിയും അവർക്കു പൊറുതിമുട്ടി.

വാതിലുകളും ജനലുകളും അടച്ച് പരമാവധി വേഗത്തിൽ കറങ്ങുന്ന ഫാനിനു കീഴെ ഭരതൻ കണ്ണടച്ചിരുന്നു. അടുത്ത മുറിയിൽ ഒരു ബ്രോങ്കോ പ്ലസ് വിഴുങ്ങി, വായയും മൂക്കും ഒരു തുണിക്കഷണം കൊണ്ടു മൂടി ക്കെട്ടി അവന്റെ അമ്മായി കിടന്നു കിതച്ചു.

ആരോ വാതിലിൽ പതുക്കെ മുട്ടുന്ന ശബ്ദം കേട്ട്, അതെന്തോ രഹ സ്യമായ ഏർപ്പാടായിരിക്കുമെന്ന് സഹജാവബോധം കൊണ്ടു തിരിച്ചറി യാൻ കഴിഞ്ഞ ഭരതൻ ഒച്ചയുണ്ടാക്കാതെ വാതിൽ തുറന്നു. മൈനാകം പോക്കറ്റിൽ നിന്ന് ഒരു കത്തെടുത്ത് ഭരതന് കൊടുത്ത് ഒന്നുമിണ്ടാതെ ഓടിപ്പോയി.

ഉമയുടെ കത്തായിരുന്നു അത്. ഭരതനു ജീവിതത്തിൽ ആദ്യമായി ഒരു പെൺകുട്ടി എഴുതിയിരിക്കുന്നു.

കടലാസിൽ രണ്ടു വാക്യങ്ങളെ ഉണ്ടായിരുന്നുള്ളൂ.

"രാത്രി പന്ത്രണ്ട് മുപ്പതിന് ഹൈസ്കൂളിലെ നെഹ്റു പ്രതിമയ്ക്ക രികെ വരണം. ഒരു തീപ്പെട്ടി കൊണ്ടുവരാൻ മറക്കരുത്. ഉമ."

ആദ്യത്തെ വാക്യത്തിന്റെ വാച്യവും വ്യംഗവുമായ അർത്ഥം അവനു മനസ്സിലായി. തന്നെ സ്നേഹിക്കുന്ന ഒരു പെൺകുട്ടി രാത്രി ഷിഫ്റ്റു കഴിഞ്ഞ് വഴിയിൽ ആളൊഴിഞ്ഞ നേരത്ത് രഹസ്യസമാഗമത്തിനു ക്ഷണി ക്കുന്നത് എന്തിനാണെന്നു ഭരതനറിയാം. പക്ഷേ, രണ്ടാമത്തെ വാക്യ ത്തിന്റെ പ്രസക്തി എത്ര ആലോചിച്ചിട്ടും അവനു മനസ്സിലായില്ല. അവൻ ആ വാക്യം പലവട്ടം വായിച്ചു. അവൾക്കെന്തിനാണു തീപ്പെട്ടി? ചര സ്സിനോ ഗഞ്ചാവിനോ വശംവദയായിരിക്കും തന്റെ കാമുകിയെന്ന് അവൻ ഭയപ്പെട്ടു. അതിനാണോ തന്നെ ക്ഷണിക്കുന്നത്? ഉടനെ അങ്ങനെയാ വാൻ ന്യായമില്ലെന്നും പൂപോലെ പരിശുദ്ധയും അഴകാർന്നവളുമായ ഉമയെക്കുറിച്ച് തെറ്റായി ചിന്തിച്ചുപോയധ്യൂഃഖന്ന തനിക്കവളോടുള്ള ദിവ്യാനുരാഗത്തിനു യോജിച്ചതല്ലെന്നും അവൻ മനസ്സിലാക്കി.

രാത്രി മഴ പെയ്യണമെന്നും ഇടിമിന്നലും കൊടുങ്കാറ്റും ഉണ്ടാകണ മെന്നും അവൻ ആശിച്ചു. എല്ലാ പ്രതികൂല സാഹചര്യങ്ങളും തരണം ചെയ്ത് അവൾ നിർദ്ദേശിച്ച സ്ഥാനത്ത് എത്തിച്ചേരണമെന്ന് അവൻ നിശ്ചയിച്ചു. അപ്പോൾത്തന്നെ പുകയുടെ ഇരുണ്ട രുസ്സത്തിലൂടെ നടന്ന് പീടികയിൽപ്പോയി ഒരു പുതിയ തീപ്പെട്ടി വാങ്ങിച്ചു. ഉമയ്ക്ക് എന്തെ ങ്കിലും സമ്മാനം വാങ്ങിക്കൊണ്ടു പോയാലോ എന്നു വിചാരിച്ചു. ഉടനെ

അവൾക്കതു അപ്രിയമാകുമെന്നു കരുതി വേണ്ടെന്നു വെക്കുകയും
ചെയ്തു.

പാതിരാ നേരത്ത് അമ്മായി അറിയാതെ ഭരതൻ പുറത്തിറങ്ങി.
പന്ത്രണ്ടു മണിക്ക് ഷിഫ്റ്റു കഴിഞ്ഞിറങ്ങിയ തൊഴിലാളികൾ വീടുക
ളിൽ എത്തിക്കഴിഞ്ഞിരുന്നു. ടൗൺഷിപ്പിലെ റോഡുകൾ വിജനമായി
രുന്നു. പക്ഷേ, പകൽപോലെ വെളിച്ചം വീശി നിന്ന വിളക്കുകൾ അവനെ
അലട്ടി. ഏലൂരിൽ പരക്കെ നേടിക്കഴിഞ്ഞ പ്രശസ്തി അവനു ശാപമായി.
ആരെങ്കിലും കണ്ടാൽ തന്നെ തിരിച്ചറിയുമെന്നും അസമയത്ത് സഞ്ചരി
ക്കുന്നതിന്റെ കാരണമന്വേഷിക്കുമെന്നും അവൻ ഭയപ്പെട്ടു. സ്കൂളിൽ
പഠിച്ചിരുന്ന കാലത്ത് തവളനെയ്യും തെള്ളിയും സമം ചേർത്തരച്ച്
ദേഹത്തു പൂശിയാൽ അദൃശ്യനായിത്തീരുമെന്ന ആശയം പ്രാവർത്തി
കമാക്കാഞ്ഞതിനെക്കുറിച്ച് അവനപ്പോൾ വ്യാകുലനായി.

പകൽ നേരത്ത് ഇരുണ്ടു നിന്ന മാനം തെളിഞ്ഞു. കമ്പനിയിൽ
നിന്നു പുറപ്പെടുന്ന ധൂമപടലങ്ങൾക്കപ്പുറത്ത് നക്ഷത്രങ്ങളും ചന്ദ്രനും
വിളറി നിന്നു.

ഭരതൻ ഹൈസ്കൂളിൽ എത്തിച്ചേർന്നു. ഭാഗ്യത്തിന് അവനെ ആരും
കാണുകയുണ്ടായില്ല.

നിരനിരയായി ജ്വലിച്ചു നിന്ന ട്യൂബ് ലൈറ്റുകളുടെ പ്രകാശത്തിൽ
സ്കൂൾ കെട്ടിടം വളരെ വ്യക്തമായിരുന്നു. നെഹ്റുവിന്റെ പ്രതിമ അത്
സ്ഥാപിച്ച സ്ഥലത്തു തന്നെയുണ്ടായിരുന്നു. സ്കൂളിൽ ഒരുപാറാവുകാര
നുണ്ടെന്നും അസമയത്ത് അവിടെ വന്നെത്തിയതിന് കേട്ടാൽ വിശ്വസി
ക്കാവുന്ന കാരണം പറയാനാകാത്തവരെ വെടിവെച്ചു കൊല്ലാനുള്ള അധി
കാരം അയാൾക്കുണ്ടെന്നും ഭരതൻ ധരിച്ചുവെച്ചിരുന്നു അയാളോടു പറ
യാനുള്ള കാരണങ്ങളെക്കുറിച്ചല്ല. ഭാഷയെ ചൊല്ലിയായിരുന്നു ഭരതൻ
വിഷമിച്ചത്.

അവൻ അധികനേരം കാത്തു നില്ക്കേണ്ടി വന്നില്ല. ഉള്ളിൽ ഒരാ
യിരം പൂവിരിയിക്കുന്ന മന്ദഹാസത്തോടെ ഉമ എവിടെ നിന്നോ പ്രത്യ
ക്ഷപ്പെട്ടു. ഭരതനു ഉടലാകെ കോരിത്തരിച്ചു. എന്തെങ്കിലും പറയാനായി
അവൻ വായ തുറന്നെങ്കിലും തൊണ്ടയിൽ വെച്ചേ പദങ്ങൾ വറ്റിപ്പോയി
രുന്നു.

"ഒരുപാട് നേരായോ വന്നിട്ട്?"

ഉമ ചോദിച്ചു.

വളരെ വിഷമിച്ചാണ് ഭരതൻ മറുപടി പറഞ്ഞത്.

"ഇല്ല. ഇപ്പോൾ."

"തീപ്പെട്ടി കൊണ്ടുവന്നോ?"

"ഉവ്വ്."

ഉമ എന്താണു ചെയ്യാൻ പോകുന്നതെന്ന് അവൻ കാത്തു. അവൾ
ചരസ്സോ ഗഞ്ചാവോ കൊണ്ടുവന്നിരിക്കുമെന്നു അവൻ ന്യായമായും പ്രതീ
ക്ഷിച്ചു,,

ഉമ പറഞ്ഞു:

"ഇവ്ടെ ഒരു ഗൂർഖേണ്ട്. മിക്കവാറും ഒറങ്ങായിരിക്കും. ചെലപ്പോ നമ്മളെ കണ്ടെന്നു വരും. അവൻ കാണാണ്ടിരിക്കാൻ ഒരു സൂത്രോണ്ട്."

അവളുടെ കൈയിൽ ഒരു ചെറിയ നൂൽത്തിരിയുണ്ടായിരുന്നു. ഭര തന്റെ കൈയിൽ നിന്നു തീപ്പെട്ടി വാങ്ങി അവൾ അതിന്റെ തുമ്പ് കത്തിച്ചു പിടിച്ചു. വിശിഷ്ടമായ ഒരു പരിമളം അവിടെയെല്ലാം പരന്നു.

ഉമ പറഞ്ഞു

"ഈ വാസനയിൽ അയാൾ മയങ്ങും. പിന്നെ ഒന്നും കാണുകയും കേൾക്കുകയുമില്ല. ഒരു മണിക്കൂർ നേരത്തേയ്ക്കു മാത്രം."

അതേ ഗന്ധം ശ്വസിക്കുന്ന താനും ഉമയും എന്തുകൊണ്ടാണ് മയ ങ്ങിപ്പോകാത്തതെന്ന് ഭരതൻ അത്ഭുതപ്പെട്ടു.

ലോകത്ത് പല അത്ഭുതങ്ങൾ സംഭവിക്കാറുണ്ടെന്നും അവയുടെ കാരണങ്ങൾ അന്വേഷിക്കുന്നത് വിഡ്ഢിത്തമാണെന്നും അവൻ ഓർത്തു.

"നിന്റെ കൈയിൽ ഇതുപോലുള്ള തിരികൾ ഇനിയുമുണ്ടോ?"

"എന്താ ആരെയെങ്കിലും ഒറക്കാനുണ്ടോ?"

"അതിനല്ല; ഒന്നു കാണാനാ."

"ഇല്ല. ഈയൊരെണ്ണം അച്ഛന്റെ ഗ്രന്ഥങ്ങൾ നോക്കി ഞാൻ വളരെ കഷ്ടപ്പെട്ട് ഉണ്ടാക്കിയതാണ്. രണ്ടാമതൊന്നിന് യുഗങ്ങൾ കാത്തിരിക്കേ ണ്ടിവരും."

ഭരതൻ തിരിയെക്കുറിച്ച് കൂടുതലൊന്നും ചോദിച്ചില്ല. ഉമയുടെ മുൻകരുതലുകളും സ്വപ്രത്യയസ്ഥൈര്യവും അവനെ ഏറെ ആകർഷി ച്ചു.

ഉമയിൽ അസാധാരണമായ എന്തെല്ലാമോ ശക്തി വിശേഷങ്ങൾ ഉണ്ടെന്ന് ഭരതനു മുൻപേ തന്നെ തോന്നിയിരുന്നു. തന്നെ അവളിലേക്കു വലിച്ചെടുത്തതുതന്നെ അതാണെന്ന് അവൻ വിചാരിച്ചു.

ഉമ പറഞ്ഞു:

"നീ പറയാറുള്ളതുപോലെ നമുക്കു സമയമില്ല. ഞാൻ കത്തിച്ച തിരിയുടെ ശക്തി തീരുംമുൻപ് എന്റെ ആശയം ഞാൻ വെളിപ്പെടുത്താം. അതിനു മുൻപ് നീയെന്നെ സഹായിക്കാമെന്നു വാക്കു തരണം."

ഭരതൻ അവൾക്കു വേണ്ടി എന്തും ചെയ്യാൻ തയ്യാറായിരുന്നു.

ഉമ പറഞ്ഞു:

"നീയെനിക്കു വാക്കുതന്നു. അതുമതി നിന്നെ ഞാൻ ലോകത്ത് മറ്റാരെക്കാളുമധികം വിശ്വസിക്കുന്നു. പക്ഷേ, നീ ഭരതി എന്നിൽനിന്ന് അകന്നിരിക്ക്. നിന്നെ ചാരായം നാറുന്നു. എനിക്ക് ഛർദ്ദിക്കാൻ തോന്നുന്നു."

ഭരതൻ രണ്ടടി പിന്നോക്കം മാറി അവൾ പറയുന്നതും കാത്ത് വായ ടച്ചിരുന്നു. ഉമ തന്റെ ആശയം പറഞ്ഞു. അവൾ യക്ഷിയാകാൻ ആശി ക്കുന്നു. വഴിയാത്രക്കാരുടെ ചോരയീമ്പിക്കുടിക്കുന്ന തരം യക്ഷിയല്ല. സ്നേഹവും ദയയുമുള്ള യക്ഷി. യക്ഷിയായാൽ അവൾക്ക് ആരെയും ഭയപ്പെടാതെ എന്നും രാത്രി ഭരതനെ കാണാം. അവനോടൊപ്പമിരുന്ന് യക്ഷലോകത്തെയും മനുഷ്യലോകത്തെയും തമാശകൾ പറഞ്ഞ് പൊട്ടി

ച്ചിരിക്കാം. ഭരതനു വേണമെന്നുണ്ടെങ്കിൽ ചാരായം കുടിക്കാതെ വരുക യാണെങ്കിൽ അവളോടൊപ്പം പുലരും വരെ ശയിക്കാം. പക്ഷേ, അവൾ ജീവിച്ചിരിക്കെ ഇതൊന്നും സാദ്ധ്യമല്ല. ഭരതൻ വിവാഹം ചെയ്യുകയാ ണെങ്കിൽ, അതൊരു വിദൂരമായ സ്വപ്നം മാത്രമാണെങ്കിലും കാണ്ഭാമൃ ഗത്തെ ആണെങ്കിൽപ്പോലും ഉമയ്ക്കതിൽ പരിഭവമില്ല. അവനൊരു കുട്ടി ജനിക്കുകയാണെങ്കിൽ താൻ കണ്ട നാടകത്തിലെ ദയാമയിയായ യക്ഷി യെപ്പോലെ അദൃശ്യലോകത്തിലെ ഒട്ടേറെ സമ്മാനങ്ങളുമായി അവൾ വരും. കുഞ്ഞിനെ എടുത്തു ലാളിക്കും. ഭരതന്റെ ഭാര്യ ആട്ടിയിറക്കിയാലും അവൾ പോകില്ല. എല്ലാ രാത്രികളിലും അവൾ ഭരതനുവേണ്ടി ദിവ്യഗാ നങ്ങൾ ആലപിക്കും.

ഭരതനെ കണ്ടപ്പോൾ മുതൽ അവൾ ഈ ആശയത്തെ താലോലി ക്കാൻ തുടങ്ങി. അതിന്റെ സാദ്ധ്യതാ സാദ്ധ്യതകളെക്കുറിച്ച് വളരെ ഗൗര വമായും ഗാഢമായും ചിന്തിച്ചു. അവൾ അതിനുള്ള ഒരുക്കങ്ങൾ തുടങ്ങി. ശിവാനന്ദന്റെ ക്രെഡിറ്റ് പുസ്തകം കൊണ്ടുപോയി കോ ഓപ്പറേറ്റീവ് സൊസൈറ്റിയിൽ നിന്ന് പലപ്പോഴായി മുപ്പതു വെള്ളസാരികളും വെള്ള ബ്ലൗസുകളും വാങ്ങിച്ചു സൂക്ഷിച്ചു. പ്ലാസ്റ്റിക് കൊണ്ടുള്ള പാലപ്പൂമാ ലയും അതിൽ നറുമണം വരുത്താൻ വേണ്ട തൈലവും സമ്പാദിച്ചു. ശോകഗാനങ്ങളും വിരഹഗാനങ്ങളും പാടിനടക്കാൻ മൂന്നു കാസെറ്റുകളും വളരെ ചെറിയ ടേപ്പ് റിക്കാർഡറും സംഭരിച്ചുവെച്ചു. കൺമഷിയും ലിപ്സി റ്റിക്കും ക്യൂട്ടെക്സും റേസറും ബ്ലേഡുകളും ഐബ്രോപെൻസിലും ഹെയർ പിന്നുകളും കരുതിവെച്ചു. കൈവിരലുകളിലെ നഖങ്ങൾ നീട്ടി വളർത്തി. മുട്ടോളമെത്തുന്ന മുടി എന്നും ഷാമ്പൂ തേച്ച് പട്ടുപോലെ മൃദു വാക്കി. എല്ലാ സാധനങ്ങളും ഒരു പെട്ടിയിലാക്കി അവളുടെ ക്വാർട്ടേ ഴ്സിന്റെ പിന്നിലുള്ള കടപ്ലാവിന്റെ ചുവട്ടിൽ ഒളിച്ചുവെച്ചു.

ഭരതനോട് അവൾ ആവശ്യപ്പെട്ടത് മൂന്നുകാര്യങ്ങളാണ്. ഒന്ന് ഈ കാര്യം അവൻ ആരോടും പറയരുത്. രണ്ട്. എളുപ്പത്തിൽ ലഭിക്കാൻ പാകത്തിനു അവളുടെ പെട്ടി ഹൈസ്കൂളിന്റെ പിന്നിലുള്ള ആളൊഴിഞ്ഞ കെട്ടിടത്തിൽ കൊണ്ടുവെയ്ക്കണം. മൂന്ന്. എല്ലാ വെള്ളിയാഴ്ചയും രാത്രി ഒരു മണിക്കും മൂന്നുമണിക്കും ഇടയ്ക്ക് അവളെക്കാത്ത് ജനറൽ മാനേ ജരുടെ ക്വാർട്ടേഴ്സിന്റെ പിന്നിലുള്ള കുറ്റിക്കാട്ടിൽ കാത്തിരിക്കണം.

ഭരതന് അവളുടെ ആശയം വളരെയിഷ്ടപ്പെട്ടു. അവൾ ഉത്തമയായ ഒരു പെൺകുട്ടിയാണെന്നും കഴിയുന്നതും വേഗം അനശ്വരലോകത്തിലെ അമോഘസിംഹാസനത്തിൽ അവരോധിക്കപ്പെടേണ്ടവളാണെന്നും അവനു തോന്നി.

അവൻ പറഞ്ഞു:

"നീ ഈ പറയുന്നതും അതിലപ്പുറവും ചെയ്യാൻ ഞാൻ തയ്യാറാണ്."

ഉമ പറഞ്ഞു:

"അവിടെയാണു കുഴപ്പം. ഒരു കാര്യം നീ ശ്രദ്ധിക്കണം. ഞാൻ പറ ഞ്ഞതിലപ്പുറമൊന്നും നീ ചെയ്യരുത്. എന്തെങ്കിലും ചെയ്താൽ അതെന്റെ പ്രയാണത്തെയും യക്ഷലോക ജീവിതത്തെയും ബാധിക്കും."

"ഇല്ല. നീ പറയുന്നതു മാത്രമേ ചെയ്യൂ."

"നിനക്കറിയാമോ ഭരതാ. ഞാൻ ഉറങ്ങിയിട്ട് വളരെക്കാലമായി. നിന്നോടുള്ള അഭിനിവേശത്തിന്റെ സ്വഭാവം തിരിച്ചറിയാൻ എനിക്കേറെ പ്രയാസപ്പെടേണ്ടിവന്നു. ആ അറിവാണെനിക്ക് യക്ഷിയാകാനുള്ള പ്രചോ ദനമായത്. അതെന്റെ ഉറക്കം കെടുത്തി. ഇനിയെനിക്ക് ഇഷ്ടംപോലെ ഉറങ്ങുകയോ ഉണരുകയോ ചെയ്യാം."

"നിന്റെ പ്രയാണത്തിന്റെ മുഹൂർത്തം ഏതാണ്?"

"ആ മുഹൂർത്തത്തിനു സാക്ഷിയാവാനും കൂടിയാണ് നിന്നെ ക്ഷണിച്ചു വരുത്തിയത്."

പെട്ടെന്നു വിളക്കുകളെല്ലാം കെട്ടു. കെട്ടിടം ഇരുട്ടിൽ ആണ്ടുപോയി. ഭരതനു ഉമയെ കാണാനായില്ല. പക്ഷേ, അവളുടെ കണ്ണുകൾ തിളങ്ങു ന്നതായി അവൻ കണ്ടു. അവളുടെ ഉച്ഛ്വാസവായുവിന്റെ ഊഷ്മാവ് അവനെ പൊതിഞ്ഞു. പതുക്കെപ്പതുക്കെ ചൂടു കുറയുകയും ഘനീഭ വിച്ച ഇരുട്ടിന്റെ തണുത്ത താഴ്‌വാരങ്ങളിലേക്ക് അവൻ വഴുതിവീഴുകയും ചെയ്തു. ഉമയുടെ തിളങ്ങുന്ന കണ്ണുകൾ അകന്നകന്ന് ഹൈസ്കൂളിന്റെ വിശാലമായ സ്റ്റേഡിയത്തിന്റെ മദ്ധ്യത്തിലെത്തിയതായി ഭരതൻ അറിഞ്ഞു. രണ്ടു ചെറിയ പ്രകാശബിന്ദുക്കൾ ആകാശത്തേക്ക് ഉയർന്നു യർന്നുപോകുന്നത് ഭരതൻ അത്ഭുതാദരങ്ങളോടെ നോക്കിനിന്നു.

വിളക്കുകൾ തെളിഞ്ഞപ്പോൾ താനൊറ്റയ്ക്ക് സ്കൂൾ കെട്ടിടത്തിന്റെ വരാന്തയിൽ സ്റ്റേഡിയത്തിലേക്കു നോക്കി പകച്ചു നില്‍ക്കുകയാണെന്ന് ഭരതനു മനസ്സിലായി.

ആരുടെയോ പാദപതന സ്വരം കേട്ടെന്നു തോന്നി ഭരതൻ വേഗം പുറത്തിറങ്ങി നടന്നു.

ഭരതൻ വീട്ടിലെത്തുമ്പോൾ അമ്മായി ശ്വാസതടസംമൂലം വിഷമി ക്കുകയായിരുന്നു. അവളുടെ തൊണ്ടയിൽ നിന്ന് ഒരു സീല്‍ക്കാരം. ഒരു ചെറിയ വിസിലിൽ നിന്നെന്നപോലെ കേട്ടു. ഒരു ഹോട്ട് വാട്ടർ ബാഗ് നെഞ്ചമർത്തിപ്പിടിച്ച് അവൾ ചാരിക്കിടക്കുകയായിരുന്നു. അവൻ വീട്ടി ലില്ലാതിരുന്ന കാര്യം അവൾ അറിഞ്ഞിരുന്നു. അവൻ എവിടെപ്പോയിരു ന്നുവെന്ന് അവൾ കിതപ്പുകൾക്കിടയിൽ ചോദിച്ചു. വിശ്വാസ്യമായ ഒരു മറുപടി കണ്ടെത്താനുള്ള അവന്റെ ശ്രമം പാഴായിപ്പോയി. അവൻ ഒന്നും പറഞ്ഞില്ല. മുറിക്കുള്ളിൽപ്പോയി വിയർത്തുകൊണ്ടു നനഞ്ഞൊട്ടിയ ഷർട്ടും മുണ്ടും ഉരിഞ്ഞുകളഞ്ഞ് പൂർണ്ണനഗ്നനായി ഷവറിന്നടിയിൽ നിന്നു.

കുളികഴിഞ്ഞപ്പോൾ അവനു സ്വാസ്ഥ്യമുണ്ടായി. വളരെ ദാരം കുറഞ്ഞ തായി തോന്നി. ഫാനിന്റെ സ്വിച്ചിട്ട് വിളക്കണച്ച് അവൻ ഉറങ്ങാൻ കിടന്നു.

ഭരതൻ വിചിത്രമായ ഒരു സ്വപ്നം കണ്ടു:

പഠിച്ചിരുന്ന സ്കൂളിൽ ഒരു ക്ലാസ്സിൽ അവൻ ഫിസിക്സ് പഠിപ്പി ക്കുകയാണ്. ലെൻസുകളെക്കുറിച്ചായിരുന്നു അവന്റെ ക്ലാസ്. രശ്മിക ളുടെ പ്രവാഹത്തിൽ വരുന്ന വ്യതിയാനങ്ങളെ അവൻ വിശദീകരിച്ചു. അവന്റെ മുന്നിൽ ഒഴിഞ്ഞ ബെഞ്ചുകളായിരുന്നു അപ്പോൾ ഒരു കൈയിൽ മുറുക്കിപ്പിടിച്ച പുസ്തകസഞ്ചിയും മറ്റെകൈയിൽ ചോറ്റുപാത്രവുമായി

അവന്റെ വൃദ്ധനായ അദ്ധ്യാപകൻ കടന്നുവന്നു. മകളുടെ കുട്ടിയുടെ ചോറൂണു സദ്യയ്ക്കു പോയപ്പോൾ ധരിച്ചിരുന്ന മുണ്ടും ഷർട്ടുമായിരുന്നു വേഷം. ഭരതൻ അയാളെ മേലിലൊരിക്കലും വൈകരുതെന്നു താക്കീതു ചെയ്ത് ക്ലാസ്സിൽ കടന്നിരിക്കാൻ അനുവദിച്ചു. വൃദ്ധൻ ഏറ്റവും മുൻപി ലത്തെ ബെഞ്ചിൽ വന്നിരുന്നു. മെർക്കുറിയുടെ ഡെൻസിറ്റി എത്രയാ ണെന്ന അവന്റെ ചോദ്യത്തിന്റെ മുന്നിൽ അയാൾ പകച്ചു. ആരാണ് ആർക്കിമെഡീസ് എന്നായിരുന്നു അവന്റെ അടുത്ത ചോദ്യം. വൃദ്ധൻ ഉത്തരം പറഞ്ഞില്ല. അയാൾക്കത് അറിയില്ലായിരുന്നു. ഭരതൻ തന്റെ നെഞ്ചിൽ അടിച്ചു കൊണ്ടു പറഞ്ഞു.

"വിഡ്ഢീ ഞാനാണെടാ അവൻ."

പതിനേഴ്

ഭരതന്റെ കുറിപ്പുകൾക്ക് അവ്യക്തത ഏറിവന്നു. ചില ഭാഗങ്ങൾ വായിക്കാനാവാത്തവിധം അവൻ തന്നെ വെട്ടിക്കളഞ്ഞിട്ടുണ്ട്. പരസ്പര ബന്ധമില്ലാത്ത വാക്യങ്ങളും വിശദീകരണങ്ങളും ഒരർത്ഥവുമില്ലാത്ത പദ ങ്ങളും കെട്ടുപിണഞ്ഞ് അവയെ ദുരൂഹമാക്കിത്തീർത്തു. അവൻ പ്രസി ഡന്റ് ആയിട്ടുള്ള ഒരു യൂണിയൻ പ്രസിദ്ധീകരിച്ച വിജ്ഞാപനത്തിന്റെ അച്ചടിയില്ലാത്ത പുറത്ത് മിക്കവാറും തെളിയാത്ത പെൻസിൽകൊണ്ടാണ് എഴുതിയിട്ടുള്ളത്. കടലാസ്, അത് നിർമ്മിച്ചകാലത്ത് വെളുത്തതായിരു ന്നേക്കാം. എന്നാൽ കുറിപ്പുകൾ കണ്ടെത്തുമ്പോൾ ഏതാണ്ട് മഞ്ഞനിറം ബാധിച്ച് ദ്രവിച്ചു തുടങ്ങിയിരുന്നു. തൊട്ടാൽ പൊടിഞ്ഞുപോകുന്ന അവയ്ക്ക് പൂമ്പാറ്റകളുടെ ചിറകിന്റെ കനക്കുറവും പാറ്റഗുളികയുടെ മണവുമുണ്ടായി. ഏലൂരിന്റെ ചരിത്രാത്ഭുത ദുരന്തങ്ങളുടെ നഖചിത്ര ങ്ങൾ കോറിയിടുമ്പോൾ അവൻ സ്വയം അന്യവല്ക്കരിക്കപ്പെട്ടിരുന്നു.

ഉമയുടെ അന്തർധാനത്തിനു ശേഷമുള്ള അവന്റെ വിവരണങ്ങൾ വായനക്കാരന്റെ ഭാവുകത്വത്തിനു നേരെയുള്ള വെല്ലുവിളിയായിരുന്നു.

ഒരു വണ്ടിനിറയെ ക്രൈം ബ്രാഞ്ചിലെ പോലീസുകാരും മൂന്നു നായ്ക്കളും കമ്പനിയുടെ ഗസ്റ്റ് ഹൗസിന്റെ മുന്നിൽ ചാടി വീണു. ആട്ടി റച്ചിക്കറിയും വെള്ളയപ്പവും കഴിച്ച് പൊലീസുകാർ ഉമയുടെ അടിവസ്ത്ര ങ്ങളും കൈലേസുകളും നോട്ടുപുസ്തകങ്ങളും മണപ്പിച്ച് നായ്ക്കളെ അഴിച്ചുവിട്ടു. കിഴക്ക് കുറ്റിക്കാട്ടുകര മുതൽ പടിഞ്ഞാറ് കടത്തുകടവു വരെയും വടക്ക് മേത്താനം മുതൽ തെക്ക് മുട്ടാർ വരെയും പരന്നുകി ടന്ന ഏലൂരിലെ ഓരോ സെന്റിമീറ്റർ സ്ഥലവും നായ്ക്കൾ മണത്തു നോക്കുകയും പോലീസുകാർ സൂക്ഷ്മമായി പരിശോധിക്കുകയും ചെ യ്തു. എല്ലായിടത്തും ഏലൂരിന്റെ സവിശേഷമായ ഗന്ധം നിറഞ്ഞു നിന്നു. നായ്ക്കൾ ശക്തിയായി കുരയ്ക്കുകയും കണ്ടവരുടെ മേലെല്ലാം ചാടിവീഴുകയും ചെയ്തു. അവർ ഭയപ്പെട്ട് പിന്നാക്കം മാറി. നായ്ക്കൾ മുരണ്ടു കൊണ്ട് പിന്നെയും ഓടി. മനുഷ്യർക്കെല്ലാം എസ് ഒ ടുവിന്റെയും അമോണിയായുടെയും ക്ലോറിന്റെയും ഗന്ധമായിരുന്നു. അവരുടെ വസ്ത്ര

ങ്ങൾക്കെല്ലാം ഉമയുടെ മണമായിരുന്നു.

അന്തിയാവോളം ഓടിയോടിത്തളർന്ന നായ്ക്കളും പോലീസുകാരും ഗസ്റ്റ് ഹൗസിൽ തിരിച്ചെത്തി കണ്ടതെല്ലാം വാരിത്തിന്ന് കുടിച്ചു പൂസായി വണ്ടിയിൽ കയറി ഓടിച്ചുപോയി.

ഒട്ടകപക്ഷിയുടെ വർണ്ണചിത്രം പതിച്ച നൂറ്റിപ്പതിനെട്ടാം നമ്പർ ക്വാർട്ടേഴ്സിൽ ഇരുന്ന ഭരതൻ, താൻ പ്രസിഡന്റ് ആയിട്ടുള്ള ആറാമത്തെ യൂണിയന്റെ എക്സിക്യൂട്ടീവ് കമ്മിറ്റിയിലേക്കുള്ള അംഗങ്ങളുടെ പാനൽ തയ്യാറാക്കുകയായിരുന്നു. അമ്മായി, ബ്രേക്കോപ്ലസ് താല്ക്കാലികമായി നല്കിയ സൗഖ്യത്തിന്റെ ഹരിതാഭയിൽ കുളിച്ച് ഈറൻ മുടി അഴിഞ്ഞു ചിതറുമാറും പുതുവസ്ത്രങ്ങളണിഞ്ഞും നയനാഭിരാമയായി അവനരി കിലിരുന്ന് സിനിമാ മാസിക മറിച്ചുനോക്കി. കുറേക്കഴിഞ്ഞ് അവളതു മതിയാക്കി അവനെ നോക്കിക്കൊണ്ടിരുന്നു. അവൻ വിരലുകൾ കൊണ്ടു കണക്കുകൂട്ടുകയും എന്തൊക്കെയോ എഴുതുകയും എഴുതിയതിലധികം വെട്ടിക്കളയുകയും വീണ്ടും എഴുതുകയും ചെയ്തുകൊണ്ടിരുന്നു.

പൊടുന്നനെ അവൾ പറഞ്ഞു:

"ഭരതാ, നീ കേൾക്കുന്നുണ്ടോ? ഉമയെ കാണാനില്ലത്രേ. ഇനി അന്വേഷിക്കാനൊരിടവുമില്ല."

അവൾ അതിൽ താല്പര്യം കാണിക്കുന്നില്ലെന്ന് കണ്ട് അതവന്റെ ജാടയാണെന്നവൾ മനസ്സിലാക്കിക്കൊണ്ടു പറഞ്ഞു.

"നിനക്കെന്താ അതിൽ വിഷമമില്ലേ? ശിവാനന്ദനും ഭാര്യയും ആകെ തകർന്നു. അവർക്ക് അവളെന്നു വെച്ചാൽ പ്രാണനായിരുന്നു."

പാനലിൽ വരേണ്ട ഒരാളുടെ പേര് അബ്രഹാം മാത്യൂസ് എന്നായി രുന്നു. ബ്ര, ത്യൂ എന്നീ അക്ഷരങ്ങൾ എഴുതേണ്ടത് എങ്ങനെയെന്നതി നെക്കുറിച്ച് ആലോചിക്കുകയായിരുന്നു ഭരതൻ.

അവൾക്ക് അവന്റെ അനാസ്ഥ അഹന്തകൊണ്ടല്ലെന്നും മറ്റെന്തോ ആണ് കാരണമെന്നും തോന്നി.

"നിന്നോട് ഞാൻ പലതവണ പറഞ്ഞത് നീ ഓർക്കുന്നുണ്ടോ?"

അവൾ പലതവണ പറഞ്ഞതെന്താണെന്ന് ഭരതന് ഓർമ്മവന്നില്ല. ചോദ്യഭാവത്തിൽ അവൻ അവളെ നോക്കി.

"നീ ഇന്നലെ രാത്രി എവിടെപ്പോയിരുന്നു? ഞാൻ ചത്തുകിടക്കുക യൊന്നുമായിരുന്നില്ല്യ."

അവൻ ഞെട്ടി. അന്യന്റെ ഹൃദയം വായിക്കാനറിയാവുന്ന അമ്മായി തെളിഞ്ഞ കണ്ണാടി കൂട്ടിലെന്നപോലെ തന്റെ മനസ് കാണുകയാണെന്ന് അവർ ഭയപ്പെട്ടു. എല്ലാം അറിയാൻ കഴിയുന്ന അവളോട് ഉമയുടെ തിരോ ധാനത്തിന്റെ രഹസ്യത്തെക്കുറിച്ചു പറഞ്ഞാലോ എന്നവൻ ഒരു നിമിഷ നേരത്തേക്കു വിചാരിച്ചു. ഉടനെ രഹസ്യം വെളിപ്പെടുത്തുകയില്ലെന്നു ഉമയ്ക്കു ഉറപ്പുകൊടുത്തിട്ടുള്ളത് അവനു ഓർമ്മ വന്നു. ഏതായാലും ഞാനതു പറയില്ല. അവൻ തീരുമാനിച്ചു.

"അവളുമായി ഇടപെടുന്നതു സൂക്ഷിച്ചുവേണമെന്ന് ഞാൻ നിനക്കു മുന്നറിയിപ്പു തന്നിരുന്നു."

അവൾ താക്കീതിന്റെ സ്വരത്തിൽ സംസാരിക്കുന്നതുകേട്ട് ഭരതനു

കോപം വന്നു.

"അതിനിപ്പോൾ ഞാനെന്തു ചെയ്യണമെന്നാ അമ്മായി പറേണെ? എനിക്കറിയ്യോ ആ പെണ്ണ് എവിട്യാണെന്ന്!"

"നിനക്കറിയാം. നിനക്കു മാത്രമേ അറിയൂ."

ഒരു വിവാദത്തിലേർപ്പെടാൻ അപ്പോഴത്തെ അവസ്ഥയ്ക്കു അവൻ തയ്യാറായില്ല. തന്റെ പൂർത്തിയാകാത്ത പാനലിലേക്കു മടങ്ങിക്കൊണ്ട് അവൻ മനസ്സിന്റെ മീതെ യൂണിയൻ പ്രശ്നങ്ങൾ വലിച്ചിട്ടു.

ഒരു സ്കൂട്ടർ വന്നു നില്ക്കുന്നതിന്റെയും തുടർന്ന് കോളിങ് ബെൽ അടിക്കുന്നതിന്റെയും ശബ്ദം കേട്ട് അവൾ ചെന്നു വാതിൽ തുറന്നു. അറബി അക്ഷരങ്ങളിൽ എന്തോ എഴുതിയിട്ടുള്ള ഒരു തൂക്കുസഞ്ചിയുമേന്തി ചെല്ല പ്പനുണ്ട് മുന്നിൽ നില്ക്കുന്നു. അവൻ അവശനും പരിഭ്രാന്തനുമായിരുന്നു.

"എന്തു വേണം?"

അമ്മായി ചോദിച്ചു.

"എനിക്ക് ഭരതനെ കാണണം."

"അവൻ എഴുതുകയാണ്."

"എനിക്കവനെ കണ്ടേ തീരൂ."

"ഇരിക്കൂ ഞാനവനോടു പറയാം."

ചെല്ലപ്പനു ഭരതനെ കണ്ടേ തീരൂ. അതവന്റെ ജീവന്മരണ പ്രശ്ന മായിരുന്നു. താൻ പിടികൂടപ്പെട്ടു എന്നുവന്നപ്പോൾ ചെല്ലപ്പൻ രക്ഷക നായി കണ്ടെത്തിയത് ഭരതനെ മാത്രമായിരുന്നു. കുറച്ചുകാലമായി അവർ തമ്മിൽ കാണാറില്ലായിരുന്നു. ഭരതന്റെ തുടരെത്തുടരെയുള്ള വളർച്ച കണ്ട് അവനിൽ നിന്നു താൻ എത്രയോ അകന്നുപോയെന്ന് ചെല്ലപ്പൻ മനസ്സിലാക്കി. ഒരു തൊഴിലുമില്ലാതെ, നൂറുമില്ലി ചാരായം വാങ്ങിക്കുടി ക്കാൻ കൈയിൽ കാശില്ലാതെ ഏലൂരിൽ വന്നെത്തിയ ഭരതൻ പ്രസിദ്ധ നായ നോവലെഴുത്തുകാരനും ഏലൂരിലെ അനിഷേധ്യനായ തൊഴിലാളി നേതാവും ആയിത്തീർന്ന മഹാത്ഭുതങ്ങളുടെ കഥകളിൽ താനൊരിട ത്തുമില്ലെന്നു ചെല്ലപ്പനറിയാം. എന്നിരുന്നാലും തന്റെ സുഹൃത്തായിരുന്നു അവൻ. ഒരുകാലത്ത് അവർ ഒന്നിച്ച് ചാരായം കുടിക്കുകയും തെറിപാ ടുകയും സിനിമ കാണുകയും ചെയ്തിരുന്നു. ഭരതൻ അതൊന്നും മറന്നി ട്ടുണ്ടാവില്ല. ചെല്ലപ്പൻ ഓർത്തു. ഇപ്പോൾ, ഈ ആത്യന്തിക ഘട്ടത്തിൽ തന്നെ സഹായിക്കേണ്ടത് ഭരതന്റെ കടമയാണെന്നു കൂടി ചെല്ലപ്പൻ കരുതി.

മൂന്നു ദിവസം മുൻപ് ചെല്ലപ്പന് ഒരു പിഴ പറ്റി. അതവന്റെ വിനാശ ത്തിന്റെ വിത്തു പാകി.

രാവിലെ എട്ടുമണിക്ക് ഡേ ഷിഫ്റ്റിന് തൊഴിലാളികൾ കയറുകയും രാത്രി ഷിഫ്റ്റുകഴിഞ്ഞ് ഉറക്കച്ചടവോടെ പണിക്കാർ ഇറങ്ങുകയും ചെയ്യുന്ന തിരക്കേറിയ സമയത്ത് കമ്പനി ഗേറ്റിന്റെ മുന്നിൽ നിർത്തി വെച്ചിരുന്ന ചെല്ലപ്പന്റെ സ്കൂട്ടറിൽ അലഞ്ഞു നടന്ന ഒരു പശുവന്നു മുട്ടി. സ്കൂട്ടർ മറിഞ്ഞുവീണു. അതിൽ ഘടിപ്പിച്ചിരുന്ന പെട്ടിതുറന്ന് പോവുകയും ഒരു പ്ലാസ്റ്റിക് ഭരണിയിൽ നിറച്ചുണ്ടായിരുന്ന മെർക്കുറി ടാറിട്ട നിരത്തിൽ വീണു ചിതറുകയും ചെയ്തു. റോഡിന്റെ കറുത്തു മിനുസമാർന്ന പ്രതലത്തിൽ രസത്തിന്റെ നൂറായിരം ചെറുഗോളങ്ങൾ

ഉഴറിപ്പാഞ്ഞു. രസകരവും അവിശ്വാസനീയവുമായ കാഴ്ച കണ്ട് ആളു
കൾ അന്തംവിട്ട് നോക്കിനിന്നു. കിഴക്കുനിന്നും പടിഞ്ഞാറുനിന്നും വന്ന
ബസുകളും ലോറികളും കാറുകളും പെട്ടെന്നു ബ്രേക്ക് ചെയ്ത് രസ
ഗോളങ്ങളുടെ പരക്കം പാച്ചിലുകൾക്ക് വഴിയൊരുക്കി. ഏതാനും നിമി
ഷനേരത്തെ അന്ധാളിപ്പിനുശേഷം വെളിച്ചം കിട്ടിയ ആളുകൾ രസഗോ
ളങ്ങളുടെ പുറകെ പാഞ്ഞു നടന്ന് ചാണകയുരുളുകളിൽ അവയെ ഒപ്പി
യെടുത്തു. മനുഷ്യർ നേതൃത്വത്തിന്റെ ആവശ്യമില്ലാതെ ഇത്രയും ചടു
ലമായി അമിതമായ ഉത്സാഹത്തോടെ കടന്നാക്രമണം നടത്തിയ സംഭ
വങ്ങൾ ലോകചരിത്രത്തിൽ കണ്ടെന്നുവരില്ല. അത്രയ്ക്കും കണിശവും
ചിട്ടയാർന്നതുമായിരുന്നു അവരുടെ മുന്നേറ്റം. നിമിഷങ്ങൾക്കുള്ളിൽ എല്ലാ
രസഗോളങ്ങളും അപ്രത്യക്ഷമായി. വാഹനങ്ങൾ ഓടുകയും ആ
ജാഥയ്ക്ക് വെളിവു കിട്ടുകയും ചെയ്തു. അപ്പോഴാണ് സ്കൂട്ടറിന്റെ ഉട
മസ്ഥൻ ആരെന്ന അന്വേഷണമുണ്ടായത്. ആ വാഹനത്തിന് തല്ക്കാലം
ഉടമസ്ഥനില്ലായിരുന്നു. അതവിടെ ഓടിച്ചുകൊണ്ടുവന്നു നിറുത്തിയ ചെല്ല
പ്പൻ ആളുകളുടെ വെപ്രാളങ്ങൾക്കിടയിൽ വിസ്മൃതനായി എറണാകുള
ത്തേക്കു പോകുന്ന ഒരു ബസിൽ കയറിക്കൂടി രക്ഷപ്പെട്ടു. പക്ഷേ, ശ്രവന
വിടെ വരുന്നതും വാഹനം നിറുത്തി മുറുക്കാൻ കടയിൽ ചെന്ന് സിഗരറ്റു
വാങ്ങുന്നതും പത്തുപേരെങ്കിലും കണ്ടിട്ടുണ്ട്. ആ വണ്ടി അവൻ പലപ്പോഴും
ഓടിച്ചു പോകുന്നത് ധാരാളം ആളുകൾ എന്നും കാണാറുള്ളതാണ്.

ചെല്ലപ്പൻ പിടിയിലകപ്പെടരുതെന്ന് ആത്മാർത്ഥമായി ആഗ്രഹിക്കുന്ന
കുറേപ്പേർ കമ്പനിയിലുണ്ടായിരുന്നു. അവർ തമ്മിൽ തമ്മിൽ ഒരിക്കലും
പറയാത്തതും എന്നാൽ അവർക്കു മാത്രം അറിയാവുന്നതുമായ ഒരു
രഹസ്യമുണ്ടായിരുന്നു. അതായിരുന്നു രസം. കമ്പനിയുടെ അസം
സ്കൃത പദാർത്ഥങ്ങളിൽ ഒന്നായിരുന്നു അത്. കൊച്ചിയിൽ അത് മുന്തിയ
വിലയ്ക്കു വാങ്ങാൻ ഏജന്റുമാർ ഉണ്ടായിരുന്നു. അവിടെ സാധനം
എത്തിച്ചുകൊടുക്കാൻ ചെല്ലപ്പനു എളുപ്പമായിരുന്നു. തന്റെ വിദേശ സാധ
നങ്ങളുടെ കച്ചവടത്തോടൊപ്പം വളരെ കാലമായി ചെല്ലപ്പൻ ഈ
തൊഴിൽ വിദഗ്ധമായി ചെയ്തുപോന്നു. ആദ്യമാദ്യം കമ്പനി ജീവന
ക്കാർ രസം കടത്തിയിരുന്നത് സ്വന്തം ഉത്തരവാദിത്വത്തിലായിരുന്നു.
അവർ പോക്കറ്റിൽ കുത്തിയിരുന്ന പേനകൾ ഒരു കാലത്തും സെക്യൂ
രിറ്റി ഉദ്യോഗസ്ഥന്മാർ പരിശോധിച്ചിരുന്നില്ല. വണ്ണവും നീളവും കൂടിയ
ആ പേനകളിൽ മഷിയുണ്ടായിരുന്നില്ല. അവ എഴുതാൻ ഉപയോഗിച്ചുമി
ല്ല. കൊച്ചിയിൽ നിന്നെത്താറുള്ള ഏജന്റുമാരാണ് അവരെ വേറെവേറെ
ചെന്നുകണ്ട് ചെല്ലപ്പനെ പരിചയപ്പെടുത്തിക്കൊടുത്തത്. കമ്പനിയിലെ
ഓരോ രസം കടത്തിപ്പുകാരനും താൻ മാത്രമാണത് ചെയ്യുന്നത് എന്നും
ധരിച്ചിരുന്നു. ചെല്ലപ്പൻ ഓരോ ആളെയും ഹൃദയക്കാറ്റയ്ക്ക് സമീപിച്ചാണ്
രസം ശേഖരിച്ചിരുന്നത്. സെക്യൂരിറ്റി ഉദ്യോഗസ്ഥന്മാരെ സമർത്ഥമായി
കബളിപ്പിച്ച് പദാർത്ഥം പുറത്തു കൊണ്ടുപോരാൻ അവൻ ഓരോ
സന്ദർഭത്തിലും അത്ഭുതകരമായ തന്ത്രങ്ങൾ ഉപയോഗിച്ചിരുന്നു. വാസ്ത
വത്തിൽ അവൻ അവരുടെയെല്ലാം ചങ്ങാതിയായിരുന്നു.

ഇത്തവണ അവൻ പിടികൂടപ്പെടുമെന്നു മിക്കവാറും ഉറപ്പായിരുന്നു.

അവൻ ഗോമാതാവായി ബഹുമാനിച്ചിരുന്ന ആ ജന്തു തന്നെയാണ് അതിനു കളമൊരുക്കിയത് എന്നത് ചരിത്രത്തിന്റെ ഒരു തമാശയായിരു ന്നു. പക്ഷേ, അവൻ ഓടിച്ചിരുന്ന വാഹനം അവന്റെ പേരിലുള്ളതല്ലായി രുന്നു. രസം നല്കിപ്പോന്ന ഒരുദ്യോഗസ്ഥന്റെ പേരിൽ രജിസ്റ്റർ ചെയ്ത്, ചെല്ലപ്പൻ പണം കൊടുത്തു വാങ്ങിച്ചുപയോഗിച്ചിരുന്നതായിരുന്നു അത്. ഉദ്യോഗസ്ഥന് തന്റെ പേരിൽ സ്കൂട്ടർ ഉണ്ടെന്നുള്ളതിനാൽ കമ്പനിയിൽ നിന്ന് മാസം തോറും വെഹിക്കിൾ അലവൻസ് ലഭിച്ചു പോന്നു.

വാഹനം വഴിയിൽ നിന്നു പോലീസുകാർ സ്റ്റേഷനിൽ കൊണ്ടു പോയി വെയ്ക്കുകയും അതിന്റെ രജിസ്ട്രേഷൻ നോക്കി ഉടമസ്ഥനെ കണ്ടെത്തുകയും ചെയ്തു. എല്ലാം കുഴഞ്ഞുമറിഞ്ഞ സാഹചര്യത്തിൽ സ്വരക്ഷയെക്കരുതി ചെല്ലപ്പൻ കുറേക്കാലമായി നടന്നു ശീലമില്ലാത്തതു കൊണ്ട് മറ്റൊരാളുടെ വാഹന

പം കടം വാങ്ങി, ഭരതനെത്തേടിയെത്തി.

ബ്ര, ത്യൂ എന്നീ അക്ഷരങ്ങൾ വരുത്തിവെച്ച കുഴപ്പംമൂലം അബ്രഹാം മാത്യൂസിനെ പാനലിൽ നിന്നൊഴിവാക്കി താരു എന്നയാളെ ഭരതൻ തെരഞ്ഞെടുത്ത് എഴുതിച്ചേർത്തു.

അങ്ങനെ പാനൽ മിക്കവാറും പൂർത്തിയായപ്പോഴാണ് ചെല്ലപ്പൻ വിളിക്കുന്നുവെന്ന് അമ്മായി ചെന്നു പറഞ്ഞത്. ഭരതനു നിർവേദമായി. അവനപ്പോൾ ചെല്ലപ്പനെയെന്നല്ല ആരെയും നേരിടാൻ ഇഷ്ടപ്പെട്ടിരുന്നില്ല.

വെളുത്തുതടിച്ച്, ഒരല്പം കുടവയറോടെ ഭരതൻ നീണ്ടു നിവർന്നു വരുന്നതു കണ്ടപ്പോൾ ചെല്ലപ്പനു ആളെ മനസ്സിലാക്കാൻ പ്രയാസമായി.

ഭരതൻ ചെല്ലപ്പന്റെ മുന്നിൽ കസേരയിൽ അലസമായി ചാരിക്കിടന്നു.

"എന്തുവേണം?"

ഭരതന്റെ ചോദ്യത്തിൽ അപരിചിതത്വം മുറ്റിനിന്നു.

"ഭരതാ, നീയാകെ മാറിപ്പോയല്ലോ."

താൻ അവന്റെ സുഹൃത്താണെന്നു ഉറപ്പിക്കാൻ ചെല്ലപ്പൻ തികച്ചും സ്വാഭാവികമായിട്ടാണു സംസാരിച്ചത്.

ഭരതന്റെ മുഖം ഗൗരവപൂർണ്ണമാവുകയും അവൻ അസ്വസ്ഥനാവു കയും ചെയ്തു. ചെല്ലപ്പനെ നടുക്കുമാറ് അവൻ ചോദിച്ചു:

"മിസ്റ്റർ, നിങ്ങളാരാണ്? നിങ്ങൾക്കെന്തുവേണം?"

"ഭരതാ, നീയെന്താണീ പറയുന്നത്! നിനക്കു വെളിവില്ലേ?"

"വായടയ്ക്കൂ അസംബന്ധം പറയരുത്. നിങ്ങൾക്കു നേരം കളയാ നുള്ള കളിപ്പാട്ടമല്ല ഞാൻ."

"ഭരതാ, തമാശ കളയൂ. ഞാനാകെ കുഴപ്പത്തിലാണ്. നീയൊരു ത്തൻ വിചാരിച്ചാലേ എന്നെ രക്ഷിക്കാനാവൂ. ഏലൂരിലെ ഇന്നത്തെ നിലയ്ക്ക് നിനക്കുള്ള സ്വാധീനം ഉപയോഗിച്ച്."

ചെല്ലപ്പനു പൂർത്തിയാക്കാൻ കഴിയും മുൻപേ ഭരതൻ എഴുന്നേറ്റു കൊണ്ട് അലറി.

"നിങ്ങളെ രക്ഷിക്കാൻ ഞാനാരാണ്? എന്തിനു രക്ഷിക്കണം? എന്തിൽ നിന്നു രക്ഷിക്കണം? നിങ്ങൾ പോയി തുലയൂ. ഭരതനെ നിങ്ങൾക്കറിയില്ല. അവൻ സ്വയം രക്ഷകനും ശിക്ഷകനുമാണ്. അന്യ

രുടെ പുണ്യപാപങ്ങളിൽ അവനു അധികാരമില്ല."

അപ്പോൾ അവന്റെ ഉള്ളിൽ പരുന്തിനെക്കാൾ വലിപ്പവും മഞ്ഞനിറ വുമുള്ള ഒരു പക്ഷി ചിറകടിച്ചു. നൂറ്റിയെട്ട് ഇല്ലങ്ങൾ താണ്ടി കാളിയുടെ കവാടത്തിൽ ഉറക്കെയുറക്കെ മുട്ടിവിളിച്ച വിശന്നുപൊരിഞ്ഞ ബ്രാഹ്മ ണന്റെ ശബ്ദമായിരുന്നു അത്. പടച്ചോറ് കൊത്തിത്തിന്ന്, ചാലിയത്തി നാരായണി ഒഴിച്ചുകൊടുത്ത വാറ്റു ചാരായം മോന്തി മഹാദേവക്ഷേത്രത്തിന്റെ ഗോപുരനടയിലെ അറയാലിൽ കൊമ്പത്തിരുന്ന് സ്വന്തം ശാപത്തിന്റെ ബലിക്കല്ലിൽ ആഞ്ഞാഞ്ഞുകൊത്തുന്നതിന്റെ രടിതമായിരുന്നു അത്.

ഭരതനു വെളിവു കെട്ടിരിക്കയാണെന്നും അപ്പോൾ അവനോടു സംസാരിച്ചതു കൊണ്ട് പ്രയോജനമില്ലെന്നും ചെല്ലപ്പനു മനസ്സിലായി. പോകാനായി എഴുന്നേറ്റു കൊണ്ട് അവൻ ഭരതനോട് പറഞ്ഞു:

"നിനക്കു സ്വബോധം നശിച്ചിരിക്കുന്നു. അത് തിരിച്ചുകിട്ടുമ്പോൾ നീ പശ്ചാത്തപിക്കും; പക്ഷേ, നിനക്കതിനു ഇട വരുകയില്ലെന്നു തന്നെ ഞാൻ വിശ്വസിക്കുന്നു. ഭരതാ ഞാൻ പോകുന്നു. നീ നേടിയ ഉയരങ്ങൾ നിന്റെ പതനത്തെ കൂടുതൽ മാരകമാക്കുമെന്നു നീ ഓർത്തോ."

ഭരതന്റെ ചുണ്ടിൽ നിമിഷനേരത്തേക്ക് ഒരിളം പുഞ്ചിരി തങ്ങി നിന്നു.

ചെല്ലപ്പൻ പോയിക്കഴിഞ്ഞപ്പോൾ അമ്മായി ഭരതനെ ശാസിച്ചു. അവൻ നന്ദിയില്ലാത്തവനാണെന്നും പഴയ കാര്യങ്ങളൊക്കെ മനഃപൂർവ്വം മറന്നുവെന്നു നടിക്കുന്ന അല്പനാണെന്നും കുറ്റപ്പെടുത്തി. അവന്റെ വളർച്ചയ്ക്കു താനാണ് പൂർണ്ണ ഉത്തരവാദിയെന്നും ഇനിയും വേണമെ ന്നുവെച്ചാൽ അവനെ പഴയനിലയിലേക്കു എത്തിക്കാൻ തനിക്കാവു മെന്നും അവൾ പറഞ്ഞു.

ഭരതന് ഇനി ഏലൂരുനിന്ന് പോകാനാവാത്തതുകൊണ്ട് ഒരു മുറി വാടകയ്ക്കെടുത്ത് താമസിക്കുകയാണു നല്ലതെന്ന് അവൾ തുറന്നു പറഞ്ഞു. മദ്ധ്യവേനൽ അവധിക്ക് സ്കൂൾ അടച്ചുകഴിഞ്ഞാൽ ക്വാർട്ടേഴ്സ് ഒഴിഞ്ഞുകൊടുത്ത് മഞ്ഞുമ്മൽ ഒരു വീടു വാടകയ്ക്കെടുത്തു താമസിക്കാൻ പോകയാണെന്നും അവിടെയും ഭരതന് ഇടം ഉണ്ടാകയി ല്ലെന്നും അവൾ പറഞ്ഞു. അവൻ അവൾ പറയുന്നതെല്ലാം കേട്ട് മിണ്ടാ തിരുന്നതേയുള്ളൂ. വെള്ളിയാഴ്ചയെക്കുറിച്ചു ചിന്തിക്കുകയായിരുന്നു അവൻ. ഉമ പറഞ്ഞിരുന്നത് അന്ന് തമ്മിൽ കാണാമെന്നാണല്ലോ. അവ ളുടെ പ്രത്യാഗമനത്തെ പ്രതിപാലനം ചെയ്തു കഴിച്ചുകൂട്ടേണ്ട നീണ്ട ദിവസങ്ങളെ ക്കുറിച്ചോർത്തപ്പോൾ അവൻ കൂടുതൽ അസ്വസ്ഥനായി. തന്റെ വ്യാകുലതകളെ അറിയാനോ അറിഞ്ഞാൽത്തന്നെ അനുകമ്പ യാർന്ന് അനുതപിപ്പാനോ ആരുമില്ലല്ലോ എന്നവൻ വിഷാദിച്ചു.

അന്നുരാത്രി വളരെ നേരം ചെന്നിട്ടും ഭരതന്റെ അമ്മായിക്ക് ഉറക്കം വന്നില്ല. അവൾ കരയുകയായിരുന്നു. ഭർത്താവിനെക്കുറിച്ചുള്ള സ്മര ണകൾ അവളെ വേട്ടയാടി. അയാളൊരുമിച്ചു ഏലൂരിൽ താമസിക്കാൻ വന്നതും ഒരു കൊച്ചു കുടുംബം പതുക്കെപ്പതുക്കെ ഉണ്ടാക്കിയെടുത്തതും അവൾ ഓർത്തു. അയാളുടെ ചിരിയും സൗമ്യമായ സംസാരവും അവളുടെ കാതിൽ നിറഞ്ഞു. അയാളുടെ സ്നേഹത്തിന്റെ സ്നിഗ്ധധ്രയും സ്പർശ നത്തിന്റെ ഊഷ്മളതയും അവളുടെ സിരകളിൽ സാന്ത്രാസങ്ങളായി.

അയാളുടെ പൗരുഷത്തിന്റെ പരാക്രമങ്ങളും ചൂരും അവളെ ഉദ്ദിഗ്നയാക്കി.

അവൾ എഴുന്നേറ്റു ചെന്ന് ജനൽ തുറന്നിട്ടു. കമ്പനിയിലെ ഇരമ്പ ലുകളൊഴികെ മറ്റെല്ലാം ശാന്തമായിരുന്നു. ഭർത്താവിനെ ഒരിക്കൽക്കൂടി കണ്ടാൽ കൊള്ളാമെന്നവൾ കൊതിച്ചു. ജനലഴികളിൽ മുഖമുയർത്തി പുറത്തേക്കു നോക്കിനിന്നു. ഹൃദയം സ്നേഹം നിറഞ്ഞുവഴിഞ്ഞു. "എന്റെ ജീവനേ, എനിക്ക് വേറെയാരുമില്ല. ഞാനും കുട്ടികളും അനാഥ രാണ്. ഞങ്ങൾക്കു വേണ്ടി ഒരിക്കൽക്കൂടി വരൂ, പുനർജനിക്കൂ."

നേരം പുലരും മുൻപ് അവൾ ഭരതനെ വിളിച്ചുണർത്തി. അവളുടെ കണ്ണുകൾ സജലങ്ങളും ശബ്ദം ഇടറിയുമിരുന്നു.

"ഭരതാ നീയെങ്ങും പോകരുത്. ഞാൻ പറഞ്ഞതൊക്കെ മറന്നുകളയൂ."

അവൾ പൊട്ടിക്കരഞ്ഞു.

ഭരതൻ അമ്പരന്ന്, അത് അമ്മായിതന്നെയോ എന്നു വിശ്വസിക്കാ നാവാതെ മിഴിച്ചു നിന്നു.

പതിനെട്ട്

ഭരതൻ, പിന്നീട് തനിക്ക് സാദ്ധ്യമാകാതെ പോയാലോ എന്നു കരുതി എല്ലാം മുൻപേ കുറിച്ചുവെച്ചു.

വെള്ളിയാഴ്ച.

ഭരതൻ അന്ന് എല്ലാ പൊതുപരിപാടികളും ഉപേക്ഷിച്ചു. സന്ദർശ കരെ ആരെയും തന്നെക്കാണാൻ അനുവദിച്ചില്ല. നേരത്തേ നിശ്ചയിച്ചി രുന്ന ചില ജനറൽ ബോഡിയോഗങ്ങൾ, കമ്മിറ്റി മീറ്റിങ്ങുകൾ, സിംപോസിയങ്ങൾ തുടങ്ങിയവ അവന്റെ അസാധാരണമായ തീരുമാനം മൂലം മാറ്റി വെയ്ക്കേണ്ടി വന്നു. അമ്മായി അവന്റെ ഭാവമാറ്റം കണ്ട് കാരണമന്വേഷിച്ചപ്പോൾ തനിക്കു വിശ്രമം ആവശ്യമാണെന്ന് അവൻ പറഞ്ഞു. അവൾക്കത് ശരിയാണെന്നു തോന്നി.

പകൽനേരം മുഴുവൻ ഭരതൻ ഉറങ്ങുകയായിരുന്നു. രാവിലെ ചായയും പലഹാരവും കഴിക്കാൻ അവൻ എഴുന്നേറ്റില്ല. അവൾ അവനെ ഉണർത്താൻ ആവുന്നതെല്ലാം ചെയ്തു. ഉച്ചയ്ക്ക് ഊണു കഴിക്കുമ്പോഴും അവൻ ഇരുന്ന് ഉറങ്ങുകയായിരുന്നു. അമ്മായി വിളിച്ചുണർത്തിയപ്പോൾ അവൻ വായിൽ പാതിചവച്ച ഭക്ഷണം വിഴുങ്ങി. ആ ഇരിപ്പിൽ അവൾ അവന്റെ കൈയും വായും കഴുകിച്ച് താങ്ങിപ്പിടിച്ച് കൊണ്ടുപോയി കട്ടിലിൽ കിടത്തി. അവന് എന്തെങ്കിലും രോഗമാണോ എന്നു പോലും അവൾ ഭയപ്പെട്ടു.

അവന്റെ കൂർക്കംവലി വീടുമുഴുവൻ നിറഞ്ഞു നിന്നു. അനവരതം പ്രവർത്തിക്കുന്ന യന്ത്രത്തിൽ നിന്നെന്നപോലെ ശബ്ദമുഖരിതമായി വീട് ഫാക്ടറിയുടെ ഒരു പ്ലാന്റ് ആയി. മതിയാവോളം ഉറങ്ങട്ടെയെന്നു കരുതി അവൾ അത്താഴത്തിന് അവനെ വിളിച്ചില്ല.

രാത്രി പന്ത്രണ്ടുമണിയുടെ സൈറൺ മുഴങ്ങുമ്പോൾ അവൻ ഉണർന്നു. നിദ്രാലസ്യംമൂലം കണ്ണുകൾ തുറക്കാൻപോലുമാകാതെ അവൻ

പുറത്തേക്കുള്ള വാതിൽ തേടി പലവട്ടം മുറിയിൽ ചുറ്റി നടന്നു. ഒടുവിൽ അവനത് തിരിച്ചറിഞ്ഞു. ഏലൂർക്കു പോന്നതിന്റെ തലേരാത്രിയിലുണ്ടാ യപോലെ വിചിത്രമായ ഒരസ്വാസ്ഥ്യം അവനെ പിടികൂടി. മനസ്സ് സജ്ജീ വമാക്കി വെക്കേണ്ടതിന്റെ ആവശ്യത്തെക്കുറിച്ച് ഭരതൻ ബോധവാനായി.

ഷിഫ്റ്റ് കഴിഞ്ഞ് ആളുകൾ ഒഴിഞ്ഞുപോകാൻ കാത്തുനിന്നു. കാറു കളുടെയും സ്കൂട്ടറുകളുടെയും സൈക്കിൾ ബല്ലുകളുടെയും ശബ്ദമ കന്ന് കാൽനടക്കാരായ തൊഴിലാളികളും ക്വാർട്ടേഴ്സുകളിൽ എത്തി ച്ചേർന്നുവെന്നുറപ്പായപ്പോൾ ഭരതൻ ജനറൽ മാനേജർ ജി ആർ സി പിള്ള യുടെ ക്വാർട്ടേഴ്സിന്റെ പിന്നിലുള്ള കുറ്റിക്കാടിനെ ലക്ഷ്യമാക്കി നടന്നു.

ടൗൺഷിപ്പിൽ വെളിച്ചമില്ലാത്ത സ്ഥലങ്ങളിൽ ഒന്നായിരുന്നു അത്. അറുപത്തിയാറ് കിലോ വോൾട്ട് വിദ്യുച്ഛക്തി പ്രവഹിക്കുന്ന ചെമ്പുക മ്പികളെ താങ്ങിനില്ക്കുന്ന കൂറ്റൻ ടവർ ഒരു രാക്ഷസനെപ്പോലെ തോന്നിച്ചു.

ഭരതൻ കുറ്റിച്ചെടികൾക്കിടയിൽ, ആരെങ്കിലും ആ വഴിയേ വന്നാൽ തന്നെ കാണാതിരിപ്പാൻ ഒതുങ്ങിയിരുന്നു. ദൂരെ കമ്പനിയിൽ നിന്ന് പുക പടലങ്ങൾ ആകാശത്തേക്കുയരുന്നതു കാണാം. ചന്ദ്രനോ നക്ഷത്രങ്ങളോ ഇല്ലാത്ത കറുത്ത മേലാപ്പിനു കീഴെ ഏലൂർ എന്ന വ്യവസായ നഗര ത്തിന്റെ നഗ്നമായ രൂപം ഭൂമിയുടെ ശാപം ഘനീഭവിച്ചപോലെയായിരുന്നു.

ഭരതന് താൻ എത്രനേരം കാത്തിരുന്നുവെന്നു ഓർമ്മയില്ല.

ആരെല്ലാമോ നടന്നുവരുന്നതായി തോന്നി. ഉമയും താനുമായുള്ള സമാഗമത്തെ തടസ്സപ്പെടുത്തിയേക്കാവുന്ന വിധത്തിൽ ആരെങ്കിലും അവിടെ വന്നെത്തുമെന്ന് ഭരതൻ കണക്കാക്കിയിരുന്നില്ല. ആളുകളെ കണ്ട് ഉമ വരാതിരുന്നാലോ എന്നവൻ സംശയിച്ചു.

ആഗതർ ഭരതൻ ഒളിഞ്ഞിരുന്ന ഇടത്തേക്കുതന്നെയാണ് വന്നത്. അവർ ഒച്ചതാഴ്ത്തി എന്തെല്ലാമോ സംസാരിക്കുന്നുണ്ടായിരുന്നു. അവർ അടുത്തെത്തിയപ്പോൾ ഭരതന് രാത്രിയുടെ ഇരുണ്ട വെളിച്ചത്തിൽ വ്യക്ത മായി കാണാൻ കഴിഞ്ഞു. അവർ നാലുപേർ ഉണ്ടായിരുന്നു. അവരിൽ ഒരാൾ ഭരതന്റെ മരിച്ചുപോയ അമ്മാവനായിരുന്നു. മറ്റു മൂന്നുപേരെ അവനു പരിചയമില്ലായിരുന്നു.

അമ്മാവൻ പറഞ്ഞു:

"അവൻ ഇവിടെയെങ്ങാനും ഉണ്ടാവും."

കൂട്ടത്തിലൊരുവൻ ചോദിച്ചു:

"ഒറപ്പാണോ? വരുമെന്ന് ഒറപ്പുണ്ടോ?"

"ഉറപ്പാണ് അവനു വരാതിരിപ്പാൻ പറ്റില്ല."

അയാൾ "ഭരതാ... ഭരതാ..." എന്നു പതുക്കെ വിളിച്ചു. താനും അവർ കണ്ടെത്തിക്കഴിഞ്ഞുവെന്നും ഇനി ഒളിച്ചിരിക്കേണ്ടതിന്റെ ആവശ്യമി ല്ലെന്നും ഭരതനു മനസ്സിലായി. അവൻ കുറ്റിച്ചെടികൾക്കിടയിൽ നിന്നെ ഴുന്നേറ്റ് അവരുടെ മുൻപിൽ ചെന്നു നിന്നു. ജീവിച്ചിരുന്ന കാലത്തെന്ന പോലെ അമ്മാവന് ഭരതനെ കണ്ടപ്പോൾ വലിയ സന്തോഷമൊന്നും തോന്നിയില്ല. ഭരതൻ "എന്റെ അമ്മാവൻ, എന്റെ അമ്മാവൻ" എന്നും പറഞ്ഞ്

അയാളുടെ മുൻപിൽ നിന്നു വിതുമ്പാൻ തുടങ്ങി. അവർക്ക് അതൊരു ശല്യമായി തോന്നി. അവരിലൊരാൾ തങ്ങൾ മരിച്ചവരാണെന്നും മനുഷ്യരുടെ ജാടകൾ ഇഷ്ടപ്പെടുന്നില്ലെന്നും പറഞ്ഞപ്പോൾ ഭരതൻ തന്റെ പ്രകടനം അവസാനിപ്പിച്ചു. അമ്മാവൻ ഒച്ച വളരെ താഴ്ത്തി രഹസ്യം പറയും പോലെയാണു സംസാരിച്ചത്. അയാൾ ഭരതനോടു പറഞ്ഞു:

"നീ വന്നതു നന്നായി. നീ വരുമെന്നു ഞങ്ങൾക്കറിയാമായിരുന്നെ ങ്കിലും, ജീവിച്ചിരിക്കുന്നവനായതുകൊണ്ട് തെറ്റുപറ്റുമോ എന്നു സംശ യിച്ചു. ഏതായാലും ഉദ്ദേശിച്ചപോലെ കാര്യങ്ങൾ നടന്നുവല്ലോ."

ജീവിച്ചിരുന്ന കാലത്ത് ഒരിക്കലും അമ്മാവൻ തന്നോട് ഇത്രയധികം വാക്കുകൾ ഒരുമിച്ചു പറഞ്ഞിട്ടില്ലെന്നു ഭരതൻ ഓർത്തു. മനുഷ്യൻ മരി ച്ചുകഴിഞ്ഞാൽ കൂടുതൽ നല്ലവനായിത്തീരുമെന്ന് അവനു ബോദ്ധ്യമായി.

അമ്മാവൻ കൂട്ടുകാരെ അവൻ പരിചയപ്പെടുത്തി.

തല മുണ്ഡനം ചെയ്ത് മുഷിഞ്ഞ വസ്ത്രങ്ങൾ ധരിച്ച് ദീനഭാവ ത്തിൽ നിന്ന വൃദ്ധൻ ചെല്ലപ്പന്റെ അച്ഛനായിരുന്നു.

ഗുഹ്യാവയവത്തിനു മീതെ ചിരട്ടകമഴ്ത്തിവെച്ച ഇംഗ്ലീഷുകവിതകൾ ചൊല്ലിക്കൊണ്ടിരുന്നവൻ കമ്പനി സ്കൂളിൽ അദ്ധ്യാപകനായിരുന്നു.

അസ്വസ്ഥവും ചകിതവുമായ ഭാവത്തിൽ ഇടത്തോട്ടും വലത്തോട്ടും പിന്നിലേക്കും കൂടെക്കൂടെ തിരിഞ്ഞു നോക്കിയവൻ ലോനയായിരുന്നു.

അമ്മാവൻ പറഞ്ഞു:

"ഞങ്ങൾ പ്രതിനിധികളാണ്. സ്വയം മരിക്കുകയോ അപകട ത്തിൽപ്പെട്ട് ജീവനോടുക്കേണ്ടി വരികയോ ചെയ്ത ഹതഭാഗ്യരായ പ്രേത ങ്ങൾക്കുവേണ്ടി ഞങ്ങൾ വന്നിരിക്കയാണ്."

തിടുക്കപ്പെട്ടു ലോന പറഞ്ഞു:

"ഞങ്ങൾക്ക് ജീവിക്കണമെന്നുണ്ടായിരുന്നു. ഒരുപാടുകാലം. നൂറ്റി യിരുപത്തിയാറാം നമ്പർ വണ്ടി എന്റെ ഒരു മീറ്റർ മുന്നിലെത്തിയപ്പോൾ ജീവിക്കണമെന്നു അതിഭയങ്കരമായ ലോഭം കൊണ്ടു തന്നെ ഞാൻ മരി ച്ചുപോയിരുന്നു. വണ്ടി കടന്നുപോകുന്നത് ഞാനറിഞ്ഞില്ല."

ഭരതൻ പറഞ്ഞു.:

"നിങ്ങൾക്കിപ്പോൾ എന്താണു കുഴപ്പം! ഞങ്ങൾ ജീവിച്ചിരിക്കുന്ന വരുടെ ദുരിതങ്ങൾ ഒരുകാലത്ത് അനുഭവിച്ചറിഞ്ഞവരല്ലേ നിങ്ങൾ? അവ രിൽ നിന്നെല്ലാം മുക്തി നേടിയിട്ടും കാലത്തെ അതിജീവിക്കാമെന്നായിട്ടും നിങ്ങൾക്കു തൃപ്തിയായില്ലേ?"

പ്രേതങ്ങൾ ചിരിച്ചു; ഒച്ചയില്ലാത്ത ചിരി.

ഭരതനു മടുത്തമ്പി. സമയം കടന്നു പോവുകയായിരുന്നു. തന്റെ പദ്ധതികളെ തകിടം മറിക്കാനെത്തിച്ചേർന്ന പരേതരുടെ ഹീനമായ തന്ത്ര ത്തിൽ നിന്ന് എങ്ങനെ രക്ഷപ്പെടാനാകുമെന്നറിയാതെ അവൻ കുഴങ്ങി.

"ഭരതാ നിന്റെ അമ്മായിക്കു സുഖം തന്നെയല്ലേ?"

അദ്ധ്യാപകനാണു ചോദിച്ചത്. ആ ചോദ്യം ആദ്യം ചോദിക്കേണ്ടിയിരുന്നത് അയാളല്ലെന്നും അമ്മാവനായിരുന്നുവെന്നും ഭരതനു തോന്നി. ഉടനെ

ഭർത്താവിനെക്കാൾ കാമുകനു തിടുക്കം കൂടുതലായിരിക്കുമെന്ന് അവ
നോർത്തു.

ചെല്ലപ്പന്റെ അച്ഛൻ പറഞ്ഞു:

"ഞങ്ങൾക്ക് ജീവലോകത്തിലെ എല്ലാം കാണാൻ കഴിയുന്നുണ്ട്.
പക്ഷേ, ഒന്നും മനസ്സിലാക്കാനാവുന്നില്ല. അതുകൊണ്ടു ചോദിക്കയാണ്.
മനുഷ്യലോകത്തിന്റെ അർത്ഥമെന്താണ്?"

"ഒരർത്ഥവുമില്ല."

ഭരതൻ പറഞ്ഞു.

"കമ്പനിയുടെ പ്രവർത്തനം എങ്ങനെ? യൂണിയനുകൾ സജീവ
മാണോ?"

"ഒന്നും നേരാവണ്ണമല്ല."

ഭരതന്റെ ശബ്ദത്തിൽ നിരാശയുണ്ടാക്കി.

ചെല്ലപ്പന്റെ അച്ഛൻ നെടുവീർപ്പിട്ടു കൊണ്ടുപറഞ്ഞു;

"ഞാനുണ്ടായിരുന്ന കാലം! അതെന്തൊരു കാലമായിരുന്നു! അന്ന്
കമ്പനിയിലെ ചെയർമാൻ ഏലൂരിലെ രാജാവായിരുന്നു; മഹാരാജാവ്.
അയാൾ രാജാവിന്റെ കഥ പറഞ്ഞു. ഭരതൻ പലപ്പോഴും പലരിൽ നിന്നും
ആ വീരഗാഥ കേട്ടിട്ടുണ്ട്.

രാജാവ് വീരപുരുഷനായിരുന്നു. ഒരു വ്യാഴവട്ടക്കാലം അയാൾ ഏലൂ
രിനെ അടക്കിഭരിച്ചു. അയാളുടെ ഇഷ്ടാനിഷ്ടങ്ങൾക്കൊത്താണ് സൂര്യ
ചന്ദ്രൻ ഉദിക്കുകയും അസ്തമിക്കുകയും ചെയ്തത്. മഴ പെയ്തതും
കാറ്റുവീശിയതും കരിയില പറന്നതും ചെടികൾ പുഷ്പിച്ചതും പുഴയൊ
ഴുകിയതും അയാളുടെ അനുവാദത്തോടെയായിരുന്നു. ആശ്രിതവസ
ലനും പ്രജാക്ഷേമൈകതല്പരനുമായിരുന്നു അയാൾ. പൊന്നുകെട്ടിയ
രുദ്രാക്ഷം കഴുത്തിലണിഞ്ഞ് ബാറ്റയുടെ ഏറ്റവും മുന്തിയ ഷൂ കാലിൽ
ധരിച്ച് ബ്ലേഡുകൊണ്ട് തോൾവശം കീറിയ വില കുറഞ്ഞ പരുത്തിക്കു
പ്പായമിട്ട്, കരയുള്ള മേൽമുണ്ട് ഒറ്റം ചീന്തയെറിഞ്ഞ് മടക്കി തോളത്തിട്ട്
ഒന്നിനു പുറകെ ഒന്നായി സ്റ്റേറ്റ് എക്സ്പ്രസ് സിഗരറ്റു പുകച്ച് എയർക
ണ്ടീഷൻ ചെയ്ത മുറിയിലിരുന്ന് അയാൾ ഏലൂർ ഭരിച്ചു. അയാളുടെ
ഓഫീസിന്റെ മുന്നിൽ കേന്ദ്രമന്ത്രിമാരും പാർലമെന്റ് അംഗങ്ങളും ഏലൂ
രിലെ നാടൻ കർഷകരും യൂണിയൻ നേതാക്കളും ക്ഷേത്രഭരണാധികാ
രികളും കഥകളിക്കാരും വൈതാളികരും പത്രപ്രതിനിധികളും കോൺട്രാ
ക്റ്റർമാരും ആനക്കാരും സർക്കസ്സിലെ കോമാളികളും തങ്ങളുടെ ഊഴം
കാത്തിരുന്നു. അയാൾ എല്ലാവർക്കും സന്ദർശനം അനുവദിച്ചു. ഓരോ
രുത്തനും ആവശ്യപ്പെട്ടത് ചെയ്തുകൊടുത്തു. അയാൾ വഴിക്കിണറു
കൾ ഉണ്ടാക്കി; വഴിയമ്പലങ്ങൾ പണിതു. വീരത്തുകൾക്കിരുവശവും
തണൽ മരങ്ങൾ വെച്ചുപിടിപ്പിച്ചു. പാലങ്ങൾ പണികഴിപ്പിച്ചു. ആശുപ
ത്രികളും വിദ്യാലയങ്ങളും സ്ഥാപിച്ചു. കഥകളിയും മോഹിനിയാട്ടവും
ഭരതനാട്യവും കുച്ചുപ്പുടിയും ഒഡീസ്സിയും കഥക്കും കോൽക്കളിയും
സർക്കസും കളരിപ്പയറ്റും കുതിരപ്പന്തയവും പ്രോത്സാഹിപ്പിച്ചു. ആട്ട
ത്തിനും പാട്ടിനും പണ്ടേ പേരുകേട്ട ഏലൂരിൽ എന്നും മൃദംഗധ്വനിയും

വീണാനാദവും ചെണ്ടമേളവും ചിലങ്കകളുടെ കിലുക്കവും നിറഞ്ഞു നിന്നു. കമ്പനിയിൽ ഉല്പാദനം നിയന്ത്രണാതീതമായി വർദ്ധിക്കുകയും കൊള്ള ലാഭമുണ്ടാവുകയും ചെയ്തു. കമ്പനി ജീവനക്കാർ ക്വാർട്ടേഴ്സു കളിൽ ദൈവങ്ങളോടൊപ്പം അയാളെ പടംവെച്ചു പൂജിച്ചു.

ഏലൂരിലും അയൽ പ്രദേശങ്ങളിലും ഉണ്ടായ എല്ലാ ഏർപ്പാടുകളു ടെയും രക്ഷാധികാരി ചെയർമാൻ ആയിരുന്നു. ചെറുതും വലുതുമായ സമ്മേളനങ്ങളും സിംപോസിയങ്ങളും മതപ്രഭാഷണങ്ങളും കലാപരി പാടികളും ഉത്സവാഘോഷങ്ങളും പറയെടുപ്പും അമ്പ് എഴുന്നള്ളിപ്പും ചന്ദനക്കുട മഹോത്സവും തോറ്റംപാട്ടും ഫുട്ബോൾ ടൂർണമെന്റും കബഡി മഹോത്സവവും വിദ്യാലയവാർഷികാഘോഷവും അയാൾ ഉദ്ഘാടനം ചെയ്തു. നെറ്റിപ്പട്ടം കെട്ടിയ ഗജവീരന്മാരുടെ അകമ്പടി യോടെ പഞ്ചവാദ്യത്തിന്റെ താളത്തിനൊപ്പിച്ച് തലയാട്ടിക്കൊണ്ടുള്ള എഴു ന്നള്ളത്തുകാണാൻ നിരത്തിന്റെ ഇരുവശത്തും ജനങ്ങൾ തിങ്ങിക്കൂടി. ആനകൾക്കുള്ള ഏക്കം, പഞ്ചവാദ്യക്കാർക്കുള്ള പ്രതിഫലം, ആനക്കോ പ്പുകളുടെ വാടക, വെടിക്കെട്ടിന്റെ വക ആദിയായ ചില്ലറ ചെലവു കൾക്കുള്ള ധനം കമ്പനി ഖജനാവിൽനിന്ന് അനുവദിച്ചു.

ഏലൂർ എല്ലാവിധത്തിലും സമ്പന്നവും പ്രസിദ്ധവുമായി. ചെയർമാന്റെ പേരു കേൾക്കുന്ന മാത്രയിൽത്തന്നെ ജനങ്ങൾ രോമാഞ്ച മണിഞ്ഞു. അയാളെപ്പോലെയാകാൻ അവർ ആഗ്രഹിച്ചു. കമ്പനി ഉദ്യോ ഗസ്ഥന്മാർ താണതരം പരുത്തിക്കുപ്പായം തോൾവശം കീറിധരിച്ചു. അയാ ളെപ്പോലെ ഇംഗ്ലീഷ് ഉച്ചരിക്കാനും കൂടെക്കൂടെ താടി തടവാനും ശീലി ച്ചു. ചെയർമാൻ ഒരിക്കൽ ബീഡി വലിക്കുന്നതു കണ്ട് അവർ സിഗരറ്റു കൾ വലിച്ചെറിഞ്ഞ് തിരക്കിട്ടുപോയി ബീഡി വാങ്ങി വലിച്ചു. അയാളുടെ ഓഫീസിലെ മേശപ്പുറത്ത് തെളിഞ്ഞ ചില്ലുഗ്ലാസിൽ വെള്ളം നിറച്ച് അട ച്ചുവെച്ചിരുന്നു. അയാൾ ഒരിക്കലും അത് കുടിച്ചില്ല. എല്ലാ ദിവസവും രാവിലെ അറ്റൻഡർ തലേദിവസത്തെ വെള്ളം ഒഴിച്ചുകളഞ്ഞ് പുതിയ വെള്ളം നിറച്ചുവെച്ചു. ചെയർമാന്റെ ഓഫീസിലെ മേശപ്പുറത്ത് വെള്ളം നിറച്ച സ്ഫടികപ്പാത്രം ഇരിക്കുന്നതു കാണാൻ ഭാഗ്യം സിദ്ധിച്ചവർ പറ ഞ്ഞറിഞ്ഞ് ഒരു ഓഫീസ് ആയാൽ അങ്ങനെ വേണമെന്നു കരുതി, എല്ലാ ഓഫീസർമാരും തങ്ങളുടെ മേശപ്പുറത്തു സ്ഫടികപ്പാത്രങ്ങളിൽ വെള്ളം നിറച്ച് അടച്ചു വെയ്ക്കാൻ തുടങ്ങി. അയാൾ കഥകളി കാണാൻ പോയാൽ അവരെല്ലാവരും കളിവിളക്കിന്റെ മുന്നിൽ തിക്കിത്തിരക്കി. അയാൾ എഴു ന്നേറ്റുപോയാൽ കളി മോശമാണെന്നു വിചാരിച്ച്, അതെന്തുകഥയാണ് ആടുന്നതെന്നുപോലും തിരിച്ചറിയാതെ അവർ എണീറ്റുപോന്നു.

ഒരിക്കൽ കേന്ദ്രവ്യവസായ വകുപ്പുമന്ത്രി കമ്പനി സന്ദർശിക്കാനെ ത്തി. പന്ത്രണ്ട് എം ഡബ്ല്യു ക്യാപ്റ്റീവ് പവർപ്ലാന്റിനുള്ള ഒരു കരാർ ഉത്തർപ്രദേശിലെ തന്റെ ബന്ധുവിന്റെ പേരിൽ ഉറപ്പിക്കുകയെന്ന ലളി തമായ ഉദ്ദേശ്യം അയാളുടെ സന്ദർശനത്തെ കൂടുതൽ ആകർഷകമാക്കി. മന്ത്രിക്ക് അന്തിയുറങ്ങാൻ ഏർപ്പാടു ചെയ്തിരുന്നത് വില്ലിങ്ടൺ ഐലന്റിലെ ഒരു ഹോട്ടൽ മുറിയായിരുന്നു. അത്താഴം കഴിഞ്ഞ് കിടന്ന

അയാൾക്ക് നേരം ഏറെച്ചെന്നിട്ടും ഉറക്കം വന്നില്ല. കമ്പനി ഗസ്റ്റ് ഹൗസിൽ വെച്ചു കുടിച്ച ഇളനീരിന്റെ സ്മൃതി ലഹരിയിൽ അയാൾ ഉത്തേജിതനായി. അയാൾ ചെയർമാനെ ഫോണിൽ വിളിച്ചു. ചെയർമാൻ അന്നത്തെ പണിയൊതുക്കി കുളിച്ച് കഞ്ഞിയും ചെറുപയറുപുഴുങ്ങി യതും കഴിക്കുകയായിരുന്നു. അയാൾ കോട്ടിയ പ്ലാവില കിണ്ണത്തിലേ ക്കെറിഞ്ഞു അപ്പോൾത്തന്നെ കാറെടുത്ത് മന്ത്രിയെ കൂട്ടിക്കൊണ്ടുവന്നു. ഒന്നിനു പുറകെ ഒന്നായി ഒൻപതു ഇളനീർ മന്ത്രി കുടിച്ചു തീർത്തു. അയാൾക്ക് കാലിടറാനും നാവു കുഴയാനും തുടങ്ങി. തനിക്ക് ഉടനെ തിരുവാതിരകളി കാണണമെന്നായി അയാൾ. ചെയർമാന്റെ ഫോൺകോൾ വരുമ്പോൾ ഉറങ്ങിക്കിടക്കുകയായിരുന്ന പബ്ലിക് റിലേ ഷൻസ് മാനേജർ ചാടിപ്പിടച്ചെണീറ്റ് ടൗൺഷിപ്പു മുഴുവൻ ഓടി നടന്നു. പുലരാൻ അല്പനേരം മാത്രം ബാക്കിയുള്ളപ്പോൾ ഗസ്റ്റ്ഹൗസിലെ കോമൺഹാളിൽ എട്ടുപെൺകിടാങ്ങൾ വീരാവിരാടം പാടിക്കളിച്ചു. മന്ത്രി ഒരു സോഫയിൽ ചെരിഞ്ഞു കിടക്കുകയായിരുന്നു. അയാളുടെ കടവാ യിലൂടെ കൊഴുത്ത ദ്രാവകം ഒലിച്ചിറങ്ങി.

എല്ലാം ഭരണാധികാരികളെയും പോലെ തന്റെ നിഗ്രഹാനുഗ്രഹ ശക്തികൾ കൊണ്ട് ചെയർമാൻ സാധുക്കൾക്കു പരിത്രാണനവും ദുഷ്കൃ തികൾക്ക് വിനാശവും വരുത്തി. ഒടുവിൽ ഭരണാധിപന്മാർക്കു സംഭവി ക്കാറുള്ളതുതന്നെ അയാൾക്കും ഉണ്ടായി. അയാളുടെ അനുഗ്രഹങ്ങളുടെ ശീതളച്ഛായയിൽ തഴച്ചുവളർന്ന ആരാധകർതന്നെ അയാളെ ഒറ്റിക്കൊ ടുത്തു. അസംസ്കൃത പദാർത്ഥം കയറ്റിവന്ന കപ്പലിന്റെ കുഴപ്പങ്ങളിൽ നിന്നു തുടങ്ങി പതനകഥ. ഭരതന്റെ അമ്മായി അയാളെ അതിൽനിന്നും താല്ക്കാലികമായി രക്ഷപ്പെടുത്തിയെങ്കിലും ഒറ്റുകാർ പതിയിരുന്ന് അവ സരം കിട്ടിയപ്പോൾ അയാളെ വകവരുത്തി.

"എന്നോട് ഈ പുരാവൃത്തമെല്ലാം എന്തിനു പറയുന്നു?"

ഭരതൻ അസ്വസ്ഥതയോടെ ചെല്ലപ്പന്റെ അച്ഛനോടു ചോദിച്ചു.

"നീയിപ്പോൾ അയാളെ ഒന്നു കാണേണ്ടതാണ്. ഞാൻ വളർത്തി ക്കൊണ്ടുവന്ന പാമ്പുകൾ ആഞ്ഞാഞ്ഞുകൊത്തുമ്പോൾ അയാൾക്ക് സീസറെപ്പോലെ യു ടു ബ്രൂട്ടസ് എന്നു വിലപിക്കാൻപോലുമായില്ല. താൻ ചെയ്ത നന്മകളുടെ തേൻമുള്ളുകൾ അയാൾക്ക് ശരശയ്യയായി. പ്രേത ലോകത്തുപോലും അയാൾക്കു സ്വസ്ഥതയില്ല. ഒരിക്കൽ അയാളെന്നെ കെട്ടിപ്പിടിച്ചു കരഞ്ഞു പറഞ്ഞു; നിന്നെപ്പോലെ ഒരു കരിങ്കാലിയാകാൻ പോലും എനിക്കു കഴിഞ്ഞില്ലല്ലോ, ഭരതം, നിന്നോട്ടു ഞാനിതു പറയുന്നത്, നിന്റെ ഉയർച്ചകണ്ട് ഞങ്ങൾക്ക് ദുഃഖമുള്ളതുകൊണ്ടാണ്. നീ ഏലൂരിലെ എക്കാലത്തെയും രാജാവിനെപ്പോലെ വേട്ടയാടപ്പെടാൻ പോകയാണ്.

"ഇല്ല. അവർക്കതിനെന്നെക്കിട്ടില്ല. എന്റെ വിരൽത്തുമ്പിൽ ഞാൻ ഏലൂരിനെ ഒതുക്കി നിർത്തും."

ഭരതന്റെ അഹന്ത അധികന്റെ ഏറ്റവും ഉഷ്ണമായ നിമിഷത്തിൽ ജ്വലിക്കുകയായിരുന്നു.

ഭരതൻ തനിക്കു പ്രധാനമായ ഒരു കർത്തവ്യം നിർവ്വഹിക്കാനു

ണ്ടെന്നും അവർ അവനെ തേടിയെത്തിയതിന്റെ കാരണം പറയണമെന്നും ആവശ്യപ്പെട്ടു.

തങ്ങൾ പരിമിതമായ ഉദ്ദേശ്യങ്ങളോടെ ഒരു യൂണിയൻ സംഘടി പ്പിക്കാൻ ആഗ്രഹിക്കുന്നുവെന്നും ഭരതൻ അതിന്റെ നേതൃത്വം ഏറ്റെടു ക്കണമെന്നും അവർ പറഞ്ഞു. പ്രേതങ്ങളുടെ പ്രസിഡന്റാവാൻ തന്നെ കൊണ്ടാവില്ലെന്ന് അവൻ പറഞ്ഞൊഴിയാൻ തുടങ്ങി. യൂണിയനുകൾക്ക് അതിന്റെ സംഘസ്വഭാവമല്ലാതെ അംഗങ്ങളുടെ ജീവിതമോ മരണമോ മരണാനന്തര ജീവിതമോ ഒരു പ്രശ്നമല്ലെന്ന് അവർ വാദിച്ചു. ഭരതൻ അപ്പോൾ നേതൃത്വം നല്കിപ്പോരുന്ന ഏതു സംഘടനയിലെയും അംഗ ങ്ങളെക്കാൾ വർഗ്ഗബോധവും വിവരവും ഐക്യവും ഉള്ളവരാണു തങ്ങ ളെന്ന് അവർ ഉറപ്പുകൊടുത്തു. മരിച്ചവർക്കു വിദ്വേഷമില്ലെന്നും സ്നേഹവും കാരുണ്യവും മാത്രമേയുള്ളുവെന്നും അവർ പറഞ്ഞു. ഒടു വിൽ അവരുടെ നിർബ്ബന്ധത്തിനു വഴങ്ങി, അടുത്ത വെള്ളിയാഴ്ച തമ്മിൽ കാണാമെന്നു പറഞ്ഞ് ഭരതൻ അവരെ യാത്രയാക്കി.

നിദ്രാലസ്യംമൂലം ഭരതനു കണ്ണുകൾ അടഞ്ഞു പോകയായിരുന്നു. അവൻ ഏറെ പണിപ്പെട്ട് കൺമിഴിച്ച് കാത്തിരുന്നു. ഉമ വരാമെന്നുപ റഞ്ഞ സമയം കടന്നുപോയിരുന്നു. അവൾ ദൂരെവച്ചുതന്നെ നാലഞ്ചു പേരെക്കണ്ട് പരിഭ്രമിച്ച് തിരിച്ചുപോയിരിക്കാമെന്ന് ഭരതൻ വിചാരിച്ചു. എന്തായാലും കുറച്ചു നേരം കൂടി അവൾക്കുവേണ്ടി കാത്തിരിക്കാൻ തന്നെ തീരുമാനിച്ചു.

കുറ്റിച്ചെടികൾക്കിടയിലുള്ള ഇരിപ്പ് അവനെ അസ്വസ്ഥനാക്കി. കൊതുകുകളുടെ ആക്രമണവും ചീവീടുകളുടെ ചെവിതുളയ്ക്കുന്ന ഒച്ചയും അസഹ്യമായി. ഇനിയും ആരെങ്കിലും വന്നെത്തുന്നതിനു മുൻപേ എത്രയും വേഗം ഉമ പ്രത്യക്ഷയാകണമെന്ന് ആശിച്ചു.

ഭരതൻ ആകാശത്തേക്കു നോക്കി. അതൊരു ശവപ്പറമ്പു പോലെ തോന്നി. പട്ടടയിൽ നിന്നെന്നപോലെ കനത്ത പുകച്ചുരുളുകൾ പൊങ്ങിപരന്നു.

ധൂമപടലങ്ങൾക്കിടയിലൂടെ രണ്ടു നക്ഷത്രങ്ങൾ ഭൂമിയിലേക്ക് ഒഴുകി വരുന്നതായി അവൻ കണ്ടു. പുകയുടെ ഒറ്റി അകന്നു മാറി. ആകാശ ത്തിന്റെ അസീമ വിസ്തൃതിയുടെ ഇരുളാണ്ടകയങ്ങളിൽ തെളിയുന്ന പ്രകാശഗോളങ്ങൾ ഉമയുടെ കണ്ണുകളായിരുന്നു. കറുത്തിരുണ്ട മുടിയ ഴിഞ്ഞു ചിതറി. അമ്പിളിക്കലപോലെ നെറ്റിത്തടം തിളങ്ങി. പട്ടുടുത്ത് നറുനിലാവുപോലെ ചിരിതൂകി ഉമ ഒഴുകി വരികയായിരുന്നു. അവൾ കാഞ്ചന ശലാകപോലുള്ള കൈകൾ നീട്ടി ഭരതനെ ക്ഷണിച്ചു.

ഭരതൻ എഴുന്നേറ്റു, ഉദ്വേഗംമൂലം വിറയാർന്ന് വിയർത്ത് ഇടറുന്ന പാദങ്ങളോടെ അവൻ മുന്നോട്ടുനീങ്ങി.

അവനു പിടിച്ചു കയറാനായി ഉമ കൈ നീട്ടുമ്പോൾ ഭരതൻ അറു പത്തിയാറു കിലോ വോൾട്ട് വൈദ്യുതി പ്രവഹിക്കുന്ന ചെമ്പുകമ്പികൾ താങ്ങി നിർത്തുന്ന കൂറ്റൻ ടവറിന്റെ മുകളിലേക്കു പാഞ്ഞുകയറി.